VĂN HỌC MỚI
TẠP CHÍ VĂN HỌC NGHỆ THUẬT

PHÁT HÀNH MỖI 2 THÁNG / SỐ (1 NĂM 6 SỐ) Năm thứ VI
Điều hành: HÀ NGUYÊN DU
Phụ tá diều hành 1: NT LỆ THU
2: Vương Thư Sinh (VHT)
TTK : NT Lệ Thu & Ngã Phương Huyền
Thư ký & Bản thảo : Bạch Xuân Phẻ
Kỹ thuật NXB Phạm Hồng Thái

Thư từ, bài vở, ngân phiếu xin gởi về:
(Văn Học Mới - New Literature Magazine)

To: HA NGUYEN
10291 Arundel Ave.
Westminster, CA 92683 - 5821

*

vanhocmoi68@gmail.com
hanguyendu@gmail.com
ntlthu1016@gmail.com

https://tapchivanhocmoi.com

ĐẠI DIỆN PHÁT HÀNH
Toronto:**NguyễnVyKhanh**<nguyenvykhanh@yahoo.com>
Vancouver BC:**Nguyễn Đức Tùng**<bachnguyen@shaw.ca>
Phan Ni Tấn <phannitan@yahoo.ca>
USA:Georgia: **Đức Phổ**<dducpho@gmail.com>
Massachusetts: **Lâm Chương** <lamchuong495@gmail.com>
Louisiana: **NgT Hồng Hải**<nhattannguyen575@yahoo.com>
Dallas: **Nguyễn Lương Ba**< bal@nguyen.us>
Houston: **Nguyễn Minh Triết**<lntt_2000@yahoo.com>
San Jose: **Phạm Hồng Thái**<thaihpham@gmail.com>
Paris:**Trang Thanh Truc<trangthanhtrucparis@yahoo.fr>**
VN: NT Lệ Thu<ntlethu1016@gmail.com>
Germany **Trần Văn Tích**

Số ghi danh Quốc Hội Hoa kỳ: ISSN 2690 - 4276

Tranh phụ bản Họa sĩ Nhà thơ Nam Giao

mục lục

VĂN HOC MỚI SỐ 30

GIẢI THƠ
VĂN HỌC MỚI

DO TẠP CHÍ VĂN HỌC MỚI TỔ CHỨC
NHẬN BÀI TỪ ĐẦU THÁNG 2 ĐẾN ĐẦU THÁNG 5 / 2024
GIỮA THÁNG 6 NĂM 2024
SẼ CÔNG BỐ KẾT QUẢ GIẢI THƠ
NGÀY TRAO GIẢI THƯỞNG SẼ CÔNG BỐ SAU
CHỈ ĐƯỢC TRAO 5 GIẢI THƯỞNG
PHẦN TRAO CHO GIẢI NHẤT & GIẢI NHÌ
CÙNG 3 GIẢI TRIỂN VỌNG $250 USD MỖI GIẢI
PHẦN TRAO CHO GIẢI NHẤT 1 NGÀN USD
GIẢI NHÌ 5 TRĂM USD

oOo

THAM DỰ GIẢI THƠ XIN GỞI QUA EMAIL
tapchivanhocmoi.tho@gmail.com

Thành phần Ban Giám Khảo Giải Thơ
Gồm những Nhà Văn Nhà Thơ Nhà Biên Khảo:
Thư ký: Hà Nguyên Du
Cùng trong Ban Giám Khảo:
Nguyễn Vy Khanh
Nguyễn Kiến Thiết
Nguyễn Minh Triết
Hoàng Xuân Sơn
Nguyễn Đức Tùng
Quyên Di
Đức Phổ

Trân trọng thông báo:

Ban Tổ Chức Giải Thơ: ***Không nhận bất cứ nguồn tài trợ nào Nhắm mục đích giữ trung thực và công bằng để tăng phần giá trị cho giải.*** Mỗi tác giả chỉ được tham dự 10 bài thơ. Nếu có thi tập chỉ dự **một quyển và chọn 30 đầu trong tập.** (Điều kiện là chưa dự thi bất cứ đâu. ***Tất cả, chúng tôi chỉ nhận qua dạng PDF*** hoặc bản WORD (Không nhận dạng sách, vì mỗi vị trong ban giám khảo ở các tiểu bang hoặc ngoài nước Mỹ)

THƯ TÒA SOẠN

DIỄN BIẾN HIỆN TẠI CHẠM NÚT QUÁ KHỨ GÂY NGÂN VANG CẢM XÚC !!

Rơi...
Rơi xuống ...
Rơi vào ...

Ô hay!! Những diễn biến hiện tại đã chạm nút quá khứ,gây ngân vang cảm xúc (không kém gì thời điểm nguyên thủy)

Ở đây tôi chỉ muốn nói đến hình ảnh của hai mùa gây sóng ảnh hưởng lung lạc đến tâm hồn, đến cảm xúc của con người chúng ta… Nguồn cảm xúc bất tận mang tính chất lãng mạn, đã tạo nên cho mỗi dân tộc trên hành tinh này:

"Đều có một nền mỹ học tuyệt vời, quá đủ các loại hình nghệ thuật. Tất cả được thể hiện qua kỹ năng đặc biệt hay năng khiếu trời ban, cùng sự đam mê tận tụy theo đuổi mỗi loại hình của các văn nghệ sĩ."

Riêng đời sống của chúng ta xưa nay, quây quần trong sinh hoạt thân thiết với các Nhà thơ, Nhà văn, Nhạc sĩ và Họa sĩ. (Tôi hầu như không có bạn trong giới điêu khắc)

Dẫn nhập của bài viết hôm nay, tâm hồn tôi cứ như dâng lên nguồn cảm xúc quay cuồng của hai mùa. Là hai động từ có sức thuyết phục mạnh nhất để mở toang cánh cửa quá khứ và cả hiện tại:

Mùa Hạ
Mùa Thu

Ơi hai mùa mang hai nội hạm có sức công phá vô tận, đã hầu như chiếm lĩnh gần hết trong các lãnh vực vực mà chúng ta "chết sống" hằng ngày là: Thơ , Văn, Nhạc và Họa ..v..v..

Hẳn, mỗi chúng ta đều có nhiều cảm xúc và ấn tượng mạnh mẽ về :

Mùa Hạ
Mùa Thu

Mùa Hạ - Với xào xạc khô khốc của những chiếc lá khô rơi , lá lần lượt lìa cành , lần lượt "Rơi" … Rơi .. là xa lìa đoạn đành … đầy tiếc thương. Là chết đi cuộc đời của một chiếc lá!!

Viết đến đây tôi liên tưởng đến thân phận phù hư của kiếp người và hình dung đến chính mình!!

Rơi xuống đất những chiếc lá khô màu xám, hòa nhập với màu đất hay pha trộn màu của những bãi cỏ khi úa vàng khi tái xanh. Những chiếc lá khô, như Nhà thơ tiền chiến Lưu Trọng Lư diễn tả qua bài thơ **Tiếng Thu**: (Nhà thơ này gom chung mấy câu thơ mà có cả hai mùa, nhất là đoạn kết của bài thơ, nói lên hình ảnh thật sự là của mùa hạ!!):

Em không nghe mùa thu
Dưới trăng mờ thổn thức?
Em không nghe rạo rực
Hình ảnh kẻ chinh phu
Trong lòng người cô phụ?
Em không nghe rừng thu

Lá thu kêu xào xạc
Con nai vàng ngơ ngác
Đạp trên lá vàng khô?

Lá khô của mùa thu không khô khốc, không vang lên cung bậc âm thanh xào xạc như tiếng lá khô của hạ… hầu như lá vàng rơi rơi của mùa thu khi lìa cành chỉ là những chiếc úa chết rơi xuống trong trạng thái mềm mại, mềm cho đến khô, vẫn không phát ra những âm vang xào xạc như những chiếc lá rơi của màu hạ!!

Rơi vào số chẵn 30... (sánh với ngày 30)

Điều gây ám ảnh nhất là sự rơi vào số 30 và lại "rơi vào " số thuộc tháng tư:

"Văn Học Mới số 30 tháng tư " kỳ này...

Hẳn không một ai mà không ám ảnh 30 tháng tư là ngày gì rồi!

Chúng ta không cần dùng não trạng tư duy là phải hình dung hay dùng ý niệm liên tưởng… Mà lực xung động tự nhiên đi thẳng vào nguồn cảm xúc một cách cực mạnh, để kéo bầy quá khứ rất "oan khiên và biển lệ "… hiện về làm co bóp con tim chúng ta như muốn ngừng đập !!

Và như thế cứ mặc nhiên hàng năm, cứ hàng năm lặp lại nguồn cảm xúc bi thương thống thiết ấy!!

Rơi vào :

Cũng chính là sự:

Rơi xuống!!

Rơi vào!!

Rơi xuống: Như lọ thủy tinh làm vỡ tan tành!!

Rơi vào: Cảnh nhục hình trả đũa, hầu như thiếu vắng hẳn tính "nương tay!!"

Những mảnh vỡ tan tành ấy, nghiệt ngã vô cùng, là nó lại không bị mất hút đi đâu, hay không bị đốt cháy thiêu rụi!! Nhưng ngược lại : Đã vỡ tan tành mà còn bị càn quét, còn bị cảnh vùi hoa dập liễu giống như mấy màn đánh ghen của Hoạn Thư đối với Thúy Kiều!! (trong truyện Kiều của Đại Thi Hào Nguyễn Du)

Tàn nhẫn đối với những mảnh vỡ bất hạnh ấy một cách …"hoàn toàn phản lại văn hóa truyền thống của nòi giống Việt mang đầy tính nhân văn!!"

Thật sự, nếu dùng ngôn ngữ Mẹ đẻ của chúng ta mà lột tả hết bao cuộc chiến tương tàn của dân tộc mình, theo tôi " gần như bất lực với ngôn ngữ diễn đạt" Bởi gần nửa thế kỷ qua có hàng trăm ngàn sách vở, có hàng triệu trang ghi chép… Tựu trung rồi cũng như một cuộc cãi cọ tay đôi!! Những thế hệ chuyển tiếp nhìn lịch sử như một "vẽ hươu vẽ nai". Với phản ánh sự thật khác gì như mò kim đáy biển!!!

Viết đến đây, tôi có cảm giác như bị "tuột cảm hứng"...

Thôi thì cơ hội này đành chuyển sang để cập tới tờ báo, xem ra thiết thực hơn nói chuyện dông dài hay lý sự vụn...

Văn Học Mới xông pha trận mạc đến nay tới số 30 rồi ...

Số lượng tác giả cộng tác được tăng cao. Số lượng mua báo dài hạn vẫn nhịp nhàng như điệu tango lả lướt trên sàn nhảy tình yêu nghệ thuật... Nhưng số tác giả, phần đông như cây cổ thụ, mà lại thiếu cập nhật về kỹ thuật sử dụng máy vi tính (computer) nên khi gửi bài vở cho VHM thường gặp khó khăn khi lấy bài xuống để dàn trang... Vì thế, tiện đây, BBT / VHM xin nhắc nhớ quý vị nên dùng bộ chữ tiếng Việt UNICODE (mã thống nhất với tiêu chuẩn international). Nhất là nên dùng bộ gõ tiếng Việt UniKey của lập trình viên Phạm Kim Long ... Là bộ chữ thông dụng và dễ dàng sử dụng nhất hiện nay của người Việt chúng ta. Bước kế tiếp là quý thân hữu nên đánh chữ trên file nền của Word rồi gửi đi để đăng báo... (Qúy vị không nên đánh chữ thẳng vào Email, mà chỉ nên đánh vào Word là đúng nguyên tắc căn bản). Một khi đánh được chữ qua bản Word thì gửi qua hộp email, hay cả gửi theo messenger)

Cùng thông báo: Văn Học Mới số 31 tới đây là số chủ đề đặc biệt "Tưởng Niệm Nhà Văn Nguyễn Xuân Hoàng".

Nếu quý vị có thể viết được đúng chủ đề tưởng niệm thì càng tốt. Ngược lại quý tác giả vẫn giữ tự nhiên quyền tự do sáng tác của mình mà gửi tác phẩm với sáng tác tự do đó cho chúng tôi...

Kính chúc quý tác giả cộng tác, quý thân hữu tạp chí Văn Học Mới cùng gia đình sức khỏe, an lành và hạnh phúc xuyên qua hết 4 mùa, hạnh phúc không kể ngày tháng nào trôi qua ...

Trân trọng.

VĂN HỌC MỚI
TẠP CHI

NGUYỄN VY KHANH

Nguyễn Thị Manh-Manh với nữ-quyền và Thơ Mới

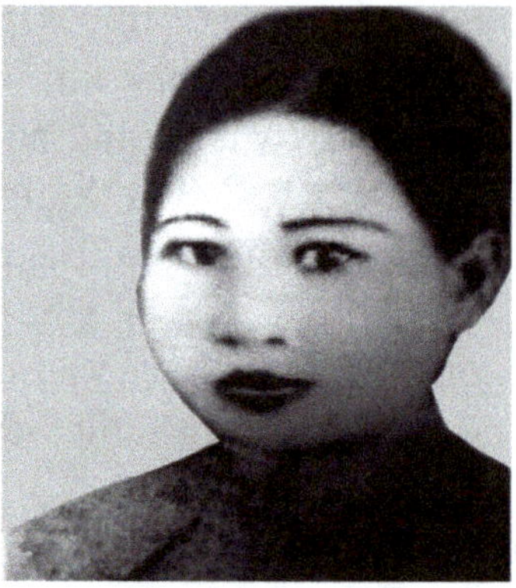

Nguyễn Thị Manh-Manh hay nữ sĩ Manh-Manh tên thật là Nguyễn Thị Kiêm, sinh năm 1914 tại Gò Công. Bà còn ký các bút hiệu Mym, Nguyễn Văn Mym và Lệ Thủy.

Nhà báo và vận động cải cách xã hội

Vừa tốt nghiệp Collèges des Jeunes Filles Indigènes (trung học Gia Long sau này) với bằng Thành chung, 18 tuổi, bà đã làm trợ-bút cho báo *Phụ-Nữ Tân-Văn* ở Sài-Gòn – cũng như có đăng bài trên các báo *Công Luận, Việt-Nam, Nữ Lưu*, và đã nổi danh khi viết báo và đăng đàn kêu gọi "*chị em hãy từ chốn buồng the bước ra xã hội*" cũng như nêu vai trò của người phụ nữ và đề nghị "Nữ lưu học hội" để chị em phát huy việc sáng tác và làm văn học. Những bài bà viết như "Nữ lưu và văn học" (*Phụ-Nữ Tân-Văn*, số 131, 26-5-1932- có ấn bản chung *Hai Bài Diễn Thuyết Tại Hội Chợ Phụ Nữ 1932*, cùng với bài diễn văn "Nữ Lưu đối với Thể dục" của bà và "Phụ Nữ với Thể Dục" của Cô Giáo Út; "Phụ nữ với hôn nhân" *PNTV* 221, 19-10-1933); "Vấn đề tam tùng với các nữ giáo viên" (*PNTV* 249, 5-7-1934); "Niêm phong cái tam tùng lại" (*PNTV* 255, 23-8-1934), v.v.

Không riêng ở Sài-Gòn, bà theo phái đoàn *Phụ-Nữ Tân-Văn* gồm ông Nguyễn Đức Nhuận, ông Nguyễn Đình Trị thân sinh bà, nghị viên thành phố Sài-Gòn và có chân trong báo, đi ra Trung và Bắc có khi cả tháng, bà diễn thuyết về các vấn đề hôn nhân, xã hội cũng như viết văn của phụ nữ, phần lớn đăng lại trên *Phụ-Nữ Tân-Văn*. Trong bài tường trình "Cuộc hành trình từ Nam ra Bắc" bà có cảm hứng nên thơ khi "Đêm khuya qua Xuân Lộc":

"*Đêm khuya qua Xuân Lộc*
Bởi thương ai trằn trọc?
Bởi nọc muỗi rừng
Rừng im phắt ngủ
Cỏ cây ủ rủ
Bóng đêm phủ / Êm đềm
Kìa trăng lên / Giọi chênh chênh
Trời đất ngủ êm đềm
Thế sao có kẻ nhọc ...
Đêm khuya qua Xuân Lộc
Thương ai trằn trọc?
Bởi nọc muỗi rừng!" (PNTV, số 264, 25-10-1934)

Bà diễn thuyết về "Nữ lưu và văn học" mở đường đòi nữ-quyền, có các đoạn đáng để ý: "*Nói chuyện về Nữ-lưu Học-hội tức là muốn nói chuyện phụ nữ với văn chương. Nếu cho Nữ-lưu Học-hội là cần ích thì cũng phải cho đàn bà là có mật thiết quan hệ đến văn chương nước nhà.*

Sự quan hệ đó, tôi muốn nói rõ ở bài này. Tôi lại còn muốn xét ra cái địa vị của đàn bà trong văn học cổ kiêm, nói về cái công dụng của Nữ-lưu đối với tinh thần trí thức của loài người, giả thuyết như được cùng chị em trong nước đương hội hiệp nhau ở nhà Nữ-lưu Học-hội mà chung vui câu chuyện văn chương (...).

Theo lẽ sinh lý, thì đàn bà thường nặng về phần hồn và nhẹ về phần trí, cảm tình thì sâu mà tư tưởng thì hẹp nên trong văn học thường sở trường về lối tả cảnh, đạo tình mà ít hay về lối khách quan triết lý.

Đem cặp mắt tinh thần mà thưởng thức đến những kỳ quan, thắng cảnh của thiên nhiên vũ trụ, đem khối tình thâm thiết mà hòa theo với những nỗi cay, đắng, bi, thương của nhân loại thế gian, đố ai nói được rằng đàn bà phải thua sút đàn ông về chỗ đó.

Đã sẵn có cặp mắt tinh thần ấy, đã có sẵn khối tình thâm thiết ấy, mà lại có văn tài đủ hình dung được những cảnh mình coi, đủ tả diễn được những tình mình cảm, thì khó gì mà chẳng thành nên được những công trình tuyệt xảo về mỹ thuật, văn chương ...

Bà kết luận: "*nếu các chị em trong nước đã cùng tôi nhận thấy cái địa vị của mình ở trong văn học thì tất phải muốn cho cái địa vị đó càng ngày càng cao, cái công dụng đó càng ngày càng lớn mà vui lòng trông cho nó có nữ lưu học hội ra đời.... Người đàn bà cũng có cái tinh thần cần phải tự giác để chiếu sáng ra ở chung quanh mình, cho gia đình được êm đềm phong phú, cho xã hội được rực rỡ quang minh. Cái tinh thần đó ta muốn có thì ta lại càng tha thiết mong cho nữ lưu học hội sớm ra đời.*" (*PNTV*, 131, 26-5-1932).

Trong diễn thuyết về đề tài "Có nên tự do kết hôn không?", bà nói: "*Mục đích của hạng tân tiến là thờ chủ nghĩa phụ nữ. Chủ nghĩa phụ nữ là làm thế nào để giải phóng phụ nữ ra khỏi những lễ giáo hủ bại, binh vực quyền lợi cho phụ nữ, kiếm những cách sinh hoạt cho chị em để sự sống của mình được hoàn toàn hơn, và nâng cao trình độ trí thức của mình...*" (*PNTV*, 243, 24-5-1934).

Nguyễn Thị Kiêm đã trở nên hình ảnh tiêu biểu của thiếu nữ trí thức tha thiết với phong trào giải phóng phụ nữ và cải lương xã hội. Cũng vậy trong giới làm văn chương, bà là một nhà báo và vận động cải cách xã hội; bà làm thơ và tham gia cuộc cải cách thi-ca Việt vào thập niên 1930.

Nhà thơ cách-tân

Cùng thời gian đó, xuất hiện lần đầu trên tạp chí *Phụ-Nữ Tân-Văn* số 122 ngày 10-3-1932, bài thơ Tình Già của Phan Khôi đăng cùng bài viết "Một lối Thơ Mới trình chánh giữa làng thơ", gây hứng khởi và đã có một số bài hưởng ứng, nhưng phải đợi đến Lưu Trọng Lư, Manh-Manh cùng với Hồ Văn Hảo thì sự hưởng ứng mạnh mẽ hơn với một loạt sáng tác theo thể-loại Thơ Mới, hoàn toàn mới về nội-dung lẫn hình thức nếu so với thơ biển ngẫu và Đường luật thời đó.

Đăng thơ, viết bài và hơn thế nữa, hơn một năm sau, bà Nguyễn Thị Kiêm đã đăng đàn diễn thuyết tích cực cổ xúy cho phong trào Thơ Mới. Ngày 26-7-1933, Nguyễn Thị Kiêm diễn thuyết bênh vực Thơ Mới tại Hội Khuyến học Saigon - và sẽ trở lại đây tranh luận với ông Nguyễn Văn Hanh tháng 1-1935.

Phụ-Nữ Tân-Văn số 210 (3-8-1933), nghĩa là một tuần sau khi bà đọc diễn văn, bài xã thuyết của trang nhất tựa là "Đáp lại một cuộc bút chiến" ký *Phụ-Nữ Tân-Văn*, "*đáp ứng lại những lời chỉ trích*» của giới bênh vực thơ cũ, đã cực lực tán dương bà như là người đầu tiên dám can đảm dạn dĩ đi "*hẳn vào con đường mới, không quản sự mỉa mai của nhiều người thủ cựu*". Sau đó *Phụ-Nữ Tân-Văn* các số 211 (10-8-1933, tr. 8-9) và số 213 (24-8-1933, tr. 9-11) tường trình "Bài diễn thuyết của cô Nguyễn Thị Kiêm về "Lối thơ mới"" trong đó có đoạn:

"*... Làm thơ là gì? Làm thơ tất là lựa một* vận văn *trong các thứ vận văn, hay là đặt ra một vận văn để phô tả tánh tình, ý tưởng của mình, những quan niệm của mình đối với sự đời, với vũ trụ, những cảnh vật những hiện tượng của sự sống* (...)

Muốn cho tình tứ không vì khuôn khổ mà bị "đẹt" mất thì rất cần phải có một lối thơ khác, do lề lối nguyên tắc rộng rãi hơn. Thơ này khác hơn lối xưa nên gọi là thơ mới.

Năm ngoái, trong báo Phụ-Nữ Tân-Văn, *ông Phan Khôi "trình trong làng thơ" một lối thơ mới, nhưng ông cũng kể rằng, mười năm trước, có một thiếu niên thi sĩ ở Hà Nội có sáng kiến này đầu nhứt. Chưa thấy được bài thơ mới đầu nhứt, tôi chỉ đọc bài thơ "Tình già" của ông Phan Khôi.*

"Hai mươi bốn năm xưa, một đêm vừa gió lại vừa mưa, dưới ngọn đèn mờ, trong gian nhà nhỏ, hai cái đầu xanh kề nhau than thở (...) ".

Bài thơ này ít có người thích. Người ta cho nó là dài lắm và không có nguyên tắc. Thật, về hình thức thì bài "Tình già" không được gọn, nhưng về nội dung, tình tứ giải ra một cách rõ ràng, dễ hiểu mà thật thà. Chỉ đọc qua là nghe khác hẳn lối thơ xưa, có vẻ thiết thực và cảm hoá được người đọc. *Chính ông Khôi đã nói đó là một lối thơ* **làm thử** *(un essai) cốt đem tình tứ có thật trong tâm hồn mình mà tỏ ra bằng những câu thơ có vận chớ chẳng buộc niêm luật, hạn câu chi hết.*

Sau ông Phan Khôi chẳng bao lâu, báo Phụ Nữ Tân Văn có đăng bài hưởng ứng lối thơ mới của cô Liên Hương (Trung Kỳ) và một bài thơ mới của ông Lưu Trọng Lư sau đây (Trên Đường Đời):

"Lần bước tiếng gieo thầm, bóng ai kia lủi thủi?
Lẳng lặng với sương gieo im đìm cùng gió thổi.
Không tiếng, không tâm, không thưa, không hỏi.
Không hát, không cười, không than, không tủi.
Lận đận với năm canh, bóng ai kia lủi thủi (…)

Tôi chắc là bài Trên Đường Đời *được nhiều người thích hơn bài «Tình già» … ".*

Trong buổi diễn thuyết, bà đã trưng dẫn Viếng Phòng Vắng và Canh Tàn là hai bài thơ Mới đầu tiên của bà. Bà đọc "khúc đầu và khúc chót" bài đầu, phân tích cái mới của bài mỗi khúc có 6 câu … và sau đó bà đọc bài Canh Tàn:

"*Em ôi, nghe lóng nghe*
Gió đêm thoáng qua cửa …
Lụn tàn một góc lửa,
Lạnh ngắt chốn buồng the! … ...
Gió đêm thoáng qua cửa …
Não dạ, dế tỉ te.
Lạnh ngắt chốn buồng the …
Em ôi, khêu chút lửa ... ...
Não dạ, dế tỉ te.
Gió ru ... "thiết chi nữa! …"
Em ôi, khêu chút lửa,
Rồi lại ngồi đây nghe … ...
Gió ru … "thiết chi nữa!"
Sùi sụt mấy cành tre ...
Em ngồi đây có nghe
Tơ lòng chị đứt nữa? …» (…) .

Trước khi dứt câu chuyện thơ mới, tôi xin bàn đến vài bài thơ mới của thi sĩ Hồ Văn Hảo. Tiếc rằng tôi không đủ thời giờ để nói đến các bạn hưởng ứng khác như Khắc Minh, vân vân ... Bài thơ của Hồ Văn Hảo là « Tự tình với trăng « (đọc và chỉ nguyên tắc bài ấy) câu văn thật êm đềm mà rõ rệt, người xem bài này có thể vẽ ra một cảnh.

Màn trời ai vén,
Để chị Hằng mặt thẹn đỏ tươi tươi
Một nụ cười,
Ra chiều xẻn lẻn...

Tiếc là ý tưởng bài này có hơi cũ, tác giả chê cõi đời là « bể khổ trầm luân « không thiết gì đến đời, muốn lên ở cung trăng cho êm tịnh.

Nhưng bài sau thì lại khác hẳn. Ấy là bài «Con nhà thất nghiệp « mà người ta cho là chẳng phải thơ. Chỉ vì chẳng phải than thân trách phận, tả cảnh hoa tàn, nguyệt xế, suối chảy chim ngâm mà là một cảnh thiết thực, một cảnh khổ có thực trong đời: người thất nghiệp.

Có lẽ trong thơ văn, người cu li ở trần quần vẫn là một động vật không có gì lãng mạn chăng ? Có lẽ cái bi kịch một người nghèo khổ phải đi ăn trộm "hụt", chúng ta hay được la «ăn trộm»! rồi anh chạy trốn, kịch ấy không có gì lạ, đáng để ý chăng? (đọc bài «Con nhà thất nghiệp» và phê bình).

Kết luận tôi xin nhắc rằng chúng tôi chẳng hề nói mình đặt ra những "thơ mới" hoàn toàn xuất sắc bao giờ, chỉ mong rằng lối thơ mới được nhiều người để ý đến và nó có thể trở nên một lối thơ thông dụng để tả một cách thiết thực rõ ràng những thi cảm của các nhà thi sĩ hiện thời» (tr. 8-9).

Đào Trinh Nhất trong bài "Nữ tiên phuông thơ mới ở Nam Kỳ ta" trên tuần báo *Mai* số ra ngày 22-1-1938 đã ca ngợi bà Nguyễn Thị Kiêm "*chính cô Kiêm đã mạnh bạo chủ trương Thơ Mới ở Nam kỳ ta trước nhứt*" - Lúc này, *Phụ-Nữ Tân-Văn* đã bị đình bản.

Hoài Thanh trong *Thi Nhân Việt-Nam* đã nhận xét bà Nguyễn Thị Kiêm là "*một nữ sĩ có tài và có gan ... đã lên diễn-đàn hội Khuyến-học Sài-gòn hết sức tán dương thơ mới. Hội Khuyến học Sài-Gòn thành lập đến bấy giờ đã 25 năm. Lần thứ nhất một bạn gái lên diễn đàn và cũng lần thứ nhất có cuộc diễn thuyết được đông người nghe như thế*" (Sài-Gòn: Hoa Tiên, 1968, tr. 19).

Phụ-Nữ Tân-Văn số 207 ngày 6-7-1933, An Điểm, viết bài «Lối thơ mới» cho biết trên báo này đã có phong trào thơ mới rồi và nó đã ảnh hưởng mạnh đến văn giới cả trong và ngoài *Phụ-Nữ Tân-Văn*:

«Thiệt, «lối thơ mới» là một cái khuynh hướng đương phát triển trong văn giới Annam.

Không những là thơ lối «Manh-Manh» đăng ở Phụ-Nữ Tân-Văn được nhiều độc giả hiểu ý nghĩa, tình tứ, mà hoan nghênh; và nhiều thiếu niên thi sĩ bắt đầu bỏ thiên kiến mà sấn bước vào con đường mới lạ, đặt cảm tình tư tưởng vào khuôn mới, khác hẳn phạm vi Đường luật.

Hình như nhiều giới thi sĩ khác ở ngoài cơ quan Phụ-Nữ Tân-Văn cũng hưởng ứng mà dạn dĩ đặt cho thi cảm của mình vào khuôn mới, khác nào thi nhau mà thách sự mai mỉa của hủ tục...".

Thật vậy, Nguyễn Thị Manh-Manh có những sáng tác Thơ Mới thoát vòng vần luật nghiêm nhặt làm hại cho thi cảm, thoát và đi xa hơn, mang nét hiện đại Âu Tây, về chữ dùng cũng như ý thơ. Số câu và số chữ trong một câu không giới hạn, có khi ngắn, có khi rất dài. *Từ những b*ài thơ đầu tay như Viếng Phòng Vắng mang mang nét thơ cổ, đến Canh Tàn thơ năm chữ, bà đã đưa vào thơ hình thức và âm hưởng khác thơ đã quen.

Viếng Phòng Vắng đăng *Phụ-Nữ Tân-Văn* số Xuân Quý Dậu (19-1-1933) muốn thay đổi về hình thức thơ với nhạc điệu mới và không viết hoa một số câu đầu hàng. Trích phần đầu và cuối:

"Gió lọt phòng không
tạt hơi dông / lạnh như đồng
Ngồi mơ tưởng / Ngày xưa phất phưởng
Dấy động tơ lòng…

Trải đã mấy trăng / Hỡi nhện giăng
Với rêu lan / Tấm vách cũ
Từ khi người chủ
Một giấc lặng trang?

Tan nát vóc xưa / dưới mồ mưa
sương phủ dập!

Đến hồn nàng / Thôi cũng biệt đàng
Biết sao được gặp!...
Hò hẹn kiếp sau / lại nhìn nhau.
Có đặng nào?
Dầu có tin / nàng sẽ tái sinh
ở vũ trụ nào?
Thôi duyên có bấy / nhiêu ngần ấy!...
Hoa để tàn / trong trương sách
hơi lây lách / Như thấm từ hàng!
Nàng tựa đoá hoa / mà người ta
là quyển sách / lật nửa chừng
từ mỗi tờ, bừng / hương lên bay tách...
Gió lọt phòng không / tạt hơi đông
lạnh như đồng
Ngồi tơ tưởng / Tình xưa phất phưởng
Ấm dịu cõi lòng...".

Bài Thơ gửi cho Em Vân:
"Em Vân, em Vân
Khóc nhà thân / Vội tách trần;
Thương cho em
đang tuổi nhỏ nhen / cô thân hai lần
Xa xuôi (xôi) trăm dặm.
khôn đến chậm / mắt em chan
oà lệ thảm;
nỗi sầu khi / cùng thở than!"
(PNTV số 192, 23-3-1933)

Bài Mộng Du đăng *PNTV* số 192 ngày 23-3-1933:
"Chiều hôm tựa cửa sổ,
Trông bóng chiều thiết tha...
Chân trời mây bay xa...
Thân ta chỉ một chỗ!
Trông bóng chiều thiết tha...
Tấm màn đêm rắp xổ.
Thân ta chỉ một chỗ,

Mơ màng cảnh thật xa…".

Bài Hai Cô Thiếu Nữ trên PNTV số 204 ngày 15-6-1933:

"Hai cô thiếu nữ đi ra đồng
(một cô ở chợ, một cô ở đồng)
Hai cô thiếu nữ đi ra đồng
Một mảnh lụa hồng, một vóc vải đen
Hai cô rủ nhau đi xuống đầm
Cô đi chơn không, cô mang dép đầm
Hai cô rủ nhau đi xuống đầm
Bóng lụa hồng tách bóng vải thâm
Mỗi người, tay xách một giỏ mây
Băng đi tha thướt dưới bóng nhành cây
Mỗi người, tay xách một giỏ mây
Cô đây bắt cá, cô nầy hái hoa…
(…) Hai cô thiếu nữ đi khỏi đồng
Cô ở đồng hay nhẹ bổng tấm lòng
Hai cô thiếu nữ đi khỏi đồng
Cô áo hồng mang nặng cái giỏ bông...".

Bài Lá Rụng đăng PNTV số 193 ngày 30-3-1933, tượng hình mùa lá vàng rơi rụng, tâm tình người cũng thổn thức, nhớ nhung:

"Rừng xanh buổi rũ, / lá vàng
đành vội vã rụng...
Biết bao những đụn / lá vàng
trên đất cỏ ũ!
Hắt hiu gió rừng / dấy lên,
nuôn ngàn lá rụng...
Biết bao những đụn / tốc lên
xơ xảy nửa lừng! …
Gió thoát đi xa, / nhẹ nhàng
đáp xuống lá rụng
Biết bao mảnh vụn / theo đàng
gió cuốn đi xa...
Ôi! ... rừng cây cỏ rũ, / ôi! các…
Lá vàng tơi tả rụng!...
Biết bao mảnh tình vụn / đã thoát

theo gió thời gian cũ !...”

Đến hai bài Bức Thư Gởi cho tất cả ai Ưa hay là Ghét lối Thơ Mới và bài Bà Lafugie Nhà Thám Hiểm và Họa Sĩ, thì thơ Mới Manh-Manh đã thử bước thêm đoạn đường khác của thơ văn xuôi.

Phụ-Nữ Tân-Văn số 228 ra ngày 14-12-1933, vì “*Tờ phụ trương văn chương của Đuốc Nhà Nam ngày 3,4-12-33 vừa rồi, có một bài của ông Hoàng Tâm giở ra câu chuyện thơ mới, thơ cũ mà cãi nữa. Trong bài ông ấy có nói đến tôi, nói rằng tôi đã thất trận, đến đỗi phải gởi thơ mới đăng trong báo Phụ Nữ thời đàm! ông Hoàng Tâm lầm đấy, Nguyễn Thị Kim ở Phụ Nữ thời đàm với Nguyễn Thị Kiêm viết cho Phụ-Nữ Tân-Văn là hai người, chớ không phải một: Đến chuyện ông cho tôi « rút cờ « lại là một việc sai nữa ...” (tr. 10)*, sau mấy lời giới thiệu đó, Nguyễn Thị Kiêm đăng tiếp bài *Bức Thư Gởi cho Tất cả ai Ưa hay là Ghét lối Thơ Mới*, vẫn một lòng bênh vực Thơ Mới – nhất là ở những câu cuối:

«Phải, tôi đấy, Manh-Manh, mấy bạn à!
Lâu quá không làm thơ, mấy bạn cũng «nột dạ»?...
Phải, tôi đấy, Manh-Manh, mấy ông à!
Lâu quá không làm thơ, mấy ông lấy làm lạ?...
(…) Thật, lâu nay tôi vắng đến “làng thơ”
Các bạn ơi, không phải phụ ai mà hẫng hờ.
Ừ, lâu nay tôi không có làm thơ,
Các ông ơi, không phải sợ ai mà lu mờ.
Bị lôi cuốn trong chiến trường hoạt động
Há được ngồi không mà sắp “mấy sợi tơ lòng”
Trước là hành động, thơ không mấy trọng
Suốt đời bào để nghe quả tim con phập phồng.
(…) Kết luận, chuyện mới gần thành chuyện cũ.
Các bạn ơi, cãi với nhau thét đã nhàm rồi,
Làng thơ, thơ mới, thơ cũ, có đủ:
Thơ kia là đất cũ, thơ nay tỉ đất bồi
Đất trước để yên, đất sau lo xới
Đất mới thì ít khô khan hơn đất dụng rồi
Rủ nhau khai phá, cất thêm sở mới,
Nếu thật tình trông cây thơm mọc nhánh đâm chồi.

Bây giờ tôi chỉ khuyên khách làng thơ:
Đổi lại, ai ưa thơ mới lo tìm chỗ dở,
Ai ghét, rán tìm cái hay của thơ
Vậy, chê, khen, có giá trị, "hoa mới sẽ nở" – Sept 1933.

Lời thơ mới tiên phong, dĩ nhiên chưa được trau chuốt văn chương như các nhà thơ đến sau. Manh-Manh cố tình phân biệt "bạn" với "ông" có thể như một người phụ nữ liều mình đi vào thế giới thơ. So sánh Thơ Mới với "đất bồi" quả là đắc ý, Thơ Mới như đất bồi cho vùng đất cũ thêm hương sắc và sức mạnh thiên nhiên để thi-ca nước nhà tiến lên nữa!

Thơ Manh-Manh cho thấy có ảnh hưởng thơ Pháp – bà vẫn đề cập và so sánh thơ Pháp trong các bài diễn thuyết. Sau đó, nhà thơ Manh-Manh đi xa hơn, với "Một bài thơ mới gởi riêng cho các anh ghiền: Bà Lafugie Nhà Thám Hiểm và Họa Sĩ" đăng Phụ-Nữ Tân-Văn số 239, 26-4-1934 có những câu thơ 27 từ và ngôn từ đề cao phụ nữ:

"Các anh ơi, dẹp lọ, dẹp đèn, dẹp tim, dẹp móc
Để tôi dắt các anh ra mắt một người đàn bà
Một người đàn bà từng bao phen lăn lóc
Giữa tạo vật với phong ba (đây chẳng phải là "tạo vật", "phong ba" theo nghĩa bóng các anh thường than thở)
Người từng lướt đi chẳng kể nắng nung, tuyết lạnh,
Đất nghiêng, đá vỡ
Người ăn vận như bạn trai, ngồi lưng ngựa long chong.
Mà qua đèo, xuống hố, lên dốc, lội hào
Cùng một bọn tuỳ tùng dân lạ, sấn đi giữa non núi chình chòng
Rồi trải qua những ngày phẳng lặng, những đêm hung dông bão...
Các anh ơi, đó là nhà thám hiểm, lại là giống đàn bà, đem cái trí, cái tài, cái gan của mình để phục sự khoa học
Sống để đi kiếm trên mặt đất, những hóc nào mà loài người còn cô độc
Những xứ tít mù xa, sống để khảo sát bao la ...
Rồi mượn bút hoạ thần tình mà gộp trong mấy vuông giấy trắng.
Thế giới bằng phong cảnh, nhân loại bằng hình người
Cái tài nuôi cái chí, người tự tạo người. Ôi! mấy bức tranh của hoạ sĩ là một đời in khắn!

Các anh ơi, các anh chẳng có biệt tài, có chí cao, có gan lớn thì tôi chẳng xúi các anh chuyện đi xa!
Tôi chẳng buộc các anh cỡi ngựa vượt non, băng ngàn, lưu linh xứ lạ.
Chống với gió mưa, vất vả với sương tuyết, tơi tả vói băng sơn
Tôi chỉ xin các anh bẻ ống, đập đèn, liệng tim, quăng móc
Tôi chỉ cầu các anh thôi hút, bỏ dứt tật ghiền;
Các anh nghe tôi chăng? Hay là:
Đang lúc tâm hồn tôi rung động. Vì một bậc anh tài mới thoáng qua.
Đang lúc tôi hăm hở hát ca, cái can đảm, cái khí tiết, cái hùng dũng
Của một người đàn bà, mà các anh vẫn nằm điềm nhiên, vẫn móc, vẫn tim, vẫn hút, vẫn ghiền. Thì các anh ơi
Đành rằng trọn đời. Trên thế giới người ta:
Các anh chẳng phải là đàn ông, mà các anh cũng chẳng đáng làm đàn bà!" (tr. 15)

Ngoài thơ và bài báo, diễn thuyết, bà còn viết tường bình về sinh hoạt văn nghệ như kịch sân khấu, cải lương, và "phóng sự" về một số sinh hoạt của dân chúng như nhà thương điên, nhà thương Bạc Hà cho gái điếm, v.v.

Năm 1936, bà tham gia phong trào Đông Dương Đại hội của Đảng Cộng sản Đông Dương, bà là một trong hai phụ nữ được cử vào Ủy ban lâm thời tổ chức Đông Dương Đại hội tại Sài-Gòn, bên cạnh Nguyễn An Ninh, Trịnh Đình Thảo,... Năm 1937 bà kết hôn với nhà văn Lư Khê (tên thật Trương Văn Em - Lư Khê trong nhóm 'Hà Tiên tứ tuyệt' xuất bản tờ Sống ở Hà Tiên và sau năm 1945 làm chủ bút báo *Tân Việt, Sự Thật và Ánh Sáng) và năm 1950 bà sang Pháp, định cư ở Paris, sau khi Lư Khê bị ám sát tại Sài-Gòn ngày 3-7-1950. Bà mất năm 2005 tại Pháp.*

NGUYỄN VY KHANH

HOÀNG XUÂN SƠN

LỤC[trạn]BÁT Ở DENVER

Sáu Tám. Trên Đồi Răng Cưa

hanh. khô lên
nỗi buồn rầu
vàng thêm một chút kim âu
dật dờ
gió. đồi cọ tuyết
lơ
phơ
bay bay. son. nóc bệ thờ
lu câm
về đeo dáng nghị rất thầm
con chim cắc cớ
ngoài, âm tịnh. hàm
vịn lời còn chút xanh lam
đứng. đi
như một vệt chàm loay hoay
đỏ đất. điệu. vần cối xay
bơi
rơi
hạt ngọc đuối ngày
lưu ly
tư tình mấy độ vân vi
nghìn năm khóa sổ xuân thì
lạc lâm
)(
hoàngxuânsơn
26 tháng 10 Quốc Khánh VNCH 2019

K h ú c Đ ờ i T h ơ

Dụng ngữ nặng tợ đá chồng
nhiều khi nhẹ tựa cánh hồng an nhiên
bay bay
thơ thơ
triền miên
thơ nào đục. đẽo trăm miền riêng tư
Thơ vô ưu
thơ ngục tù
câu thơ nhốt gió
vào du phiếm ngời
)(
h o à n g x u â n s ơ n
Oct.2019

N g ạ c T h u ỵ

Lên cầu lam gánh hẻo đời
nghe trăng tố tụng
ngàn khơi biển chìm
dưới đáy người
mục
thân chim
giở mùa hôn thuỵ truy tìm vết nhăn
Chuyện đời xưa. lửa
tiện tằn
trái tim đã ngốn bụi trần hoang mê
đừng hoảng kinh. phố
huyện để
dãy nằm bẹp số dinh tê phận người

Qua đồng vĩnh thuỵ nằm nơi
trong hôn ám
tuyển rạng ngời
châu thân
)(
h o à n g x u â n s ơ n
28 oct 2019

Ở Hoang Huyền

Lấn cấn
với kim loại. bày
dao đưa bén ngót
lạng ngày chưa xong
dùng dằng
cuộc đợi
long nhong
mây trôi. níu
lả
đàng đông muộn về
định thần
sắc thiệp ngoài khe
bàn chân lội nước
vẫn đè lên nhau*
mặt trời cọ xát da nâu
con mắt xuyên tứ
điệp mầu xanh lơ
nhìn. suốt. thấu cảm
bụi
bờ
hôm xưa cọng cỏ
mọc nhờ hoang cư
)(
h o à n g x u â n s ơ n
9.nov.2019
*ý, bùi giáng
[D e n v e r một ngày mưa tuyết - 26 novembre 2019]

HOÀNG XUÂN SƠN
T H Á N G T Ư

Tưởng là gì
Những chiếc mũ rơm đội trên đồng áng
Mùa quạ xớt
Cư tang

Tưởng là gì
Những đồng tiền ấy đã xâu thành chuỗi
Sinh điếu
Một đồng bạc xé hai

Tưởng là gì
Biển cạn ngang mắt cá chân
Sao mẹ thây
Nằm thủy táng

Tưởng là gì
Những tượng đài đổ đốn xa hoa
Những chân dài gãi háng
Mịt mù ngoại vực

Tưởng là gì
Chiếc đòn gánh oằn xuống

Chữ S bung ra
Khỏi bảng cửu chương

Tưởng là gì
Áo giày mũ nón
Những cái lon già khụ
Hấp hôn bãi rác

Tưởng là gì
Đá vẫn mài trong khe
Những chiếc đầu
Cụt ngủn

Tưởng là gì
Là gì
Tháng tư

)(
h o à n g x u â n s ơ n
28 tháng hai. 2024

NGUYỄN KIẾN THIẾT

VỀ VỤ ÁN "ĐẠO VĂN" CỦA LM THANH LÃNG VÀ CHUYỆN "IN LẬU SÁCH" CỦA NGUYỄN KIẾN THIẾT

*"Đạo văn" là gì?

Theo nghĩa thông thường, đạo văn (đạo: trộm cắp) là chép văn của người khác làm của mình. Theo *Bách Khoa Toàn Thư Mở Wikipedia*, Đạo văn (tiếng Anh: *plagiarism*; tiếng Hoa: 抄袭 *Sao tập*) là chiếm hữu một cách sai trái, ăn cắp, công bố ngôn ngữ, suy nghĩ, ý tưởng, hay cách diễn đạt của người khác và xem chúng như là những gì do mình tự tạo ra.

Tại Việt Nam, hơn mười năm trở lại đây đã có nhiều vụ "đạo văn" đình đám. Đó là những vụ "đạo văn luận án tiến sĩ". Ông "tiến sĩ" nẩy kiện ông "tiến sĩ" nọ đã "đạo văn" hoặc "sao chép" luận án tiến sĩ của mình. Chẳng hạn vụ ông tiến sĩ Mai Thanh Quế kiện ông tiến sĩ Hoàng Xuân Quế đã "sao chép một phần" luận án tiến sĩ của ông ta. Năm 2013, Bộ trưởng Bộ Giáo Dục & Đào Tạo - ông Phạm Vũ Luận, đã ra Quyết định thu hồi bằng tiến sĩ của ông Hoàng Xuân Quế. Rồi ông Xuân Quế kiện ngược lại Bộ Giáo Dục & Đào Tạo gây xôn xao dư luận thời bấy giờ. Thời Việt Nam Cộng Hòa có mấy vụ đạo văn nổi trội. Chẳng hạn vụ miền Nam đạo văn của miền Bắc: **Hoàng Trọng Miên** (miền Nam) tác giả quyển *Việt Nam Văn Học Toàn Thư* (VNVHTT) đã "chôm" luôn cuốn sách *Lược Khảo Về Thần Thoại Việt Nam* (LKVTTVN) của Nguyễn Đổng Chi (miền Bắc). Đường Bá Bổn trong tập san *Văn Hóa Á Châu*, mục Điểm Sách đã lập Bảng So Sánh giữa hai cuốn: *VNVHTT* của Hoàng Trọng Miên, do Quốc

Hoa xuất bản, 1959 với cuốn *LKVTTVN* của Nguyễn Đổng Chi, do Văn Sử Địa, Hà Nội xuất bản 1956. Chỉ riêng về Thần Thoại, từ *bài* thứ 1 (Thần thoại Mèo) đến *bài* thứ 26 (Thần Kim Quy), cả hai quyển sách đều giống nhau đến 99%. Ông đã kết luận: "*Sự thay đổi tiêu đề có khác nhau, song nội dung, văn, ý đều là một.* ***Hay là nói một cách khác đi, ông Hoàng Trọng Miên đã cho chép rất đúng với nguyên tác của ông Nguyễn Đổng Chi*** *(gồm cả bố cục)*" (1). "Cuốn sách đạo văn" *VNVHTT* của Hoàng Trọng Miên lại được lãnh Giải Văn Chương Toàn Quốc, bộ môn Khảo luận, năm 1958-1959, được trao bởi Tổng thống Việt Nam Cộng Hòa! Được biết Chủ tịch Hội đồng Giám khảo thời ấy là ông Trương Công Cừu; còn ông "đạo sách" Hoàng Trọng Miên "ẵm" một số tiền thưởng khá lớn (hình như vài trăm ngàn đồng?).

*** Về vụ án "Đạo văn" của LM Thanh Lãng**

Đây là vụ miền Nam đạo văn của chính miền Nam. Đáng chú ý là vụ Nguyễn Tấn Long và Phan Canh đạo văn của LM Thanh Lãng. **Sự việc nầy khiến ông nổi giận** vì có một bọn ăn cắp tài liệu của mình, cho in và bày bán công khai. Chính Thanh Lãng đã viết trong *Nghiên Cứu Văn Học: "Chính tôi đây đang là nạn nhân của một vụ cướp. Bộ Lịch sử Phê Bình Văn Học Việt Nam thế hệ 1932-1945 của tôi gồm 17 tập, quay ronéo cho sinh viên chứng chỉ Văn Chương Việt Nam Đại Học Văn Khoa Saigòn học, niên khóa 1966. Hai đấng văn hóa Nguyễn Tấn Long và Phan Canh, đã lấy hẳn 500 trang đầu của tập một trong 17 tập, đem in thành sách, để tên hai đấng văn hóa Nguyễn Tấn Long và Phan Canh, rồi đặt tên sách là "Khuynh Hướng Thi Ca Tiền Chiến", xuất bản năm 1969. Tôi đã trao nội vụ cho luật sư kiêm nghị sĩ Nguyễn Văn Chức để làm thủ tục khởi tố. Bị cướp sách, còn phải mất tiền mướn luật sư bảo là hách nhất nước là nghị sĩ Chức, vậy mà gần ba năm nay, Tòa án Việt Nam đã có hạ cố soi xét đến đâu. Lần nào gặp ông Chức, tôi cũng hỏi thăm ông xem bao giờ đèn trời mới soi tới chốn văn hóa u minh (...). Tôi chờ gần ba năm rồi. Không biết tòa án không thèm xử, hay nghị sĩ Chức không thèm bênh một vụ án văn hóa bởi vì văn hóa đương nhiên được nhìn là lèm nhèm đáng vất đi. Tôi ước mong* *nếu miền Nam này còn công lý thì Tòa án thử lên tiếng xem là Tòa án coi khinh văn hóa, hay nghị sĩ Chức coi khinh văn hóa?"* (2). Trên đây là nội dung bài báo đăng vào tháng 1&2-1972 khiến Thanh Lãng phải "chờ gần ba năm rồi". Trong cuốn *Phê bình Văn học thế hệ 1932*, ông có viết: "*Đó là quý ông Nguyễn Tấn Long, Nguyễn Hữu Trọng và Phan Canh đã công khai ăn cắp tài liệu giảng khóa, in ronéo dành cho các sinh viên Văn khoa hai chương đầu, tập 1A của Bộ Phê Bình Văn Học, Thế Hệ 1932 gồm 17 tập đem xuất bản thành sách với nhan đề mới: "Việt Nam thi nhân tiền chiến, Quyển Thượng"... Thấy làm ăn trót lọt, năm sau, năm 1969 Nguyễn Tấn Long và Phan Canh lại tiếp tục ăn cắp thêm hẳn hai chương của tập 1A và tập 1B của Bộ Lịch sử văn học Thế hệ 1932 gồm 17 tập đem in thành sách lấy tên mới: Khuynh hướng thi ca tiền chiến, nhà Sống Mới xuất bản*"*(3)*. Tạp chí *Bách Khoa* số 377 ngày 14/9/1972, nơi bài "Đàm Thoại Với LM Thanh Lãng Về vụ án "Đạo văn", có ghi: "*Tòa sẽ tuyên án vào ngày 15/9 sắp tới" (...) "Ngồi ghế Biện lý trong vụ án này cũng là một cây bút quen thuộc: nhà văn kiêm nhà thơ Huy Trâm, đã có những sáng tác đăng trên Bách Khoa hồi 1959, lúc ông còn là sinh viên*" (tr.10). Cũng trong bài báo nầy, *Bách Khoa* có nêu ra 6 câu hỏi, được LM Thanh Lãng trả lời thỏa đáng, rạch ròi từng câu hỏi một (tr.9-12 và tr.71-72). Đặc biệt câu hỏi 2: "*Tại sao ông lại phải kiện ra Tòa một vụ mà người ta tưởng có thể dàn xếp riêng với nhau được? Có dư luận cho rằng vì ông muốn đòi một số tiền bồi thường lớn mà ông đã phải kiện hai ông Nguyễn Tấn Long và Phan Canh. Sự thật ra sao?*". LM Thanh Lãng đã trả lời bằng cách nêu ra hai lý do, như sau: "*Trong vụ này thì cực chẳng đã mới khởi kiện. Năm 1970 khi tôi biết việc đạo văn này, hai ông* [NTL và PC] *đã năn nỉ xin tôi bỏ qua (...). Mục đích tôi kiện không phải để đòi bồi thường gì hết. Mục đích tôi kiện chỉ để tòa xác nhận tôi là tác giả bộ sách của tôi, còn hai ông đã chép lại sách của tôi làm tác phẩm của mình. Nếu như Tòa có bắt các bị can phải bồi thường, tôi cũng không lấy gì, chỉ yêu cầu cho thanh toán các án phí, còn dư bao nhiêu xin dâng cho các tổ chức văn hóa, như Đại học Văn khoa Saigon... Có dư luận bảo tôi cần tiền nên đi kiện mục đích để đòi bồi thường 2 triệu là hoàn toàn sai sự thực*" (tr.11). Đến giữa tháng 9/1972, Tòa mới xử "vụ án" nầy, được tạp chí *Bách Khoa* đăng: "*Vụ L.M. Thanh Lãng kiện 2 ông Nguyễn Tấn Long và Phan Canh, lấy của ông trên 400 trang sách, sau cùng đã được Tòa xử như sau: Các ông tác giả "Khuynh hướng Thi ca tiền chiến" phải đền ông Thanh Lãng 1 đồng bạc danh dự và mỗi người phải chịu phạt 1.000 đồng...Mặc dù các ông Nguyễn Tấn Long và Phan Canh còn chống án lên tòa trên, nhưng như vậy là Tòa dưới đã xử L.M. Thanh Lãng được kiện và vụ "đạo văn" là có thực... Chúng ta lại còn được dịp xem Tòa trên xử vụ này ra sao để biết ô. Thanh Lãng có đủ tiền trả luật sư hay không*" (*Bách Khoa* số 378, ngày 29/9/1972: Vụ án "Đạo văn" tạm kết thúc, tr.79). Như vậy "vụ án" đạo văn của Thanh Lãng chỉ "tạm" kết thúc. Các ông "đạo văn" bị Tòa dưới xử phải đền LM Thanh Lãng "*1 đồng bạc danh dự và mỗi người phải chịu phạt 1.000 đồng*". Nhưng các ông Nguyễn Tấn Long và Phan Canh còn "chống án lên tòa trên", và "chúng ta lại còn xem Tòa trên xử vụ nầy ra sao". Diễn tiến sự việc xảy ra sau đó vẫn chưa ngã ngũ (vì các ông "đạo văn" vẫn chưa đền *1 đồng bạc danh dự* cho LM thanh Lãng và chưa nộp phạt mỗi người 1.000 đồng), nên chúng tôi đã viết trên *Ngôn Ngữ*: "*Cuối cùng bị tòa án xử "chìm xuồng". Vụ án "đạo văn" đã đi vào quên lãng...*". Nhà phê bình văn học Nguyễn Vy Khanh đã góp ý: Thư Quán Bản Thảo số 106 ra tháng 10-2023 có đăng lại bài "Thanh Lãng, nhà văn hóa bị bỏ quên!" của Nguyễn Văn Lục; và Nguyễn Kiến Thiết trong bài "Thanh Lãng, nhà văn hóa bị quên lãng" trên Ngôn Ngữ số 28 tháng 11-2023 đều thiếu sót "hồi" kết thúc vụ án này. Ông viết tiếp: "Phần tôi [NVK] vẫn nhớ vì từng được nghe Lm Thanh Lãng kể lại và hơn nữa đã tìm thấy reference - và đã ghi nhận trong bộ Văn Học Miền Nam 1954-1975 của tôi xuất bản năm 2016 và tái bản năm 2019, trang 498-499: "... Ngày 22-9-1972, Tòa Sơ Thẩm Sài-Gòn tuyên án hai ông Phan Canh Và Nguyễn Tấn Long vi phạm tác quyền và bồi thường LM Thanh lãng 'một đồng danh dự'" – trong Bộ Phê Bình Văn Học Thế Hệ 1932 (2 tập, Phong Trào Văn Hóa, 1972). Người viết thành thật cám ơn ông Nguyễn Vy Khanh đã chịu khó đọc và thẳng thắn góp ý trên tinh thần xây dựng, khách quan. Nhưng có vài chi tiết cần làm sáng tỏ. Nguyễn Vy Khanh trong Văn Học Miền Nam 1954-1975, tr.498-499, và LM Thanh Lãng trong bộ Phê Bình Văn Học Thế Hệ 1932 đều khẳng định: "Ngày 22-9-1972, Tòa Sơ Thẩm Sài-Gòn tuyên án hai ông Phan Canh và Nguyễn Tấn Long vi phạm tác quyền và bồi thường LM Thanh lãng 'một đồng danh dự'" (X. "Bài Bạt 'Tôi đi hầu Tòa'", Tập Hạ, tr. 543). Vào giữa tháng 9 năm 1972 (không nhớ ngày), tôi và anh em Tòa soạn tạp chí *Nghiên Cứu Văn Học* cùng một số môn sinh của GS Thanh Lãng có đến dự phiên Tòa xử vụ án đạo văn để ủng hộ Thầy. Thẩm phán công tố vụ án nầy là ông Nguyễn Hồng Nhuận Tâm (tức nhà thơ Huy Trâm). Đây là Tòa dưới. Tòa đã xử như *Bách Khoa* đã đăng. Vụ án chưa đến "hồi" kết thúc vì các ông Nguyễn Tấn Long và Phan Canh còn "chống án lên tòa trên". Sau đó không thấy báo nào đăng hồi kết thúc ra sao. Hai ông "đạo văn" có thật sự "chống án lên tòa trên" hay không? Còn LM Thanh Lãng "có đủ tiền trả luật sư hay không" nếu muốn tiếp tục theo vụ kiện. Bấy giờ tạp chí *Nghiên Cứu Văn Học* đã đình bản (từ tháng 6/1972) nên đành phải im hơi lặng tiếng.

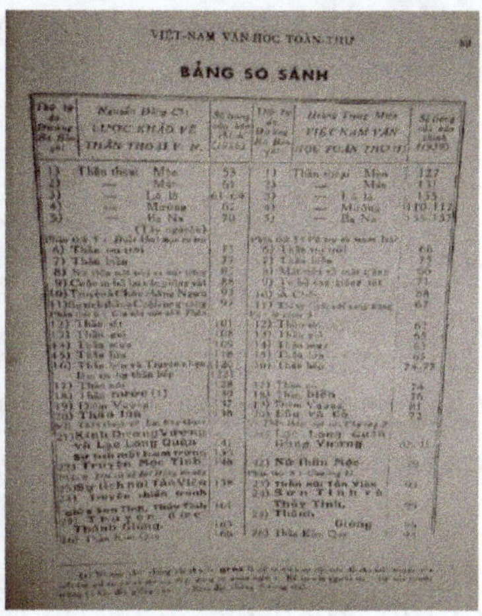
VIỆT-NAM VĂN-HỌC TOÀN-THƯ

BẢNG SO SÁNH

* Hình 1: Hai "đấng văn hóa" Nguyễn Tấn Long – Phan Canh đã bị tố giác "đạo văn" của LM Thanh Lãng để in quyển Thi Nhân Việt Nam - Thế Hệ 1954-1973. Nguồn: http://nhilinhblog.blogspot.ca

* Hình 2: Bảng So Sánh giữa *VNVHTT* của Hoàng Trọng Miên với cuốn *LKVTTVN* của Nguyễn Đổng Chi.

Thật ra vấn đề càng đào sâu càng rối. Chúng ta chỉ biết "vụ án" đạo văn của LM Thanh Lãng là có thật. Các tên "đạo chích" văn nghệ Nguyễn Tấn Long-Nguyễn Hữu Trọng-Phan Canh là có thật. Riêng tên "đạo chích" Nguyễn Tấn Long- Giám đốc nhà xuất bản Sống Mới hiện có một hệ thống phát hành quy mô trên toàn quốc thời bấy giờ cũng là có thật. Thế lực kim tiền của Sống Mới quá mạnh đến nỗi các ông Toan Ánh và Khai Trí [Nguyễn Hùng Trương] khuyên LM Thanh Lãng "*thôi đi vì kiện họ không nổi đâu và còn nguy hiểm... là khác nữa*" (*Bách Khoa*, báo đã dẫn, tr.12). Tòa Sơ thẩm (Tòa dưới) đã xử hai ông "đạo văn" phải đền LM Thanh Lãng "*1 đồng bạc danh dự*". Nhưng hai ông "đạo chích" có chịu đền hay không, và có "chống án lên tòa trên" hay không, xin để "hạ hồi phân giải". Nghe nói về sau LM Thanh Lãng vô cùng chán nản, phần vì không đủ tiền trả luật sư nên đành bỏ cuộc! Nhìn chung, qua vụ án "đạo văn" nầy, các ông "đạo văn" Nguyễn Tấn Long – Phan Canh đã thắng lớn về lợi và danh. Với hệ thống phát hành sách quy mô trên toàn quốc của nhà xuất bản Sống Mới, các ông "đạo chích" đã chia nhau một số tiền khá lớn bởi sách bán chạy như tôm tươi. Sách đạo văn của họ "*được bày ở thư viện Quốc Gia, tên* [của họ] *được ghi vào niên giám văn nghệ sĩ Việt Nam*" (4). Mặt khác các đấng văn hóa nầy còn được xếp vào hàng ngũ "nhà viết văn học sử", cùng một chiếu với LM Thanh Lãng trong một Luận án Tiến sĩ (5).

***Chuyện "In lậu sách" của Nguyễn Kiến Thiết**

Theo nghĩa thông thường, Sách in lậu là sách do các cá nhân/đơn vị tự sao chụp (scan) từ các sách thật rồi in lại, với nội dung và cách trình bày giống sách thật gần 100%. Mấy lúc gần đây, việc "In lậu sách" xuất hiện từ trong nước cho tới hải ngoại. Ban đầu do một vài cá nhân khởi xướng, phổ biến hạn chế với mục đích bảo tồn vốn cũ, rồi nghiêng hẳn về thương mại. Về sau do một nhóm, một nhà xuất bản in lậu sách với quy mô lớn, bày bán khắp nơi. Họ lợi dụng Công ước quốc tế về quyền tác giả để "ồ ạt" xuất bản sách – đặc biệt các tác phẩm kinh điển, mà không cần phải xin phép và không mất một đồng phí tác quyền nào cho tác giả. Theo Công ước Berne, sách sẽ hết thời hạn bảo hộ quyền tác giả sau 50 năm hoặc 70 năm (tùy theo quy định cụ thể của từng quốc gia) kể từ ngày tác giả mất. Chính tôi đây cũng là nạn nhân của một vụ in lậu sách. Đó là quyển Luận án Cao học Văn chương *Tánh Cách Đặc Thù Của Ca Dao Miền Nam* in năm 1972 của tôi. Trước khi ra Hội đồng thi, tôi nộp mấy cuốn cho giáo sư bảo trợ, cho nhị vị giáo sư giám khảo và Đại học Văn Khoa Sài Gòn. Sau khi tốt nghiệp, tôi mang sách đến biếu tại các thư viện như: Thư Viện Quốc Gia, Thư viện các trường Đại học (Văn Khoa Sài Gòn, Văn Khoa Cần Thơ) cũng như các thầy học, người ơn, người thân và bè bạn tâm giao. Đây là một hình thức "cầu chứng" vì bấy giờ tôi chưa biết cách thức nộp lưu chiểu tại thư viện. Đây là đề tài còn mới mẻ, tư liệu hiếm hoi nên ít người khai thác. Với tình-yêu-say-sưa-văn-chương-bình-dân, giáo sư Thanh Lãng đã nhận bảo trợ nhiều sinh viên soạn Cao học về văn chương bình dân như Ca dao miền Bắc, miền Trung (Hò Huế). Tôi là người duy nhứt, đầu tiên và cũng là người cuối cùng soạn về Ca dao miền Nam. Trước năm 1975, tôi đã chỉnh sửa, bổ sung quyển sách và sẵn sàng hợp tác với một số nhà xuất bản trong việc in ấn, phát hành sách. Tháng Tư năm ấy ập đến đã chôn vùi mọi ước mơ toan tính của tôi. Bản thảo duy nhứt đã bị thất lạc trong chuyến vượt biển không thành công vào tháng 7/1987. Thời gian lạnh lùng trôi qua. Thấm thoát mà đã trên 50 năm. Sau khi định cư ở xứ người, mải mê vật lộn với cơm áo gạo tiền nơi đất khách, tôi vẫn chưa thực hiện được giấc mộng nhỏ bé của mình. Vào năm 2018, trong một chuyến về Việt Nam thăm quê hương, tôi phát hiện cuốn sách của mình đã bị in lậu. Chính em tôi – nhà văn nhà báo Nguyễn Trọng Dũng, đã cung cấp thông tin và "mua" tặng tôi một cuốn. Tôi không rõ "nhà in lậu sách" đã in bao nhiêu cuốn và bán với giá nào, chắc là không rẻ vì đây là tư liệu hiếm quý. Sau 1975, mảnh đất mầu mỡ văn học miền Nam đã thu hút các nhà nghiên cứu văn hóa dân gian "tại chỗ" hoặc từ miền Bắc vào, tập trung khai thác. Họ tìm tòi, lục lạo trong các thư viện và tủ sách tư nhân may ra "bắt" được sách báo, tư liệu quý hiếm thoát nạn "phần thư" cho công trình nghiên cứu của mình. Dĩ nhiên họ rất "thèm" quyển *Tánh Cách Đặc Thù Của Ca Dao Miền Nam* của tôi còn được lưu trữ trong thư viện Đại học Văn

Khoa Sài Gòn hoặc rải rác đâu đó trong các Tủ sách Gia đình của những người yêu sách. Chẳng hạn Huỳnh Ngọc Trảng trong *Vè Miền Nam* (6), Nguyễn Thị Thanh Xuân – Nguyễn Khuê – Trần Khuê trong *Sài Gòn – Gia Định Qua Thơ Văn Xưa* (7). Người anh họ tôi kể có một cán bộ miền Bắc tới nài nỉ mua với giá khá cao quyển Luận án mà tôi đã tặng anh năm 1972. Vì cần một số tiền để chạy/lo thủ tục xuất cảnh sang Hoa Kỳ diện H.O., anh đành phải bán đi cuốn sách kỷ niệm ấy. Một số đại học ở miền Nam – đặc biệt Đại học Cần Thơ, đã thực hiện ròng rã trong thời gian dài để đưa nhiều đợt sinh viên Khoa Ngữ Văn đi "điền dã" sưu tầm văn học dân gian tại các tỉnh Đồng bằng sông Cửu Long. Sau đó họ tập hợp tư liệu đã sưu tầm, đánh giá, xếp loại, thành lập Nhóm biên soạn, phân công người viết để xuất bản quyển *Văn Học Dân Gian Đồng Bằng Sông Cửu Long* (Khoa Ngữ Văn Đại Học Cần Thơ, nhà xuất bản Giáo Dục, 1997). Trở lại chuyện cuốn sách bị in lậu. Bản in lậu (BIL) dưới hình thức sao chụp lại giống 99% so với bản gốc (BG). Tôi phát hiện vài khác biệt như dưới đây:

Hình 1: (Ảnh bìa Bản Gốc Luận án Cao học Văn chương do Nguyễn Kiến Thiết đệ trình ngày 09 tháng 12 năm 1972, có đóng dấu đỏ TỦ SÁCH GIA ĐÌNH – NGUYỄN KIẾN THIẾT. *Hình 2 (bên phải): Ảnh bìa Bản In Lậu TÁNH CÁCH ĐẶC THÙ của CA DAO MIỀN NAM. BIL không ghi năm xuất bản và tên tác giả Nguyễn Kiến Thiết được thay thế bởi Giáo sư Thanh Lãng (mục đích chào hàng, câu khách để "hốt bạc").

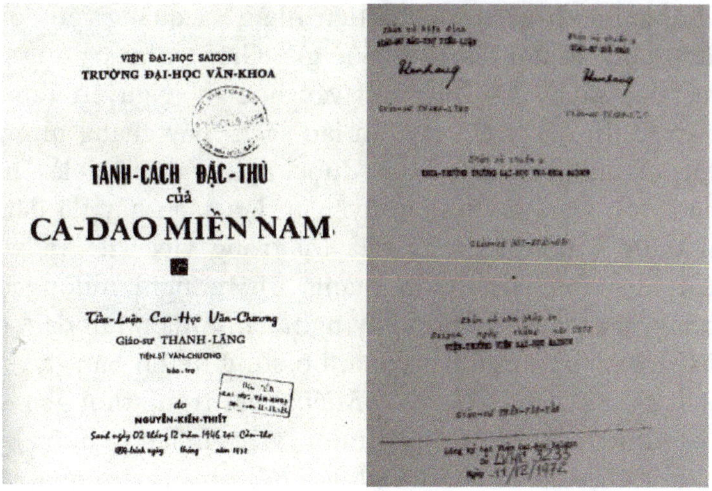

*Hình 3 (bên trái): Bìa 1 BIL in hai màu xanh và đỏ, không có dấu đỏ "TỦ SÁCH GIA ĐÌNH – NGUYỄN KIẾN THIẾT". Đặc biệt có thêm 2 dấu đỏ:

1 - hình tròn có các chữ "VIỆT NAM CỘNG HÒA – VIỆN ĐẠI HỌC SÀI GÒN – ĐẠI HỌC VĂN KHOA" (nơi các trang 183, 280 và 282 cũng có đóng dấu nầy). 2 - hình chữ nhựt có các chữ "THƯ VIỆN ĐẠI HỌC VĂN KHOA – Đến ngày 11-12-72". BIL nầy còn thiếu 7 trang đầu. Ở trang cuối có mấy chi tiết có tánh chất lịch sử (xin xem Hình 4 đính kèm). *Hình 4 (bên phải) có chữ ký của GS Thanh Lãng: "Khán và Hiệu đính GIÁO SƯ BẢO TRỢ TIỂU LUẬN – Giáo sư THANH LÃNG", "Khán và Chuẩn y GIÁO SƯ CHỦ KHẢO - Giáo sư THANH LÃNG". Đặc biệt có hàng chữ: "Đăng ký tại Viện Đại học Sài Gòn. Số LVHC 3235. Ngày 11/12/1972".

Có thể nói tôi là người bị thua thiệt về vật chất và tinh thần- giống như trường hợp GS Thanh Lãng, thầy tôi. Để viết xong quyển sách, tôi phải bỏ ra một số tiền không nhỏ để "săn" cho kỳ được một số sách báo, tư liệu cũ và mới liên quan tới đề tài (8). Tôi cũng đã bỏ nhiều thời gian, công sức thực hiện những chuyến đi "điền dã", vào sâu trong các làng quê ngõ xóm ở các tỉnh Đồng bằng sông Cửu Long để sưu tầm văn chương bình dân. Thế mà công trình đòi hỏi nhiều thời gian, công khó và vắt cả tim óc của tôi đã bị họ tiếm đoạt một cách trắng trợn. Ngay cả một tiếng xin phép cũng không có, mặc dầu "nhà in lậu sách" ấy

biết rõ về tôi, thì đừng nói chi đến việc đền bù thiệt hại! Nghe nói nhờ làm ăn khấm khá, tay "đạo chích" nầy đã in lậu rất nhiều sách cổ điển của tiền nhân và quảng cáo công khai trên mạng xã hội để "câu" độc giả. Giống như trường hợp các ông "đạo sách", các "nhà viết văn học sử" Nguyễn Tấn Long – Phan Canh dẫn trên, tay "in lậu sách" nầy chẳng những "ẵm" một số tiền kha khá, còn được người đời gọi là "nhà sưu khảo" (?). Dầu sao nhờ chuyện in lậu sách nầy đã đánh thức cái tánh lề mề cầu toàn của tôi trong việc viết và xuất bản sách tuy có phần muộn màng. Thầm nghĩ muộn còn hơn không, sau một thời gian suy nghĩ gặm nhấm nỗi đau, một lần nữa, tôi quyết định sửa chữa, bổ sung để tái bản quyển *Tánh Cách Đặc Thù Của Ca Dao Miền Nam* trong thời gian sắp tới. Theo nhiều nguồn tin trong nước, việc "in lậu và buôn bán sách lậu ở Việt Nam đã tồn tại nhức nhối nhiều năm qua vẫn chưa dẹp bỏ được, thậm chí có dấu hiệu ngày càng tinh vi, phát triển ở quy mô lớn". Nhà xuất bản Kim Đồng đã lên án: "*Sách lậu, sách giả là một hình thức **ăn cắp**. Khác nhau ở đây là **ăn cắp tri thức, ăn cắp phá hoại***" (Nguồn: Zing). Khi đặt ra vấn nạn Sách in lậu ở nước ta vô phương cứu chữa, ông **Nguyễn Mạnh Hùng, nguyên** *Chủ tịch HĐQT kiêm Giám đốc Thái Hà Books đã viết*: "*Hiện nay việc sản xuất và tiêu thụ sách giả sách lậu vẫn mới chỉ dừng ở hình thức xử phạt hành chính. Tuy nhiên vì sách là tri thức và ảnh hưởng đến tinh thần và dân trí của một quốc gia nên chúng ta cần phải thay đổi để hành vi in và phát hành sách giả nằm trong **bộ luật hình sự**, có như vậy thì hình phạt mới đủ sức răn đe*".

Nguyễn Kiến Thiết
Montréal - Đầu Xuân Giáp Thìn 2024

***Chú thích:**

(1) Đường Bá Bổn, *Văn Hóa Á Châu*, số 18, 1959, tr. 90. (2) Thanh Lãng: "*Chỗ đứng của người làm văn hóa trong xã hội Việt Nam*". *Nghiên Cứu Văn Học*, bộ mới, số 11&12, tháng 1&2- 1972, tr.66. (3) Thanh Lãng: *Phê bình Văn học thế hệ 1932* (Phong trào Văn Hóa Sài Gòn xuất bản, 1972. Chương mở đầu: Tại sao xuất bản). (4) Thanh Lãng viết*: "Đã công khai ăn cướp một lần. Nay lại báo trước sẽ công khai ăn cướp nữa". "Tôi viết dài vòng vo tam quốc là để báo động với văn học giới hầu tìm cách tống cổ những tên gian thương văn hóa ra khỏi sinh hoạt văn hóa. Còn gì xỉ nhục cho*

văn hóa bằng cách ăn cắp của Nguyễn Tấn Long, của Nguyễn Hữu rọng, Phan Canh được bày ở thư viện Quốc Gia, tên của Nguyễn Tấn Long; của Nguyễn Hữu Trọng; Phan Canh được ghi vào niên giám văn nghệ sĩ Việt Nam." Chính vì để độc giả có dịp so sánh sự đánh cắp bần tiện, ngu xuẩn của người ăn cắp văn mà tôi quyết định cho xuất bản y nguyên không sửa chữa bản thảo in ronéo năm 1966. Bản in hôm nay trích ở các tập 1A, tập 1B và tập XVII, cùng với lời nói đầu cũng của bản in Ronéo năm 1966" (Phê bình Văn học thế hệ 1932. Phong trào Văn Hóa Sài Gòn xuất bản, 1972. Chương mở đầu: Tại sao xuất bản).

(5) Trần Thị Mỹ Hiền: *"Kiều Thanh Quế trong đời sống nghiên cứu, lý luận, phê bình văn học Việt Nam nửa đầu thế kỷ xx"*. Luận án Tiến sĩ Lý luận Văn học, Trường Đại học Khoa học Xã hội và Nhân văn, TP Hồ Chí Minh, 2023. Luận án nầy đã xếp Nguyễn Tấn Long – Phan Canh là "nhà viết văn học sử" với tác phẩm "đạo văn": *Khuynh hướng thi ca tiền chiến – Một biến cố văn học thế hệ 1932-1945 (1968).*

(6) Trong quyển *Vè Miền Nam* (nhà xb TP. Hồ Chí Minh, 1988, tr.49-50) của Huỳnh Ngọc Trảng, nơi trang 3, Lời nhà xuất bản có in: "*Trong một chừng mực nhất định được Nguyễn Kiến Thiết đề cập tới trong Tiểu luận Cao học; Đại học Văn Khoa Sài Gòn, 1972*". Trong bài "Vè cầm thú 1" in ở trang 49-50, Huỳnh Ngọc Trảng có ghi chú: "*Nguyễn Kiến Thiết: Tiểu luận Cao học Văn Khoa, S. 1972, tr.157*".

(7) Phần Một: Thơ Ca Dân Gian, có ghi: "*Trong phần sưu tầm, chúng tôi đã sử dụng một số tư liệu trong: -Tục ngữ, ca dao, dân ca của Vũ Ngọc Phan; -Thi ca bình dân của Nguyễn Kiến Thiết (Luận văn Cao học); -Ca dao giảng luận của Thuần Phong...v...*" (tr.34). Nhóm biên soạn đã ghi không đúng nguyên văn tựa sách của Nguyễn Kiến Thiết – tức *Tánh Cách Đặc Thù Của Ca Dao Miền Nam.*

(8) Trong bài *Thú Mua Sách,* tôi có viết: "Nhằm đáp ứng công trình nghiên cứu về Ca dao miền Nam, tôi đã bỏ công lục lạo, tìm kiếm hầu "đãi" sách ở các chợ sách mới/cũ Sài Gòn. Trời không phụ kẻ có công. Tôi đã săn và gom được mấy mươi quyển sách liên quan đến đề tài khảo cứu. Để tránh dài dòng, tôi chỉ đơn cử một số sách đã "đãi" được. Đó là *Sài Gòn Năm Xưa* (Vương Hồng Sển, 1969), các sách của Sơn Nam: *Nói Về Miền*

Nam (1967), *Văn Minh Miệt Vườn (1970)*, *Ca Dao Giảng Luận* (Thuần Phong, 1970), Đồng *Quê* (Phi Vân, 1957), *Vè Miền Nam* (Tiền Giang, 1929), *Hò Miền Nam* (Lê Thị Minh, 1958) v.v… Ngoài ra tôi còn "bắt" được các sách quý gồm hơn 20 cuốn như: các truyện thơ bình dân miền Nam thể lục bát do Nguyễn Bá Thời soạn (*Thạch Sanh Lý Thông*, *Trần Minh Khố Chuối- 1967*). Ba "bảo thư" quý hơn vàng mà tôi "cưng như cưng trứng, hứng như hứng hoa" và nâng niu cất giữ cho đến ngày nay, tại Canada là: *Thơ Sáu Trọng* (Nguyễn Bá Thời, 1967), *Câu Hát Huê Tình* (Đinh Thái Sơn, 1966) và *Thơ Thầy Thông Chánh* (1971)" (*Những Trang Văn Đời Tôi*, nhà xb Văn Học Mới, Hoa Kỳ, 2021, tr.131).

Nguyễn Kiến Thiết

Ca dao

Nhất cao có một ả trăng,
Đến khi trụt xuống cũng bằng ngọn tre.
Nâu sồng nào quản khen chê,
Khó thì cho sạch, rách thì cho thơm.

Chim quyên xuống đất ăn trùn,
Anh hùng lỡ vận lên nguồn đốt than.
Đốt than thì phải sàng than,
Làm sao đừng để lấm gan anh hùng.

Danh ngôn

Khi bạn trỏ ngón tay vào ai, ba ngón tay khác
trỏ lại vào bạn.

When you point your finger at someone, three fingers are pointing back at you.

Tác giả: Khuyết Dan

HUỲNH LIỄU NGẠN
HAI GIỜ SÁNG Ở MỘT NƠI KHÔNG PHẢI QUÊ NHÀ

Tôi đến thành phố vào hai giờ sáng lạnh lẽo vô hồn
cơn mưa rơi ngoài hàng hiên có con chim bồ câu trú ẩn
ánh điện vàng như thây ma bên mái chái
người homeless nằm co quắp dưới gầm cầu
đưa tay xin điếu thuốc
trời về khuya lặng lẽ như vì sao băng
tôi nhập vào hư không để thở
để ngó vào bóng đêm mong chờ một tiếng động
để không lạc đường vào cô quạnh hẩm hiu

hai giờ sáng ở một nơi không phải quê nhà
sao lại nhớ ai rao bánh mì khuya khoắt
tôi dựa vào chiếc ghế từ đời ông cố ông sơ
của một ngày dài hơn lịch sử
dù cây lộc vừng đã mấy lần hờn dỗi chẳng ra hoa
hàng thùy dương bờ cát trắng chan hòa
những chiều sóng xô cát đuổi
tóc tôi dài hai nhánh sông khép lại
tình ái như đám rong nằm phơi khô giữa bãi
không hề hay biết từng đoàn người
đã chìm sâu dưới đáy biển
vào một ngày biến động xa xưa

tôi đến thành phố vào hai giờ sáng
trời cuối năm hấp hối lạnh lùng
làm cành cây trơ giống mặt người thiếu tuổi

người homeless lại xin thêm điếu thuốc
ở bên kia đường cây xăng còn thức
đứa con gái mặc áo ấm xuống xe
đi về phía bình minh mái tóc
rối bù theo cơn gió ẩn hiện giữa đôi chân
bước trên sỏi đá u buồn
từ xa có tiếng còi tàu xe lửa xuyên bang
làm nhớ lại bài hát tiếng còi trong sương đêm
đã nghe đã nghe và đã nghe
từ sâu thẳm của thế kỷ dại khờ

bốn ngàn năm tôi vẫn đi một mình
qua năm mươi tiểu bang nước mỹ
và đêm nay tôi trở về thành phố
mà ngày đầu tiên mới đến
ăn lát bánh mì kẹp thịt
uống lon coke
nhìn lỗ đen trên bầu trời khép lại
khi nỗi cô đơn chỉ là giọt nước bên thềm
của người homeless nằm co chân chờ bản tin thời tiết
mà chiến sự vẫn tiếp diễn nơi chúa ra đời
chẳng có phép màu nào làm ngưng lại được
khi máy bay không người lái vẫn vần vũ trên trời

hai giờ sáng như hai cuộc đời không gặp lại
ngày mai tôi sẽ quay ngược giờ theo ý thích của tôi
để mùa đông đừng đến muộn cùng giọt mưa rơi

ngoài hàng hiên xẩm tối
cho mắt tôi thôi thở dài khi ngày tháng cứ trôi qua
làm vết nhăn lên đám mây không còn vì sao cuộn lại
như khi đưa tay lục tìm một điều gì không rõ
để bật lên ánh lửa giữa đêm trường

ngày mai con đường có chía ra nhiều hướng
nơi đồng bằng thấp thoáng màu áo của người xưa
như màu xanh của tỉnh thành phía bắc
chưa một lần về thăm dãy núi cao
nghe tiếng con vượn hú
cho lòng trôi từ vượn lên người
của thời sơ khai mà mẹ tôi quấn lá
đẻ ra tôi bên bụi cỏ hoang đường

tôi đến thành phố vào hai giờ sáng
tiếng chuông nhà thờ còn ngủ ở trên cây
thế giới bây giờ vẫn im lìm như thời đại dịch
tôi vẫn đeo khẩu trang đón chuyến xe về
vùng tuyết trắng ban sơ khi mới tìm ra châu mỹ
cùng đàn gà tây mà đến lễ tạ ơn
người ta làm thịt để ăn
hai giờ sáng của một đời người
chỉ là nỗi phù du dâu bể.

HUỲNH LIỄU NGẠN

20.2.2024

TRẦN VĂN TÍCH
Chữ và người, người và chữ

Nữ Bác sĩ Lê thị Khánh Vân hiện là Hội trưởng Hội Y giới Việt Nam Tự do tại Pháp. Trong một điện thư phổ biến trên in-tơ-nét bàn về chuyện hành nghề, Chị tâm sự như sau : "Không thể chịu được cái giọng Bắc bây giờ. Em vẫn nổi gai ốc, và không thích giao thiệp. Khổ nỗi, đám BK (Bắc Kỳ, TVT chú) đến khám bệnh em bây giờ càng ngày càng đông vì chúng không biết nói tiếng Tây, nghe nói có BS VN, mách nhau đến khám. Vì là bn (bệnh nhân, TVT chú), nên em vẫn tiếp tử tế, đối xử như các bạn khác. Nhưng khi đi chợ, đứng trước hàng thịt, có tiếng hỏi em bằng cái loại tiếng Bắc đó, em không muốn trả lời. Tiền họ lấy ở đâu để cho con đi du học, mua nhà hàng triệu €. (Em đi làm cả đời, chỉ mua nổi căn appartement nhỏ vài trăm ngàn!!!). Chế độ nào thì cảnh tượng này cũng vẫn có. Nhưng mức độ ít hơn nhiều. Siêu việt của XHCN là ăn cướp sao? Kể một chuyện cười ra nước mắt. Có một cậu độ 20, chắc du học sinh, đến pm (phòng mạch, TVT chú) khám, líu lo một tràng. Em bảo cậu ta : nói chậm lại. Tôi người Việt, cậu người Việt, mà cậu nói cái thứ tiếng gì tôi không hiểu nổi!!! Thảm trạng!!! Người cùng một gốc, cùng nói một thứ tiếng mẹ đẻ, không hiểu tiếng của nhau! Em chỉ ở Hà Nội đến khi 4 tuổi, nói năng còn chậm chạp, nhưng ai đã nghe em nói trên micro, thì đều xác nhận em nói đúng tiếng Việt, không lai Tây, và giọng Bắc kỳ 100%, thứ tiếng Bắc của Hà thành ngày trước. Oán thì không, (vì đó là thế hệ sau. Cái thế hệ sát hại gia đình em cũng đã chết mất đất rồi), nhưng allergie thì không thuốc chữa!!"

Ngôn ngữ gồm tiếng nói và chữ viết. Sự tiếp xúc giữa BS Khánh Vân và những người ra đi từ Miền Bắc hiện đang ở Paris cung cấp cho chúng ta một số dữ kiện đáng bàn. Nhân vật Nguyễn Doãn Đôn hiện ở Berlin thì lại cho chúng ta một số chi tiết về cách dùng từ ngữ tiếng Việt khi viết thành bài. Nội dung chính của bản văn chính luận dài hai trang giấy khổ DIN A4 do Ông Nguyễn Doãn Đôn chấp bút trình bày tâm tư tình cảm của đương sự đối với chế độ, nó gồm hai khía cạnh vô ơn và vô tâm. Tác giả Nguyễn Doãn Đôn được sang Đức (vào giai đoạn nước Đức còn chia cắt) trong tư cách một cán bộ và tìm cách ở lại sau ngày nước Đức thống nhất. Tác giả mở đầu bản trần tình bằng cách cho biết là một ông nào đó đã hỏi chuyện tác giả "trong một buổi giao lưu cuối tuần". Cách dùng từ ngữ rất kêu khiến người đọc chú ý : tại sao không kể "trong một lần gặp gỡ", "trong một buổi viếng thăm"? Xin mời nghe tác giả kể lể : "Thực ra nếu bức tường Berlin không bị sụp đổ thì tôi không như thế, vì tôi vẫn là người mù loà." Câu văn tối nghĩa; lẽ ra nên viết "(…) thì tôi vẫn không sáng mắt, thì tôi không được như ngày nay...". Chính tả tiếng Việt rất lạ : "Tivi, lúa mì". Động từ "theo đuổi" trong câu văn "Thế là từ đó tôi mới thấy con đường tôi từng trung thành theo đuổi với Đảng cùng Bác của tôi đã sai lầm...". Trong tiếng Việt, "theo" và "theo đuổi" không phải là hai từ đồng nghĩa; "theo" có nội hàm trung tính, "theo đuổi" hàm ý gắng sức làm một công việc gì đó, thường là mong đạt cho được mục đích tốt đẹp. Đối với Bác và Đảng, tác giả Nguyễn Doãn Đôn mang tâm trạng "vô ơn huệ" vì "không vạ gì a dua bầy đàn là phải cảm ơn hai đối tượng tôi cho là dở hơi này." Hai "đối tượng" được Ông Nguyễn Doãn Đôn đánh giá là "dở hơi" sau suốt cả một cuộc đời "trải nghiệm" là Bác và Đảng! Đọc tới đây, thấy tiếng Việt nghèo đến độ hết cả chữ để mà bàn!*

Vừa rồi là những chuyện giữa người và người, cụ thể là chuyện giữa bác sĩ và bệnh nhân, cụ thể là chuyện giữa người viết và người đọc; tất cả đều là người Việt. Bác sĩ nghe tiếng nói, nghe cách nói của bệnh nhân thì bị dị ứng. Người đọc càng đọc càng thấy khó chịu. Nghe và đọc đưa đến tình huống tinh thần phải chịu đựng một điều gì đó không hay, không hợp, không thích. Dị ứng không gây chết người (trong trường hợp chúng ta đang bàn luận) nên bác sĩ cảm thấy có bổn phận phải cư xử đàng hoàng với bệnh nhân và chữa trị đứng đắn cho đương sự. Lối viết không theo lệ thường khiến người đọc phải cố gắng tự kiềm chế, tự thích nghi để đọc câu chuyện cho đến hết. Câu chuyện nghe và câu chuyện đọc cùng xưa như trái đất nhưng cũng rất mới mẻ.

Chuyện mới mẻ ở chỗ khi chuyển qua lĩnh vực văn chương chữ nghĩa thay vì ở lĩnh vực giao tế nhân sự. Nguyên là hai anh bạn của tôi, BS Lê Văn Thu ở Hoa Kỳ và DS Nguyễn Hiền ở Hoà Lan, sau trên mười hai năm cật lực làm việc, vừa hoàn tất cuốn Từ điển Việt ngữ Phổ thông. Từ điển Larousse thì ghi tiếng Pháp. Từ điển Duden thì ghi tiếng Đức. Từ điển Webster thì ghi tiếng Anh, tiếng Mỹ. Mấy thứ tiếng đó thiệt là có phước nhưng tiếng Việt thì có vẻ như vô phước. Vì Việt ngữ có những từ ngữ gây dị ứng cho độc giả như cái anh chàng sinh viên khoảng 20 tuổi gây dị ứng cho Bác sĩ Lê thị Khánh Vân.

Đồng bào trong nước đang nói và viết đại khái như sau : 1) Chúng ta có một nhiệm vụ bức xúc. Vấn đề biển đảo thực là bức xúc. 2) Cái máy may này đang có sự cố. Cả đoàn xe phải ngừng lại vì đang có sự cố trên đường giao thông** v.v.. Đồng bào quốc nội nói và viết như thế một cách hết sức tự nhiên thoải mái nhưng đối với một số bà con mình ở ngoài này thì viết hay nói như vậy là không thể chấp nhận được vì sử dụng "chữ của Việt cộng". Thực chất của vấn đề không hề đơn giản hay dung dị như một số người chỉ muốn hiểu hay cố tình hiểu. Chữ "bức xúc" quả là không có trong các tự vị, từ điển, tự điển "mang tinh thần quốc gia" nhưng chữ "sự cố" thì có. Nó vốn được ghi trong các từ điển tự điển sau đây : 1) Hán-Việt Tự-điển Đào Duy Anh,

2) Hán-Việt Từ-điển Nguyễn Văn Khôn, 3) Hán Việt Tự điển Trần Trọng San-Trần Trọng Tuyên : cố (bộ phác) : sự việc : sự cố, 4) Nguyễn Ngọc Phách.- Chữ Nho và Đời sống mới : sự cố : biến cố bất thường, an incident, 5) Otto Karow.- Vietnamesisch-Deutsches Wörterbuch : sự cố (= tai nạn) Vorfall, Zwischenfall, Unfall, Unglücksfall. Như vậy, "sự cố" cũng được một số tài liệu tham khảo của phe quốc gia ghi nhận và cũng có khi mang ý nghĩa "biến cố bất thường", "tai nạn". Vậy có nên tuyển chọn từ "sự cố" và đưa vào từ điển tiếng Việt mệnh danh là tiếng Việt lưu vong hải ngoại hay không?

Từ điển Việt ngữ Phổ thông có ghi những từ ngữ gây dị ứng với một số người Việt chống cộng ở quốc ngoại, kiểu các từ ngữ "bức xúc, nổi cộm, sự cố". Những ai dị ứng với những chữ đó thì cứ việc "nổi gai ốc" nhưng người biên soạn từ điển tiếng Việt phổ thông thì có lẽ không bị bắt buộc phải có phản ứng như vậy, giống như nữ Bác sĩ Khánh Vân tuy dị ứng với những chàng thanh niên vào cỡ tuổi 20 nói tiếng Việt mà líu lo như chim nhưng bác sĩ vẫn sẵn sàng chữa bệnh cho họ một cách bình thường.

Thực ra có rất nhiều người Việt Nam cố gắng thích ứng với chế độ trong nước để tồn tại cùng với gia đình và đã thành công. Tôi có một số những đứa cháu gọi tôi bằng bác bằng cậu sắm được nhà cửa khang trang và mua được cả ô-tô. Có đứa gửi được con cái sang học đại học bên Mỹ. Không lẽ tôi từ chúng tất tần tật? Một đứa cháu trai gọi tôi bằng bác (đúng ra nó phải gọi tôi bằng cậu nhưng bà xã tôi, theo cách xưng hô của người Bắc, yêu cầu các cháu con người em gái của tôi gọi chúng tôi bằng bác trai bác gái), có dịp đến Bonn thăm chúng tôi nhân một chuyến du lịch châu u cùng với một phái đoàn. Gặp tôi, nó bảo vì ít thì giờ quá nên nó không đi siêu thị Kaufland gần nhà mua thức ăn được và nó rất tiếc vì đã không trải nghiệm được việc đi chợ Đức cùng với tôi. Giá như tôi mà lẩn thẩn tra từ điển Lê Văn Đức-Lê Ngọc Trụ thì sẽ không thấy hai chữ "trải nghiệm" để rồi không chừng tôi sẽ lạnh nhạt với người cháu vô tình vô tội vì "sử dụng từ ngữ Vixi"! Các con tôi đồng trang lứa với đứa cháu trai nói năng cách khác; chúng chỉ nói đơn giản là rất tiếc không đi siêu thị Kaufland được để coi thử chợ Đức khác các chợ Bàu Sen, chợ Bàn Cờ ra sao. Gia đình chúng tôi sống trong nước mấy năm sau 75 và rời nước năm 1984.

Trên thế giới hiện có dăm ba quốc gia bị chia cắt mà chỉ có nước Đức là đã thống nhất trong đắc nhân tâm trong khi Việt Nam tuy gọi là thống nhất nhưng thống nhất trong hận thù chia rẽ. Chúng tôi không có điều kiện để nhận định về sự khác biệt của ngôn ngữ Hàn quốc được sử dụng ở Bình nhưỡng và ở Hán thành nhưng lại có may mắn lớn là bản thân đang sử dụng tiếng Đức hằng ngày. Từ điển Duden triệt để không phân biệt từ Đức cộng sản và từ Đức dân chủ; chỉ có các cung cách sử dụng những từ ngữ chung nhưng hơi khác thường do phía xã hội chủ nghĩa chủ trương được Duden ghi nhận và chú thích trong ngoặc đơn "(bes. DDR)" (đặc biệt Đông Đức); những trường hợp này không nhiều. Riêng Trung Hoa thì hình thức chữ viết lối giản thể của lục địa khác với hình thức chữ viết lối phồn thể ở Đài Loan, ở Tân gia ba, ở Mã lai á. Không rõ cộng đồng tị nạn cộng sản người Cuba – vốn hoạt động rất tích cực và rất hữu hiệu ở Hoa Kỳ, nhất là ở Florida – có sở hữu một kho từ vựng chống Cuba-cộng hay không.

Người biên soạn từ điển đơn ngữ tiếng Việt sinh sống trong cộng đồng hải ngoại vô hình trung phải kiêm nhiệm chức năng phán quyết và tuyển chọn. Mỗi mục từ được trình bày phải hội đủ các điều kiện lý lịch cần và đủ sau đây : (1) tiếng Việt, (2) quốc gia, (3) lưu vong, (4) tị nạn cộng sản. Ghi vào từ điển những từ "bức xúc, nổi cộm, sự cố" có thể bị một số thành viên trong cộng đồng lên án hay kết tội vì các từ đó chỉ có duy nhất điều kiện số (1).

Thực ra trong thực tế chúng ta phải chứng kiến nhiều tình huống éo le khó xử. Người Việt tỵ nạn cộng sản nếu dung dăng dung dẻ du ngoạn Việt Nam là phản bội chính nghĩa quốc gia? Lĩnh lương hưu do "đế quốc đầu sỏ" trả rồi về Sài gòn, Nha trang ung dung dư dả sống những tháng ngày nắng ấm là tự phủ nhận căn cước tị nạn? Ra công góp tiền góp của để cùng nhau thi đua xây cất mồ mả tổ tiên thực đồ sộ bề thế là vô hình trung "làm theo lời Bác" : "Còn non còn nước còn người / Đánh thắng giặc

Mỹ ta sẽ xây dựng bằng mười ngày nay"? Những kiến giải như vậy rất hợp lý, có ai muốn phản bác phản đối cũng chỉ là gượng gạo, khiên cưỡng. Tuy nhiên chúng khác với chủ trương hô hào triệt để tẩy chay một số từ ngữ tiếng Việt chỉ vì chúng bị gán cho cái mác "từ ngữ Việt cộng". Nếu thấy mình dị ứng đối với một số từ, đối với một số chữ nào đó thì chỉ việc tránh xa không dùng. Bản thân tôi thay vì viết hay nói : "Sản phẩm của Đức có chất lượng cao" thì tôi nói hay viết "Phẩm chất hàng hoá Đức nổi tiếng là tốt". Tôi còn tránh chữ "nhân dân" vì thấy chính quyền trong nước hay sử dụng; thay vào chữ đó, tôi nói hay viết "quần chúng, đại chúng, dân gian" v.v..tùy theo tình huống. Xin nói ngay cho tiện sổ sách : chữ "chính" trong chính quyền không phải là chữ "chính" trong chính nghĩa, chính danh, chính nhân quân tử. Ấy, cẩn tắc vô áy náy, nói ngay để tránh mọi lôi thôi rắc rối có thể xảy ra, những lôi thôi rắc rối không lường trước được khi viết khi nói. Mà tôi thì phải cái nết không chừa được là hay viết hay nói.

Tóm lại, tôi chủ trương nếu là từ điển tiếng Việt thì nên ghi những từ, những chữ nào là tiếng Việt. Chỉ có thế thôi.

22.08.2023

* Nguyễn Doãn Đôn. Một câu hỏi lý thú dành cho tôi. Nguồn : https://viettudomunich.org/2023/08/17/mot-cau-hoi-ly-thu-danh-cho-toi/

** Các ví dụ này được trích dựa vào Từ điển Tiếng Việt, Hoàng Phê Chủ biên, Nhà Xuất bản Khoa học Xã hội – Trung tâm Từ điển học. Hà nội. 1994.

TRẦN VĂN TÍCH

TRẦN VĂN TÍCH
Mua thuốc thời đại số liệu hoá

Nơi nơi đang nói đến Digitalisierung trong tiếng Đức hay digitalisation trong tiếng Pháp, tiếng Anh.

Các từ này có gốc là digit, nghĩa là số, số liệu. Thử dùng google để tìm xem tiếng Việt dịch là gì, tôi được cho biết là chưa có từ ngữ tương đương nào trong Việt ngữ. Vì thế tôi tự dịch Digitalisierung là số liệu hoá.

Tôi già rồi nên sinh bệnh mà mắc bệnh thì phải uống thuốc mà muốn có thuốc uống thì phải mua thuốc. Thuốc ở thời hiện đại và tại các nước phương Tây do các dược phòng đứng bán. Thế hệ tôi quen với kiểu hễ có bệnh thì tới phòng mạch bác sĩ xin toa rồi ra nhà thuốc mua thuốc. Khoẻ re.

Nhưng thời đại hiện nay còn khoẻ rẻ hơn nhiều.

Tôi cần thuốc nên mở máy vi tính ra tìm trang nhà (homepage) tức là trang khởi đầu của một mạng trực tuyến (website), có sẵn lời giới thiệu đầy đủ về phòng mạch bác sĩ gia đình kèm theo các mối liên kết đến những mục bên trong. Cái máy vi tính dọn sẵn cho tôi một thực đơn. Tôi chỉ cần ghi tên tuổi, ngày sinh, địa chỉ, số điện thoại, cơ quan bảo hiểm y tế; đồng thời nó cũng hỏi tôi muốn toa thuốc được gửi qua bưu điện tới tận nhà hay tôi muốn tới phòng mạch bác sĩ nhận toa thuốc viết sẵn in sẵn. Vốn là đồ đệ trung thành của Lãn Ông* nên tôi xin thư ký phòng mạch gửi toa thuốc tới nhà cho tôi. Trung bình ba, bốn ngày thì tôi nhận được toa thuốc theo yêu cầu. Sau đó tôi mang toa thuốc ra nhà thuốc để mua thuốc (mà không phải trả xu nào vì tôi thuộc thành phần được miễn đóng phụ phí y tế). Tuy nhiên đó là chuyện ngày xửa ngày xưa. Chuyện ngày hôm nay, thuộc những ngày cuối năm 2023, có phần khác.

Gõ máy và bấm máy để gửi toa thuốc qua khung không gian ảo đi rồi, tôi nhận được thông báo cũng qua in-tờ-nét, đại khái như sau : dược phẩm tôi cần mua đã được biên toa và lưu trữ vào thẻ bảo hiểm sức khoẻ của tôi, tôi chỉ việc ra dược phòng đưa thẻ để nhận thuốc. Không còn toa thuốc in trên giấy. Kiểu toa thuốc hiện đại này mang tên E.Rezept, có lẽ có nghĩa là toa thuốc điện tử. Digitalisierung là vậy. Để cho yên tâm, tôi bấm máy vi tính, yêu cầu nó chuyển tiếp cái E.Rezept cho nhà thuốc quen thuộc chuyên cung cấp thuốc cho hai vợ chồng tôi trong mấy chục năm qua. Rồi tôi lên xe đạp, thung dung đạp xe ra dược phòng. Nhưng khi nhân viên bán thuốc cà thẻ** của tôi vào máy thì máy thông báo là không có E.Rezept nào hiện ra cả. Sự cố đầu tiên đã xảy ra. Người bán thuốc giải thích rằng thẻ bảo hiểm sức khoẻ của tôi chưa được kích hoạt nên không hữu hiệu; tôi phải mang thẻ ra phòng mạch bác sĩ yêu cầu kích hoạt thẻ. Để tiếp tục tham gia trò chơi mới lạ, tôi mang thẻ ra phòng mạch bác sĩ. Nhân viên văn phòng lại cà thẻ của tôi rồi chỉ cho tôi là thẻ đã kích hoạt xong. Quả thật trên thẻ bảo hiểm sức khoẻ giờ có một cái dấu hiệu mới màu đen gồm một chấm tròn ở giữa và hai hình làn sóng nằm hai bên, mỗi hình có ba vạch cong cong bố trí đối xứng nhau. Với cái thẻ mới được kích hoạt, tôi lại ra nhà thuốc. Lại cà thẻ, lại đọc thẻ nhưng máy vẫn ngoan cố bảo rằng trên thẻ của tôi không có E.Rezept nào cả. Nhân viên dược phòng bảo có lẽ vì máy mới được kích hoạt nên chưa kịp phát huy tác động, phải chờ vài ba tiếng nữa. OK. Chờ thì chờ. Nhà thuốc mở cửa đến bảy giờ chiều, trưa nay ăn trưa xong ngủ một giấc tôi lại sẽ đạp xe ra nhà thuốc tiếp tục thử coi cái thẻ bảo hiểm sức khoẻ của tôi đã tham gia tiến trình digitalisierung đến đâu rồi.

*Lãn Ông là biệt hiệu của danh y Việt Nam Lê Hữu Trác. Cụ chọn biệt hiệu này để nói lên tính lười biếng đối với tranh đua khanh tướng còn tôi ngày nay thì xin tạm mượn biệt hiệu của Cụ dưới dạng tính từ để trình bày chuyện chỉ muốn nằm khàn ở nhà nhận toa thuốc mà không muốn đi đến phòng mạch bác sĩ.

**cà thẻ là từ ngữ tân thời thuộc lĩnh vực digitalisation. Cà thẻ là động tác (lấy tiền hay trả tiền chẳng hạn) bằng thẻ tín dụng (chẳng hạn) xuyên qua việc để máy quét của ngân hàng hay tiệm buôn đọc hàng ám số có sẵn trên thẻ của khách hàng (định nghĩa của Từ điển Việt ngữ phổ thông Lê Văn Thu-Nguyễn Hiền 2023).

*

Nước Đức dang do liên minh ba đảng cầm quyền ở cấp trung ương. Ba đảng này thiết lập dự thảo ngân sách quốc gia cho năm 2023 và ghi một khoản hiện kim là sáu chục tỷ u kim vào ngân sách, sáu chục tỷ này nguyên dự trù chi tiêu cho chiến dịch phòng chống corona nhưng tiền xài không hết mà dịch đã qua nên ba đảng thơ thới hân hoan chuyển sáu chục tỷ Euro qua các lĩnh vực khác như tiếp tục Digitalisierung đất nước, tiếp tục tăng cường hỗ trợ tài chánh cho dân chúng, tiếp tục gia tăng ngân sách quốc phòng, tiếp tục thêm tiền giúp xứ Ukraine v.v.. Gì chứ Digitalisierung thì quả là cần thiết, quá cần thiết. Lên xe buýt, lên xe điện ngầm là thấy hành khách nào cũng ôm cái điện thoại di động hoặc dùng ngón tay chọc lia lịa lên mặt máy hay nói chuyện với máy, đọc tin bằng máy. Tại trường học, trẻ con ôm kè kè các thứ máy tính lớn có nhỏ có. Người ta gọi những thứ đó là iPad, là laptop, là gì gì nữa. Người ta xài hết cái App này đến cái App kia. Có anh bạn ở bên Úc kể chuyện sang Tàu cộng đi chơi lung tung mà đi một mình không cần thông dịch viên, chỉ có mang theo cái iPad iPeo gì đó và sử dụng cái App cái Épp gì đó để giao thiệp với người Tàu. Ví dụ, theo anh bạn, nếu muốn đi tắc-xi đến tiệm ăn thì ghi câu đó bằng tiếng Anh cho cái App nó đọc và nó sẽ chuyển ngay sang tiếng Tàu cho mình để mình đưa cho tài xế tắc-xi. Khoẻ và gọn quá chừng. Còn muốn ăn món gì thì tới tiệm rồi cứ việc ghi tên món ăn bằng tiếng Anh, cái App sẽ cho tên tiếng Tàu liền ngay tức khắc. Tôi lại làm thử nghiệm. Tôi e.mail hỏi anh bạn nếu vạn nhất tôi sang Tàu mà muốn ăn vịt tiềm, ngầu pín, xúi cảo, phá lấu, hoành thắng thì cái App nó có dịch cho tôi được không. Anh bạn không trả lời là được.

Trở lại với chuyện nước Đức. Phe ta đang hí ha hí hửng sẽ có sáu chục tỷ xài chơi thì phe đối lập đâm đơn đi kiện với lập luận rằng ngân sách dự trù phòng dịch là để phòng ngừa corona, nay không dùng nữa vì corona đã tạm qua thì không được phép đem xài sang chuyện khác. Toà án chấp đơn kiện là Toà Bảo hiến Liên bang ở Karlsruhe. Các ông bà quan toà ở cơ quan tư pháp này họp và đưa ra phán quyết rõ ràng, minh bạch, dứt khoát, gọn gàng ngay tức khắc : tiền để ngừa bệnh không được mang ra để lo chuyện khác! Ba đảng cầm quyền bỗng dưng hụt mất sáu chục tỷ trong túi tiền. Người ta họp ngày họp đêm để tìm cách giải quyết vụ thiếu hụt và nhiều biện pháp được đưa ra nhưng chẳng có chính trị gia nào dám giảm tiền yểm trợ để tiến hành Digitalisierung hết. Một trong những lý do để không được giảm tiền Digitalisierung là nếu giảm thì cà thẻ bảo hiểm sức khoẻ sẽ không ra được E-Rezept nữa!

Bên cạnh E-Rezept thực ra còn nhiều cải cách mới, bắt đầu từ sang năm; chẳng hạn người bệnh có thể nằm nhà gọi điện thoại khai bệnh với bác sĩ và chứng chỉ bất khiển dụng tạm thời sẽ được cấp qua máy vi tính!

Chuyện số liệu hoá chỉ mới bắt đầu vào hôm nay đối với bản thân tôi. Chuyện sẽ đi đến đâu chắc còn nhiều điều để kể. Báo chí cũng kể nhiều điều lắm chuyện mà chuyện phổ biến nhất là thẻ bảo hiểm không hoạt động, cà lui cà tới vẫn không ra tên thuốc và lỗi là do phòng mạch bác sĩ. Thế là có màn thư ký phòng mạch phải cấp thêm toa thuốc trên giấy cho chắc ăn. Có trường hợp thẻ bảo hiểm được kích hoạt đúng cách nhưng máy vi tính nhà thuốc không đọc được. Lại đành phải trở về với toa in trên giấy.

Sang năm mới 2024, tôi phải tái khám bác sĩ gia đình và bác sĩ nhãn khoa. Bác sĩ gia đình cho toa điện tử. Tôi mang ra dược phòng thì gặp "sự cố" nên tôi được cấp luôn cả toa thuốc trên giấy. Thế nào khi ra lại nhà thuốc mua thuốc thì cả hai thứ toa đều cùng có hiệu lực và tôi được mua cùng một lúc hai hộp thuốc luôn. Dầu sao đây là thuốc trị bệnh trường kỳ nên tôi yên tâm mang thuốc về nhà nhẩn nha uống. Bác sĩ nhãn khoa khám kiểm soát định kỳ cặp mắt tôi sau bác sĩ gia đình. Cũng lại toa thuốc điện tử. Tôi lo lắng hỏi y tá : "Không biết toa mới này có bảo đảm không?". Y tá trả lời một cách tự tin : "Bảo đảm". Quả nhiên lần này không gặp trắc trở nào hết. Có vẻ Digitalisierung đã tương đối ổn định, ít nhất là đối với các toa thuốc mà bác sĩ dùng để cấp thuốc cho tôi.

TRẦN VĂN TÍCH. 29.12.2023

bổ túc 01.02.202

Virenfrei.www.avg.com

ĐINH VĂN TUẤN

TAY CO trong Truyện Kiều là gì?

Trong Truyện Kiều, ở câu 1347: *"Như chàng có vững tay co"*, *hai chữ "**tay co**"* được viết chữ Nôm là 𢬣 孤 và đều có cùng tự dạng ở mọi bản Nôm khắc in hay chép tay. Hai chữ 𢬣 孤 cũng được mọi nhà phiên âm Truyện Kiều xưa nay đều đọc thống nhất là TAY CO và không hề có dị bản. Chú giải sớm nhất về TAY CO là của Trương Vĩnh Ký qua bản Quốc ngữ *Kim Vân Kiều truyện* in năm 1875, với chú giải *"Tay co: (thúc thủ) là cái then ngang thùng gánh nước, hay là cong ghe. Chắc mạnh, quyền thế. Lại cái cây người ta dùng gióng kí mà khiêng tới chỗ đổ,* buông *nó ra thì đổ trụm xuống, cũng kêu là cái tay co"*[1]. Nhưng đến *Đại Nam Quốc âm tự vị* in năm 1895, Huình Tịnh Paulus Của đã giải nghĩa khác hẳn: *"Tay co: uốn vòng tay mà chịu lấy đồ nặng"* (ở chỗ khác chú nghĩa là *"tay chịu, sức chịu")* và trích dẫn câu Kiều: *"Như chàng có vững tay co"*[2]. TAY CO còn được J.F.M Génibrel qua tự điển *Dictionnaire Annamite–Français* in năm 1898 giải nghĩa: "*Tay co, Archet d'instrument à cordes*"[3] (dụng cụ cong như cái cung, cây cung để kéo đàn giây) nhưng có vẻ như ý nghĩa này không liên quan gì đến TAY CO trong Truyện Kiều. *Việt Nam Tự điển* của Hội Khai Trí Tiến Đức in năm 1931 đã giải nghĩa: "*Tay co: miếng gỗ đóng ngang miệng thùng nước để buộc dây vào mà*

---

[1] Trương Vĩnh Ký, *Poème Kim Vân Kiều truyện*, Sai gon 1875 (Bản sao chụp do Nguyễn Vinh Quang cung cấp)

[2] Huỳnh Tịnh Paulus Của, *Đại Nam Quấc âm tự vị*, Tom I-II Sài Gòn 1895-1896, Nxb Trẻ, tái bản, 1998.

[3] J.F.M Génibrel, *Dictionnaire Annamite – Français*, Deuxième édition, Tân Định, Saigon 1898, nguồn sách phổ biến từ books.google.com

gánh"[4]. Như vậy đến *Tự điển Hội Khai Trí Tiến Đức* thì TAY CO đã được xác định là "miếng gỗ đóng ngang miệng thùng nước" giống như chú giải của Trương Vĩnh Ký (cái then ngang thùng gánh nước). Sau Việt Nam Tự điển, Lê Văn Hòe trong *Truyện Kiều chú giải* (1953)[5] cũng giải thích TAY CO là thanh gỗ đóng ngang thùng gánh nước bằng sắt tây.

Mỗi nhà hiểu một cách chưa biết thực ra TAY CO đúng nghĩa là gì. Có lẽ vì thế, nhiều nhà phiên âm, chú giải Truyện Kiều như Bùi Khánh Diễn, Nguyễn Văn Vĩnh, Bùi Kỷ - Trần Trọng Kim, Tản Đà…đã bỏ qua, không chú giải về TAY CO hay như học giả An Chi, người nổi tiếng về từ nguyên học đã tránh né chú giải trực tiếp về TAY CO trong *Truyện Kiều – Bản Duy Minh Thị 1872* (2020) mà chỉ chú giải chung chung như "Vững tay co: *Vững tay đối phó với tình hình, với thực tế*"[6]. Đa số các học giả, nhà Kiều học hiện nay đều chú giải theo giải nghĩa của Trương Vĩnh Ký, Hội Khai Trí Tiến Đức. Tuy nhiên, chú giải này theo chúng tôi là mơ hồ, có lẽ không đúng, không phù hợp văn mạch bởi vì cái then gỗ đóng ngang thùng nước không có gì liên quan đến sự vững vàng, chắc chắn để diễn ý Kim Trọng vững vàng che chở cho Thúy Kiều trước áp lực của vợ cả là Hoạn Thư.

Có lẽ Đào Duy Anh là người đầu tiên bất mãn với chú giải

4 Hội Khai Trí Tiến Đức, *Việt Nam tự điển*, Hà Nội, 1931, Mặc Lâm tái bản, 1968.

5 Lê Văn Hòe, *Truyện Kiều chú giải*, NXB Quốc học Thư xã. Hà Nội. 1953.

6 An Chi (2020), *Nguyễn Du - Truyện Kiều bản Duy Minh Thị 1872*, Phiên âm, chú giải và thảo luận, NXB Tổng hợp Thành phố HCM

phổ biến về TAY CO như trên nên trong *Tự điển Truyện Kiều in năm 1974,* Đào Duy Anh đã tìm hiểu TAY CO theo một hướng khác để lý giải như sau: *"Tay co: tức cái cọc buộc mái chèo, có khi hình cong như cái tay co lại"*[7]. Ý nghĩa này làm ta liên tưởng đến vững tay chèo lái trước sóng gió, phù hợp với văn mạch đã nói về sự vững vàng của Thúc sinh khi che chở cho Thúy Kiều. Truyện Kiều của Hội Kiều học[8] in năm 2015 đã đồng thuận với giải nghĩa này của Đào Duy Anh. Chúng tôi đã thử tìm hiểu về cái cọc buộc mái chèo nhưng vẫn không thấy có hình dạng nào như cái tay co lại mà chỉ thấy dạng cọc thẳng (Xem hình). Hơn nữa người ta thường hay nói "vững tay chèo lái" chứ không thấy ai nói "vững tay cọc chèo".

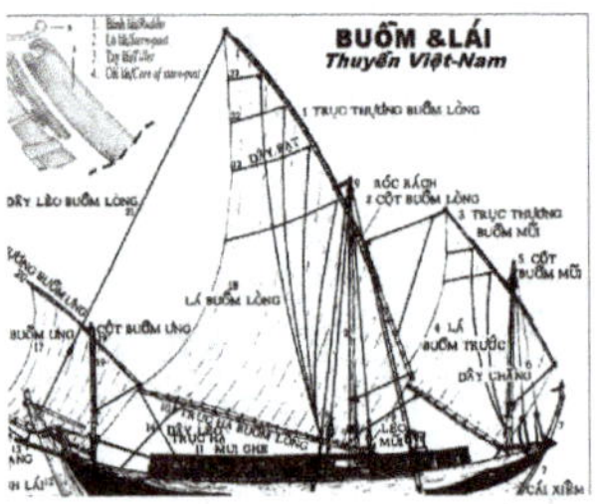

Theo tìm hiểu của chúng tôi, có thể cái TAY CO là một tên gọi khác của "tay lái" hay "cần lái" của thuyền bè xưa. Dụng cụ này có hình dạng đầu cong cong co lại (giống cánh tay co lại) nối liền với bánh lái và dùng để điều khiển bẻ lái ghe thuyền lớn vượt sông biển ngày xưa[9]. (Xem hình)

Tuy TAY CO (tay lái, cần lái) chưa thấy xuất hiện trong các tự điển, tự vị xưa nhưng đã từng được lưu truyền trong ca dao Việt Nam qua câu: *"Được thua dù có tại trời, Chớ thấy sóng cả mà*

---

[7] Đào Duy Anh (1965), *Từ điển Truyện Kiều*, Nxb KHXH. 1974.

[8] *Truyện Kiều* - Ấn bản kỷ niệm 250 năm năm sinh Đại thi hào Nguyễn Du, Ban văn bản Truyện Kiều – Hội Kiều học Việt Nam (hiệu khảo– chú giải), Nxb Trẻ. 2015

[9] *Những Bộ Phận Thuyền Việt Nam bằng hình*
nguồn: http://thuyenbe.freetzi.com/bophanThuyen.htm

*rời **tay co**"*[1]. *Qua từ ngữ "sóng cả" của câu ca dao này ta biết chắc chắn nó liên quan đến thuyền bè và có thể đoán định TAY CO ở đây chính là tên gọi khác của "tay lái" hay "cần lái" thuyền bè.*

Tóm lại, TAY CO được Nguyễn Du dùng trong trong Truyện Kiều ở câu 1347 chính là một tên gọi khác của cái tay lái, cần lái thuyền bè xưa. Tay lái, cần lái có hình dạng như cánh tay co lại nên vì thế được gọi là TAY CO. TAY CO dùng để điều khiển bẻ lái ghe thuyền lớn vượt sông biển. Như vậy "Vững tay co" ở câu 1347 trong Truyện Kiều chỉ có thể hiểu theo nghĩa là người giữ vững tay lái (tay co) thuyền bè trước sóng gió hiểm nguy và sẽ được chuyển nghĩa là *người vững vàng có thể giải quyết những khó khăn rắc rối.*

Chú giải TAY CO (tay lái, cần lái) này cũng được dùng để chú giải cho TAY CO ở câu: "Chớ lỏng *tay co* nữa thế (thế gian) cười" *(Vị thành giai cú tập biên,* Trần Tế Xương)[2] và câu: "Xin chàng hãy vững *tay co*" *(Dì ghẻ con chồng)*[3].

ĐINH VĂN TUẤN

---

10 *Kho tàng Ca dao người Việt.* Nguyễn Xuân Kính, Phan Đăng Nhật, Phan Đăng Tài, Nguyễn Thuý Loan, Đặng Diệu Trang. Nhà xuất bản Văn hoá, Hà Nội, 1995.

11 Nguyễn Quang Hồng, *Tự điển chữ Nôm dẫn giải*, Nxb KHXH, Hà Nội, 2014

12 Nguyễn Hữu Vinh, Đặng Thế Kiệt, Nguyễn Doãn Vượng, Lê Văn Đặng, Nguyễn Văn Sâm, Nguyễn Ngọc Bích, Trần Uyên Thi,

SA CHI LỆ
KHÓI THUỐC HỒN QUÊ

Ly khách ven trời mòn gót nhớ
Tháng tám mưa dầm thấm vai em
Trời ở đây cũng buồn như ở đó
Dáng em gầy xô bóng đi hoang

Hè đi bão nổi hồn hoa dại
Tóc rối men tình rợp lối xưa
Nghe đâu tiếng gọi mềm cố xứ
Đọng lại dư âm chút hương thừa

Bước vội đường về mây chưa ngủ
Mà sao phố ướt mắt đèn thưa
Dừng chân khói thuốc buồn ngơ ngác
Gió bỗng xoay chiều trong tiếng mưa

Người đi sao úa trăng vừa rụng
Đau nhói trong tim khúc đoạn trường
Gói kỷ tình xưa vàng cung điệu
Mân mê ký ức ngọt dị thường

Ta đứng chờ em ướp mù sương
Bên lầu vọng nguyệt nhớ quê hương
Thì thầm nhắc nhở ngày trở lại
Tay trắng tựa thuyền lệ Tầm Dương…

SA CHI LỆ - 2023

SA CHI LỆ
NHỚ NHAU NHƯ TÌNH NHÂN

Khi luyến nhớ ủ mầm năm tháng
Trải lối về dốc phủ nhớm tàn phai
Con chim nhỏ mổ hoài trang kỷ niệm
Ta nâng niu từng nét chữ em cài

Xin nhớ nhau như tình nhân nhớ
Phút giây nào trao hơi thở cho nhau
Đời lữ thứ biết bao giờ gặp lại
Như tình đời dâu bể cũng thương đau

Em suối tóc sao không buông thả
Để mây trời dệt mộng Tương Như
Dâng cảm giác đam mê hoang dại
Tỏa hương thơm quấn quýt không rời

Tuổi bạc màu đam mê chất ngất
Tình rong rêu tan biến dại khờ

Lửa con tim đốt cháy vu vơ
Thuở cắn bút mơ ngoài lớp học

Trăng vừa mọc môi em căng áo mỏng
Thấy làn da gờn gợn lá thu bay
Trộn nhớ quên uống cạn dáng trang đài
Xin đừng để mi cay hoen mắt phượng

Ta bật cười cuộc đời như viên đạn
Rất vô tình khi được tống thật đau
Tống thật đau thường không trúng đích
Trúng đích rồi tan vỡ cả trăng sao…

Chỉ còn lại dư âm tuổi hai màu
Thầm gọi tên em cuộn tròn chăn chiếu
Hát Khúc phượng cầu gõ nhịp nhớ nhau…

SA CHI LỆ

NGUYỄN MINH TRIẾT
NỀN GIÁO DỤC VÀ KHOA CỬ VIỆT NAM THỜI QUÂN CHỦ

Nền giáo dục Việt Nam trong thời Thượng cổ tức thời đại Hùng Vương vì sử liệu thiếu xót nên không biết được nền giáo dục thời đó ra sao. Trong giai đoạn tiếp theo nước ta bị đô hộ và lệ thuộc vào Trung Hoa hơn 1000 năm nên có thể nói mô hình giáo dục của xã hội Việt Nam thời bấy giờ hoàn toàn rập khuôn theo nước Tàu qua viên Thái Thú Sĩ Nhiếp đem Hán học truyền bá cho dân Việt. Theo nhà nghiên cứu Đào Duy Anh thì nền giáo dục đó "còn sơ sài lắm, mà trình độ giáo dục cũng chưa được cao, cho nên phàm những người có tiếng về học vấn ở thời đại Bắc thuộc đều đã du học ở Trung quốc".

Trong giai đoạn từ khi dành được độc lập vào năm 939 trở về sau vì nước ta chưa có chữ viết nên chữ Nho vẫn được dùng làm ngôn ngữ chánh do đó nền giáo dục cũng được thiết lập dựa theo mô hình Trung Hoa nhưng do điều kiện lịch sử và văn hóa của Việt Nam khác với Trung Hoa nên nền giáo dục đã có nhiều dị biệt trong thể chế.

Trong giai đoạn đầu của nền độc lập các triều Ngô, Đinh và Tiền Lê vì bận lo chỉnh đốn việc võ bị và chánh trị nên nước ta chưa đặt được hệ thống thi cử tuy rằng các vua đã lựa các người có học vào làm quan trong triều. Và việc học lúc bấy giờ chỉ có tại các chùa chiền. Lý Công Uẩn vị vua sáng lập ra triều Lý cũng từng chịu sự giáo dục của các nhà sư ở chùa. Trong giai đoạn này có thể nói là Hán học đã nhờ Phật học mà được truyền bá trong dân gian. Mãi về sau trong thời nhà Lý nền giáo dục mới được hình thành nhưng cũng chưa có khoa cử và việc tuyển chọn người tài chỉ là tuỳ tiện không theo phép tắc gì cả. Đến đời vua Lý Thánh Tông nền giáo dục đó mới được chỉnh đốn và có nề nếp đáng kể. Theo Đại Việt Sử Ký toàn thư nền khoa cử của Việt Nam được đánh dấu bằng việc vua Lý Thánh Tông vào năm 1070 đã cho thành lập Văn Miếu tại thủ đô Thăng Long, làm nơi thờ văn thánh và giáo huấn con em quý tộc. Các khoa cử dưới triều Lý lấy tam giáo đồng nguyên làm căn bản cho các kỳ thi. Tam giáo là Phật giáo, Nho giáo và Lão giáo. Vào năm 1075 mới cho mở khoa thi Tam trường lần đầu tiên tại nước ta để tuyển chọn nhân tài ra giúp nước. Tiếp theo đó là việc vua Lý Nhân tông đã cho thành lập Quốc Tử Giám để giáo dục con vua và con các đại thần. Đến năm 1247 triều vua Trần Thái Tông lối thi Tam giáo bị kết thúc và thay vào đó Nho giáo được dùng làm căn bản cho các kỳ thi từ đó về sau.

HỆ THỐNG GIÁO DỤC THỜI QUÂN CHỦ

Trong thời phong kiến hệ thống giáo dục và thi cử của Việt Nam đã hầu như hoàn toàn mô phỏng theo lề lối khoa cử của Trung Hoa vì lối giáo dục đó dựa vào Nho học như một công cụ để đào luyện một lớp trí thức có khả năng. Mặt khác, vì đạo Nho dạy cách trị quốc, an dân, lại tôn quân nên rất thích hợp cho chánh sách giáo dục dân trong chế độ quân chủ phong kiến.

Điểm nổi bậc của hệ thống giáo dục thời quân chủ phong kiến là chỉ dành cho nam giới và các khoa thi đều do triều đình đứng ra tổ chức. Việc học được bắt đầu từ lúc đứa trẻ vừa 6, 7 tuổi gọi là cấp Sơ học, học sinh được gọi là Tiểu tử, tài liệu học tập gồm Tam tự kinh, Tứ tự kinh, Ngũ ngôn và tập làm văn câu đối 2 chữ, 4 chữ… học biết phân biệt vần trắc, vần bằng. Về đức dục học sinh phải lễ phép kính trên, nhường dưới, thực hiện câu “Tiên học lễ, hậu học văn". Chừng 15 tuổi trở lên được gọi là Đại nhân và học Tứ Thư gồm Luận ngữ, Mạnh tử, Đại học và Trung dung, và Ngũ Kinh gồm Kinh Thi, Kinh Thư, Kinh Lễ, Kinh Dịch và Kinh Xuân Thu, học lịch sử Trung Quốc, học Cửu lưu tức chín

dòng tư tưởng Cổ đại Trung Quốc là Nho gia, Đạo gia, Âm dương gia, Pháp gia, Danh gia, Mặc gia, Tung hoành gia, Tạp gia, Nông gia. Ngoài ra còn phải học lịch sử Việt Nam từ thời Hồng Bàng, tập làm văn, làm câu đối 7 tiếng gọi là câu đối thơ, 8 tiếng trở lên là câu đối phú và tập làm văn nghĩa. Tuy nhiên, những nho sinh muốn dự thi các kỳ thi Hương, thi Hội thì phải nghiền ngẫm thêm các pho sách như: Nhân thiên tự, Sử học vấn tân, Ấu lễ, hậu học văn". Chừng 15 tuổi trở lên được gọi là Đại nhân và học Tứ Thư gồm Luận ngữ, Mạnh tử, Đại học và Trung dung, và Ngũ Kinh gồm Kinh Thi, Kinh Thư, Kinh Lễ, Kinh Dịch và KinhXuân Thu, học lịch sử Trung thật là đồ sộ mà lại phải học thuộc lòng và hiểu đúng nghĩa nên nho sinh mất rất nhiều công phu và vất vả để có thể làu thông được tất cả các bộ sách ấy. Những Đại nhân thông thạo kinh sách, ứng đối trôi chảy, nắm vững các thể văn và điển tích... thường được dự các lớp giảng tập đặc biệt. Đó chánh là cơ hội để họ thử tài và làm quen dần với văn chương khoa cử. Nhưng điều cực khổ nhất cho sĩ tử là phải chờ ba năm mới có kỳ thi và khi đi thi thí sinh còn lại phải mang theo lều, chõng, thức ăn, lặn lội lên tỉnh lỵ hoặc kinh thành xa xôi và mỗi kỳ thi kéo dài hàng nhiều tháng. Về phương pháp giáo dục_thì chỉ có 2 nguyên tắc chủ chốt là học thuộc lòng và trừng phạt bằng roi vọt. Ngoài ra, còn nguyên tắc lặp lại tư tưởng cổ nhân và biểu diễn bằng những câu văn sáo rỗng. Vào cuối đời Trần Hồ Quí Ly đã sớm nhận thấy khuyết điểm của lối học "Tầm chương trích cú" này nên đã viết sách Minh Đạo dâng vua Trần Nghệ Tông lên án lối học của các đại Nho Đường Tống chuyên trau dồi hư văn, không chú ý đến thực tế. Tuy vậy đến khi lên làm vua, Hồ Quý Ly cũng theo lối học và thi cử cũ chỉ thêm Toán thư pháp vào kỳ thi đại khoa, và chú trọng phổ biến chữ Nôm.

Trong tiến trình lịch sử khoa cử thì dưới các triều vua Lý Phật giáo được coi trọng và thịnh hành nên Nho giáo chỉ đóng vai trò thứ yếu. Ban đầu chỉ có nhà chùa là nơi dạy chữ Nho và các sách sử. Tuy nhiên nhờ hệ thống giáo dục bắt chước Trung Hoa nên Nho học cũng từng bước thâm nhập vào xã hội. Mặt khác, nhiều nhà Nho và Thái học sinh không ra làm quan mà về nhà dạy học nên hệ thống trường lớp tại các địa phương được hình thành và phát triển khiến Nho giáo ngày càng phổ biến và trở nên trội yếu. Đến thời Lê sơ nói chung và trong thời trị vì của Lê Thái Tông nói riêng, Nho giáo chiếm được vị trí độc tôn. Phật giáo và Đạo giáo bị hạn chế và bị đẩy lui xuống sinh hoạt ở các làng xã, trong khi đó Nho giáo lại được coi trọng và lên ngôi, đặc biệt là khu vực triều đình và trong giới Nho học.

Đến triều nhà Trần việc giáo dục và khoa cử đã được tổ chức chu đáo hơn triều nhà Lý. Ngoài phép thi Tam trường còn mở thêm khoa thi Thái học sinh để chọn tam khôi (Trạng nguyên, Bảng nhãn, Thám hoa). Ngoài ra vào năm 1253 vua Trần Thái Tông còn cho lập Quốc học viện để giảng Tứ thư, Ngũ kinh và lập Giảng võ đường để huấn luyện và thực tập võ nghệ. Dưới thời Hậu Lê vào năm 1428 Lê Lợi xuống chiếu khuyến khích dân chúng mở trường đào tạo nhân tài. Ở kinh đô có Quốc tử giám, ở địa phương thì có các phủ học, huyện học. Nhà vua tự mình lựa chọn những người tuấn tú cho vào học các trường ở kinh đô và còn ra lệnh cho các quan Giáo thụ, Huấn đạo chọn rộng rãi con em người lương thiện cho vào học các trường huyện và phủ.

Về trường sở ngoài Quốc Tử Giám ở kinh thành và các trường công ở các huyện, phủ hệ thống giáo dục thời đó còn gồm nhiều trường tư thục tức trường làng dành cho đại chúng và rất nhiều lớp học tại tư gia hiện diện khắp nơi trong xứ. Thầy giáo trường làng được mệnh danh là Thầy đồ. Thầy đồ do dân tự chọn. Họ gồm những người hỏng thi, hoặc thi đỗ mà không muốn ra làm quan, hoặc người đã nghỉ việc. Cấp cao hơn nữa thì có trường Quan học dành cho con cái của các quan ở huyện và phủ. Cấp cao nhất là trường Quốc Tử Giám. Nhà nước không đài thọ kinh phí cho trường làng mà chỉ lo mở trường từ cấp huyện, phủ và tỉnh. Quan quản lý giáo dục ở huyện gọi là Huấn đạo, ở phủ gọi là Giáo thụ, còn danh hiệu Đốc học dành cho quan phụ trách giáo dục cấp tỉnh. Thầy dạy trong Quốc tử giám gọi chung là Giáo quan, bao gồm các quan văn trong triều hoặc những người có học vấn uyên bác trong xã hội. Giai cấp xã hội thời phong kiến cũng được phản ảnh khá rõ rệt qua cách xưng hô đối với học trò. Hoc trò Quốc tử giám gọi chung là Giám sinh. Nhưng một cách rõ rệt thì học trò con vua, tức các hoàng tử được gọi là Tôn sinh; hoc trò con các quan trong triều đình được gọi là Ấm sinh; học trò con các quan huyện/phủ gọi là Cống sinh.

CHẾ ĐỘ KHOA CỬ.

Chế độ khoa cử đã bắt đầu có từ năm 1075 dưới thời vua Lý Nhân Tông và được duy trì suốt cả các triều Lý-Trần sau đó. Nhưng sang thời Lê sơ mới có những quy định rõ ràng và cụ thể. Theo đó có ba khoa thi gồm hai khoa chánh là thi Hương và thi Hội, còn một khoa phụ là thi Đình hay còn gọi là thi Điện.

Về thể lệ thi cử buổi đầu chưa ổn định, ở thời nhà Lý khoảng cách giữa các khoa thi thường là 12 năm.Tới khoa thi Kỷ Hợi (1239) đời Trần Thái Tông, lệ thi mới được định lại 7 năm một kỳ. Sang đời Lê Thái Tông mới đổi lại 3 năm một kỳ và lệ thi này được chấp nhận suốt cả thời kỳ Hậu Lê cho tới cuối thời nhà Nguyễn. Đồng thời các cấp thi cũng được qui đinh gồm ba kỳ thi quan trọng bậc nhất được coi như ba cửa ải lớn để bước tới các bậc thang quan chức đầy danh vọng của các nho sĩ. Đó là thi Hương, thi Hội và thi Đình.

Tuy nhiên để được dự các kỳ thi Hương dưới thời Lê Trung Hưng, hằng năm nhà trường các nơi đều tổ chức cho học sinh thi chất lượng vào tháng tư âm lịch gọi là khảo khóa. Khảo khóa gồm 3 kỳ, ai đậu cả 3 kỳ gọi là Khóa sinh. Để chuẩn bị cho các kỳ thi Hương các anh Khóa này được miễn tạp dịch một năm và họ phải dự kỳ thi Tiến ích vào tháng 11 âm lịch, nhằm kiểm tra sự tiến bộ của họ trước khi bước vào kỳ thi Hương năm sau. Trước kỳ thi Hương độ 4 tháng, các anh Khóa lại phải vượt qua một kỳ thi Sát hạch nữa. Thể lệ thi sát hạch phải do quan Đốc học ở tỉnh duyệt. Ai không đủ điểm ở kỳ thi này, sẽ không được thi Hương. Tới kỳ thi Hương nếu thực tế chất lượng học sinh khác với chất lượng khảo hạch, thí sinh không làm nổi bài, thậm chí bỏ giấy trắng thì các quan kiểm tra bị trừng phạt. Nếu có từ 5 thí sinh không đạt yêu cầu trở lên thì vị quan đó bị cách chức. Giáo thụ, huấn đạo có thể bị giáng mấy cấp.

Hồ sơ của những người dự thi Hương phải có giấy chứng thực lý lịch của địa phương và gửi về bộ Lễ trước kỳ thi một tháng. Giấy chứng thực lý lịch mục đích là để loại một số người bất xứng như thiếu đạo đức, lưu manh, côn đồ, phản nghịch... không được dự thi. Vào cuối thời Lê những người còn ở trong quân tịch không được dự thi, con em phường chèo, phường hát cũng không được dự thi; đến thời nhà Nguyễn còn qui định thêm những nho sinh đang chịu tang bố và ông nội cũng không được dự thi.

Ngoài ra, sĩ tử trước khi dự thi phải tới Văn miếu hoặc Văn chỉ để bái Văn thánh gồm Khổng tử và 72 tiên hiền để tỏ lòng tôn sư trọng đạo. Các hương cống và cống sĩ còn phải lạy bài vị vua và các quan chủ khảo để tỏ lòng kính trọng.

THI TUYỂN VĂN QUAN.

Về cách thức tổ chức thi Hương, thi Hội vì lúc đầu thí sinh còn ít ỏi nên được tổ chức ngay ở trường Quốc tử giám. Về sau sự học càng ngày càng phát triển nên có đông sĩ tử do đó trường thi được mở rộng đến các trấn, lộ, xứ... Trường thi thường được thiết lập riêng biệt trên một khu đất rộng và làm bằng tre lợp tranh, rào chung quanh bằng nứa. Trường thi chia làm 3 khu vực: Khu nội liêm dùng cho khảo quan ở, khu ngoại biên là nơi ở của các quan giám thị và khu vực dành cho thí sinh có dựng nhiều nhà dài cho thí sinh tá túc. Tuy nhiên ở phần lớn các trường thi Hương không đầy đủ nhà nên thí sinh thường tự dựng lều, kê chõng để làm bài và chuẩn bị bút, mực, dao, kéo, cơm nước dùng trong ngày và ống quyển để dựng bài thi.

Cả trường thi chia làm 8 ô vuông, có một con đường chạy dọc và con đường chạy ngang ở chánh giữa để chia 8 ô thành 4 phần bằng nhau gọi là đường thập đạo. Giữa trung tâm đường thập đạo, người ta dựng một ngôi nhà gọi là nhà thập đạo. Từ nhà thập đạo trông ra phía trước có một cửa thông ra ngoài gọi là cửa tiền. Trên đường thập đạo theo hàng ngang người ta dựng 3 chòi canh: một cái ngay chính giữa và hai cái hai bên để quan giám thị quan sát thí sinh làm bài và phát lệnh trường thi. Bên ngoài là hàng rào 4 mặt vây kín. Để đảm bảo an toàn cho cuộc thi, triều đình còn sai lính cưỡi ngựa qua lại canh phòng.

Các quan giám sát các cuộc thi được gọi là *Quan trường*. Sử sách nước ta không thấy ghi chép nhiều về quan trường thuộc ba triều đại Lý, Trần, Hồ. Nhưng từ thời Lê về sau chức danh quan trường của các khoa thi được ghi chép đầy đủ ở bia tiến sĩ tại Văn miếu. Theo các ghi chép còn đọc thấy được thì các chức danh quan trường gồm: Chánh chủ khảo, phó chủ khảo, một tri cống cử, sáu viên khảo quan (đồng khảo), hai viên chánh phó đề điệu, hai viên giám đằng lục. Riêng đối với thi Hội thì luật không cho chấm trực tiếp bài làm của thí sinh, mà do quan giám đằng lục ở lại phòng, sao chép rõ ràng rồi đưa bản sao đi chấm. Trước khi đưa bài đi chấm hai viên giám đằng, một người đọc, một người soát xem có sai sót gì không. Công việc làm như vậy gọi là đối đọc. Quan đề điệu phát bài cho nội liêm chấm trước, ngoại biên chấm sau. Các quan nội liêm ngoài nhiệm vụ sơ khảo còn có nhiệm vụ theo dõi phát hiện mọi tệ lậu trường thi. Quan giám thị có trách nhiệm giữ gìn an ninh cả phạm vi trường thi. Các quan viên giám sát cuộc thi nếu bị phát giác sách nhiễu sĩ tử sẽ nhận án phạt tương tự tội nhũng lạm.

Thi Hương: Các sĩ tử sau một thời gian dài dùi mài và khi đã làu thông kinh sử được dự kỳ thi đầu tiên là thi Hương tức kỳ thi ở khu vực quê hương người dự thi do một tỉnh hoặc nhiều tỉnh cùng tổ chức từng 3 năm một lần vào các năm Tý-Ngọ-Mão-Dậu.

Mỗi khoa thi Hương thường kéo dài trên 10 ngày, chia làm 4 đợt làm bài khác nhau, mỗi đợt như vậy gọi là một *kỳ* hoặc một *trường*:

Kỳ thi thứ 1 thi về kinh nghĩa, thư nghĩa có 5 đề llên quan đến Tứ Thư, Ngũ Kinh;

Kỳ thi thứ 2 thi về chiếu, chế, biểu, mỗi loại một bài viết theo lối cổ thể hay gọi là thể văn tứ lục hay là văn biền ngẫu. Văn xuôi có hai vế, vế 6 tiếng, vế 4 tiếng đối nhau.;

Kỳ thi thứ 3 thi về thơ phú, thơ làm theo thể Đường luật, thất ngôn bát cú; phú cũng làm theo cổ thể qui định từ 300 tiếng trở lên. và

Kỳ thi thứ 4 thi về văn sách, đề tài rút ra từ các kinh sử, tập hỏi về ý thức về việc giúp nước, cứu đời và đòi hỏi phải viết được 1000 tiếng trở lên.

Phải đậu kỳ thi 1 mới được dự kỳ thi 2, rồi kỳ thứ 3 và kỳ thứ 4. Đậu được 3 kỳ thi đầu được gọi là *Sinh đồ* (từ năm 1828 gọi là *Tú tài*); đậu cả 4 kỳ thi được gọi là *Hương cống*, (từ năm 1828 gọi là *Cử Nhân* – Hương cống hay Cử nhân đều có nghĩa là người giỏi của địa phương được cử vào Kinh để dự thi Hội). Các ông Tú hay ông Đồ thường không được bổ dụng nên nhiều nho sinh đi thi Hương nhiều lần để cố đạt học vị Cử nhân mà vẫn không đậu được kỳ thi thứ 4 và d*ân gian gọi các ông đậu Tú tài hai khoá là Tú kép, ba khoá là Tú mền, bốn khoa là Tú đụp.*

Người đậu đầu kỳ thi Cử Nhân được gọi là *Giải Nguyên*. Bảng niêm yết tên các người đậu thi Hương có vẻ hình con hổ nên được gọi là "*bảng hổ*". Trong dân gian những người này được gọi theo thứ tự là "ông Đồ" hay "ông Tú", và "ông Cống" hay "ông Cử". Các ông Cống hay ông Cử thường được bổ dụng làm quan ở các cơ quan cấp tỉnh, cấp huyện.

Thi Hội: là kỳ thi cấp quốc gia do bộ Lễ tổ chức cũng 3 năm một lần liền sau năm thi Hương tức vào các năm sau Sửu, Mùi, Thìn, Tuất dành cho những người đã được chấm đậu Cử Nhân ở kỳ thi Hương. Gọi là thi Hội vì các Cử Nhân tụ hội về kinh đô để dự thi. Tuy tổ chức tại kinh đô Thăng Long nhưng trường thi Hội cũng chẳng khác gì trường thi Hương. Cũng bãi đất trống với hàng rào bốn phía với các cấp quan trường, cũng quán xá và nhà trọ chung quanh, cũng lôi thôi lều chõng... Thi Hội cũng gồm bốn đợt làm bài tương tự như thi Hương, chỉ khác là để thi khó hơn mà thôi:

- Kỳ 1 thi Tứ thư, Luận ngữ, 4 đề về Mạnh Tử, về Ngũ kinh, mỗi kinh 3 đề cho thí sinh chọn làm 1 đề; riêng kinh Xuân Thu có 2 đề nhưng phải gộp vào làm thành 1 bài văn, mỗi dài khoảng 1000 chữ.
- 
- Kỳ 2 thi chế, chiếu, biểu, mỗi thể loại có 3 đề
- Kỳ 3 thi thơ phú, mỗi thể 2 đề. Thơ dùng thể Đường luật, phú dùng thể Lý Bạch
- Kỳ 4 thi bài văn sách, hỏi những điểm khác nhau giữa Ngũ Kinh và Tứ Thư cùng chính sự xấu, tốt của các đời trước. Ở kỳ thứ tư, bài văn sách qui định tối thiểu 1600 chữ.

  Riêng khoa thi nhà Hồ năm 1405 lại cho thi thêm kỳ thứ 5 hỏi về toán pháp. Đó là nét đặc sắc của khoa cử nước ta.

Nguyên tắc chung là mỗi kỳ thi phải qua hai lần chấm: *sơ khảo* và *phúc khảo*, đủ điểm thi kỳ thứ nhất mới được thi kỳ thứ hai, rồi kỳ thứ ba, thứ tư cũng áp dụng theo luật đó. Người qua được cả 4 kỳ thi được cấp văn bằng *Thái học sinh*, về sau gọi là *Tiến sĩ*. Danh xưng Thái học sinh xuất hiện từ khoa thi Nhâm Thìn (1232) đời Trần Thái Tông cho đến khoa thi Canh Thìn

(1400) đời Hồ Quý Ly. Về sau bắt đầu từ khoa thi Nhâm Tuất (1442) đời vua Lê Thái Tông cho tới khoa thi kết thúc lịch sử khoa cử Nho giáo ở nước ta vào năm Kỷ Mùi (1919) đời nhà Nguyễn thì Thái học sinh được gọi là Tiến sĩ (tức là những sĩ tử được tiến cử để vua chọn lọc và sắp hạng). Trong dân gian người có bằng Tiến sĩ được gọi là "ông Nghè". Người đậu thi Hội gọi là *Trúng cách*, người đạt điểm cao nhất kỳ thi Hội gọi là *Hội nguyên*. Bắt đầu từ khoa thi Kỷ Sửu (1829) đời vua Minh Mệnh. những thí sinh thiếu điểm để đậu Tiến sĩ có thể được cứu xét và cho học vị t *Phó Bảng* ức "ông Phó Bảng".

Về việc bổ dụng, người nào trúng được 3 kỳ thi được bổ làm Thuộc tá, Tá nhị hoặc Giáo chức ở nha môn. Các Tiến sĩ mới được bổ dụng làm viên quan chánh thức của huyện.

Thi Đình còn được gọi là Điện thí là kỳ thi cao nhứt được diễn ra tại sân đình trong cung vua dành cho các sĩ tử đã đậu Tiến sĩ trong kỳ thi Hội và được vua đích thân ra đầu đề khảo thí và sắp hạng. Sau khi hội đồng giám khảo hoàn thành việc chấm bài, cân nhắc điểm số, chánh nhà vua tự tay phê lấy các người trúng tuyển. Thi Đình chỉ cốt để sắp hạng các Tiến sĩ đã đậu ở kỳ thi Hội.

Tên tuổi của những người đậu thi Hội và thi Đình được yết trên một tấm bảng rất đặc biệt. Bảng ấy bao giờ cũng có màu vàng nên người đời vẫn nhân đó mà gọi là *Kim bảng* hay *Bảng vàng*. Trên bảng vàng bao giờ cũng có vẽ hình một cặp rồng chầu nên Kim bảng cũng được gọi là *Long bảng* (bảng rồng). Bảng rồng không yết trước cửa trường thi mà yết ngay trước cửa nhà Thái học trong kinh thành Thăng Long. Đó là một đặc ân của nhà vua, cũng là một vinh quang lớn cho các bậc đại khoa lúc bấy giờ.

Riêng tên tuổi của những người đậu thi Đình được xếp vào ba bảng gọi là *Giáp* (chữ khoa giáp hay khoa bảng từ đây mà ra):

a. Đệ nhất giáp: Những người giỏi nhất được ghi tên vào bảng này, gọi là các ông *Tiến sĩ cập đệ*. Bảng này chỉ lấy có 3 người đệ nhất giáp: đệ nhất danh (*Trạng nguyên*), đệ nhị danh (*Bảng nhãn*) và đệ tam danh (*Thám hoa*).

b. Đệ nhị giáp: Những người được ghi tên vào bảng này gọi là các ông *Tiến sĩ xuất thân* hay còn được gọi *Hoàng giáp*.

c. Đệ tam giáp: Trừ những người đỗ nhất giáp, nhị giáp ra, những người xuất sắc khác đều ghi tên vào bảng này, gọi là bảng đệ tam giáp. Học vị của họ là *Đồng Tiến sĩ xuất thân* (hoặc gọi gọn là Đồng Tiến sĩ hay thông thường gọi đỗ tam giáp).

Đôi khi lúc chấm bài, vua và chủ khảo thấy người thủ khoa không đạt được điểm số tối thiểu để được gọi là Trạng Nguyên thì người thủ khoa chỉ được cấp học vị Đình Nguyên.

Thi Hội và thi Đình là những cuộc kiểm tra về học vấn được đánh giá cao nhứt đối với các bậc tài năng của đất nước nên được mệnh danh là Đại Tỷ, Đại Khoa. Thi Hội và thi Đình thường kéo dài khoảng 8 tháng, mùa Xuân thi Hội đến mùa Thu năm ấy thì thi Đình. Mức điểm cho mỗi kỳ thi do triều đình qui định.

Người đỗ đầu cả ba kỳ thi Hương, thi Hội và thi Đình được gọi là *Tam Nguyên*.

THI TUYỂN VÕ QUAN

Việc thi tuyển võ quan theo hệ cấp như một chương trình học tập bắt đầu có từ triều nhà Lý (1010-1225) nhưng từ thời nhà Lý cho đến thời Lê sơ việc thi tuyển võ quan hãy còn rất đơn giản, chưa có lập trường học võ và cũng chưa tổ chức thi theo chương trình. Đến thế kỷ 13 triều nhà Trần (1225-1413), thì sự thi tuyển võ cử được phát huy và luật thi tuyển trở thành qui cũ. Nhưng phải đến năm 1478 triều vua Lê Thánh Tông mới tổ chức trường Võ bị gọi là *Giảng võ sở* và do viên quan trong Cẩm y vệ luyện tập con cháu các quan văn, võ ở kinh thành các môn bắn cung tên, phóng lao, lăn khiên... Chương trình học ba năm, sau khi luyện tập các võ sinh sẽ qua các kỳ thi khảo sát, nếu đỗ sẽ được bổ chức *Võ úy*.

Đến năm 1721, việc học và thi võ mới đạt được qui mô hoàn chỉnh để khảo chọn những Cử nhân võ do nhờ chúa Trịnh Cương cho mở *Sở Võ học* ở Thăng Long, đặt quan Giáo thụ để dạy võ học cho con cháu các quan văn, võ ở kinh thành. Các quan võ có kinh nghiệm về chiến lược, chiến thuật, hoặc từng trải chiến trận được triều đình điều đến giảng dạy cho các võ sinh.

Đến năm 1731 chúa Trịnh Cương nhận xét rằng luật thi Cử nhân võ từ xưa đến lúc đó đều bắt đầu bằng cuộc thi khảo hạch về binh thư và văn chương trước cuộc thi khảo hạch về võ nghệ là không thực tế và đã khiến cho nhiều người có sức mạnh và giỏi võ bị loại trừ. Do đó, chúa đã cải tiến lại luật thi Võ cử lập ra từ thế kỷ 13. Theo luật mới này thì sự thi tuyển Võ cử được tổ chức giống như qui chế các kỳ thi Hương, thi Hội bên văn, cứ ba năm một lần và gồm 2 cấp là *cấp Sở Cử* tổ chức ở địa phương vào những năm Tý, Ngọ, Mão, Dậu., và *cấp Bác Cử* tổ chức ở kinh thành vào những năm Thìn, Tuất, Sữu, Mùi.

Cấp Sở Cử (tương đương thi Hương bên văn):.Thi Sở cử là kỳ thi võ tổ chức ở các trấn, những người thi đậu sẽ được dự thi Bác cử ở kinh đô. Nội dung thi Sở cử thời Lê - Trịnh gồm ba kỳ:

- Kỳ 1: Hỏi sáu câu về binh pháp.
- Kỳ 2: Thi cưỡi ngựa, múa đâu mâu, bắn cung, lăn khiên, múa kiếm, đấu kích, chạy bộ.
- Kỳ 3: thi một bài văn sách hỏi về mưu lược và làm một bài thơ Đường.

Người nào trúng được 3 kỳ này được gọi là "*Cử nhân võ*"

Cấp Bác Cử (tương đương thi Hội bên văn): là kỳ thi ở kinh đô dành cho các Cử nhân võ và chỉ tổ chức thi 1 lần, không chia 2 cấp thi Hội, thi Đình như bên văn. Theo «Khâm Định Việt Sử Thông Giám Cương Mục» của Quốc Sử Quán triều Nguyễn thì luật thi Bác Cử như sau:

- Kỳ 1: hỏi mười câu về ý nghĩa trong bảy bộ sách Binh thư «Vũ Kinh Thất Thư»(*);

- Kỳ 2: thi đấu các môn Siêu đao pháp, Kiếm pháp, Cung pháp trên lưng ngựa (Kỵ Xạ), và Cung pháp trên bộ khi đang di chuyển (Bộ Xạ);

- Kỳ 3: thi văn sách hỏi cách thao luyện và phương lược về phép bày trận để đánh kẻ địch, giữ thành trì.

Thí sinh được trúng tuyển cả ba kỳ thi được mang danh hiệu là «*Tạo Sĩ*» (tức *Tiến Sĩ Võ*). Những thí-sinh chỉ được trúng tuyển hai kỳ thi được gọi là «*Tạo Toát*» (tức Tiến Sĩ Võ Hạng Nhì hay *Phó Bảng võ*), người đỗ cao nhất gọi là *Tuấn sĩ* (tức *Trạng nguyên võ*)..

Các Tuấn sĩ, Tạo sĩ, Phó bảng võ, Cử nhân võ đều được triều đình lựa chỗ bổ dụng như bên văn và quyền lợi ở xóm làng và đình trung cũng vẫn như bên văn. Ban đầu các Tạo sĩ được bổ dụng làm quan trấn phủ. Rất nhiều Tạo sĩ đã lập công lớn và trở thành đại thần trong nhiều triều đại.

Ngoài các cuộc thi võ có định kỳ còn có những kỳ đặc biệt triều đình mở ân khoa, hoặc tổ chức các cuộc tỷ võ để lựa chọn ngay người tài trong khi quốc gia hữu sự, cần tuyển người tài ra giúp nước.

Đến năm 1732 Chúa Trịnh Giang vì nhận thấy tỷ lệ số thí sinh trúng tuyển trong các kỳ thi Bác cử quá hạn chế nên để khỏi bỏ sót nhân tài, phủ chúa Trịnh bèn phỏng theo thể lệ khoa thi Hoành-Từ bên văn đặt thêm khoa thi «Hoành-Tuyển» để khảo thí võ nghệ. Với các kỳ thi này các người có tài năng về võ nghệ sẽ được biểu dương và được cất nhắc bổ dụng làm võ quan hoặc võ tướng.

NHỮNG ÂN SỦNG CHO NGƯỜI ĐỖ ĐẠT.

Những người đậu thi Hương, thi Hội và thi Đình bên văn cũng như bên võ đều rất được trọng vọng và được hưởng nhiều ân sủng của triều đình. Họ hầu hết đều được bổ dụng vào những chức vụ cụ thể trong bộ máy nhà nước với những quyền lợi vật chất cũng rất cụ thể. Riêng các người đậu thi Đình còn được vua ban thưởng rất nhiều đặc ân.

1/. Đặc ân trước tiên là *lệ xướng danh* là lễ đọc to tên những người đỗ đạt. Lệ xướng danh người thi đậu để biểu dương người học giỏi được thực hiện lần đầu tiên vào năm 1466 dưới đời vua Lê Thánh Tông Ngoài ra, tất cả những người đỗ đại khoa đều được nhà vua ban cho áo mũ. Đó là sắc phục dành riêng cho các vị Tiến sĩ. Sau khi nhận áo mũ, họ được phép vào để lạy tạ ơn vua, đồng thời được vua ban yến tiệc, đôi khi còn được phép đi xem vườn thượng uyển của nhà vua trong hoàng cung.

2/. Một trong những nghi thức quan trọng nhất chánh là lệ *vinh quy bái tổ* tức lễ được vinh dự trở về bái lạy tổ tiên, tạ ơn cha mẹ và thầy dạy hoc. Vinh quy bái tổ là một hình thức để vinh danh và tưởng thưởng các tân khoa Tiến sĩ đồng thời khuyến khích giới trẻ hăng hái học hành của các triều đại vua chúa ngày xưa. Vinh quy bái tổ đồng thời cũng ca ngợi tinh thần tôn trọng đạo lý, uống nước nhớ nguồn của người dân Việt. .

Khi đi thi, lều chõng kềnh càng, cơm nước tự lo. Thi hỏng trở về âm thầm tủi hổ. Nhưng nếu đã đỗ đạt thì mọi việc lại khác hẳn. Triều đình lập tức báo cho quan lại ở vùng quê hương vị Tân khoa Tiến sĩ biết để chuẩn bị tổ chức người đi đón rước. Nếu vị Tân khoa Tiến sĩ đã có vợ, thì trong số những người đi đón, nhất thiết phải có vợ của chàng. Bao năm vất vả nuôi chồng ăn học rồi chuẩn bị tiền lưng cho chàng đi thi, hôm nay tấm lòng tận tụy của nàng đã được đền bù. Chồng đi trước, ung dung trên lưng ngựa có lộng che. Vợ đi sau thoải mái trên võng do các dân phu khiêng. Do đó dân gian có câu: ”Lộng anh đi trước, võng nàng theo sau” là vậy.

3/. Ngoài lệ xướng danh và lệ vinh quy bái tổ đến đầu năm 1484 vua Lê Thánh Tông đã ban chỉ dụ về việc *dựng bia* các người đậu Tiến sĩ tại sân Quốc Tữ giám. Theo đó thì tên tuổi và bản quán của tất cả những người đỗ đại khoa từ năm 1442 trở đi đều được khắc vào bia đá, mỗi khoa một tấm bia riêng để lưu danh thiên cổ. Bia đá ấy được đặt theo thứ tự trước sau tại Văn Miếu ở Thăng Long. Hiện nay vẫn còn 9 tấm bia thời Lê Thánh Tông và 73 bia các đời sau. Được ghi tên trên bia đá để ở Văn Miếu của kinh thành Thăng Long là đỉnh cao tột cùng của vinh quang khoa cử Nho học, là khát khao lớn nhất của sĩ tử ngàn xưa. Chỉ dụ về việc khắc bia Tiến sĩ của vua Lê Thánh Tông đã thực sự khích lệ mạnh mẽ đối với người đỗ đạt nói riêng và đối với truyền thống hiếu học của dân ta nói chung.

Các đời vua sau này đã tiếp tục việc làm tốt đẹp đó của vua Lê Thánh Tông và đã bổ sung thêm nhiều tấm bia vinh danh mới. Tổng cộng có 117 bia Tiến sĩ nhưng hiện nay chỉ 82 bia Tiến sĩ ghi tên các vị đại khoa còn tồn tại ở Văn Miếu Hà Nội. Ngoài ra, tại Văn Miếu Huế cũng có 32 bia Tiến sĩ triều Nguyễn. Đây là những tư liệu văn tự bản gốc duy nhất được lưu giữ tại chỗ, liên tục kể từ khi được dựng và rất có giá trị về nhiều mặt.

BIA TIẾN SĨ

Khi nhìn những hàng bia đá ghi danh các vị đại khoa Tiến sĩ ở Quốc tử giám, tất không thể không nhớ đến những hiền tài nguyên khí của quốc gia đã lưu danh trong bia đá. Nhưng đồng thời cũng không khỏi liên tưởng đến những người vợ đáng kính đã tận tụy hi sinh "thân cò lặn lội bờ ao", góp bao công sức cho chồng được thành công, thành danh và thành người. Giấc mơ thành đạt trong học vấn không những được ghi lại qua ca dao, tục ngữ mà còn được quảng bá sâu rộng qua các tranh dân gian như tranh Trạng Nguyên Chuột Vinh quy bái tổ, tranh thầy đồ cóc dạy học, tranh cá chép vượt vũ môn…Cho nên việc khuyến khích người dân theo đuổi việc học hành đã ăn sâu vào tiềm thức của mọi từng lớp quần chúng và do đó kẻ sĩ luôn luôn rất được trọng vọng. Vì vậy, ta không lạ gì khi thấy giai cấp sĩ đã được xếp hàng đầu trong bốn giai cấp của xã hội Việt Nam ngày xưa là sĩ, nông, công, thương.

« Tước hữu ngũ sĩ cư kỳ liệt,
Dân hữu tứ sĩ vi chi tiên,
Có giang sơn thì sĩ đã có tên
Từ Chu Hán vốn sĩ này là quý." (Nguyễn Công Trứ)

Hệ thống giáo dục và khoa cử đó đã tồn tại ở Việt Nam gần 1000 năm từ năm 1075 thời vua Lý Nhân Tông cho đến năm 1919 đời vua Khải Định nhà Nguyễn mới chấm dứt. Trong non 1000 năm nền giáo dục dựa vào Nho học và khoa cử đó đã là một định chế bình đẳng cho mọi nhân tài có cơ hội thăng tiến trên đường hoạn lộ cũng như đã đào tạo được một tầng lớp sĩ phu có khí tiết và đức độ rất có uy tín trong dân chúng. Tuy theo ý kiến của nhà nghiên cứu Đào Duy Anh, hệ thống giáo dục phong kiến bắt chước theo Trung Hoa_đã đào tạo ra một lớp người không được phát huy ý kiến riêng của mình. Kiểu người điển hình do phương pháp giáo dục đó đào tạo là những người hủ nho hoàn toàn trung thành với chế độ quân chủ nhưng nhìn lại lịch sử ta thấy một số đông những bậc khoa bảng này ngoài sự nghiệp văn chương còn có công giúp nước trong việc mở mang bờ cõi cũng như chống xâm lăng mà sau đây là một vài vị tiêu biểu.

Đời nhà Trần có Chu Văn An đỗ Tiến sĩ giữ chức Tư nghiệp làm thầy dạy ở Quốc tử giám lo việc dạy dỗ các hoàng tử và con các đại thần. Trước tình trạng lộng hành của một số quan trong triều ông đã dâng sớ "thất trảm" đòi vua chém 7 kẻ gian thần, vua không nghe nên ông treo mũ từ quan. Đời Lê có Nguyễn Trãi đỗ Thái học sinh tức Tiến sĩ dưới triều đại nhà Hồ. Ông đã giúp vua Lê đánh đuổi nhà Minh và viết bài "Bình Ngô Đại Cáo" nổi tiếng và nhiều thơ văn Hán Nôm còn lưu truyền cho đến ngày nay. Nguyễn Trãi là một nhà văn hóa lớn của Việt Nam được UNESCO công nhận là danh nhân văn hóa thế giới. Đời Nguyễn có Nguyễn Công Trứ đỗ Giải Nguyên, ngoài nhiều thơ văn để lại cho hậu thế ông còn lập nhiều công lớn trong việc bình định giặc cướp và khai khẩn đất hoang miền duyên hải hai tỉnh Nam Định và Ninh Bình, lập ra hai huyện Kim Sơn và Tiền Hải trù phú. Ngoài ra, đời Nguyễn trong Nam còn có Phan Thanh Giản người gốc Vĩnh Long là người Nam kỳ đầu tiên đậu Tiến sĩ lúc 30 tuổi là một nhà văn hóa lớn có nhiều tác phẩm giá trị và đã phục vụ trải qua ba triều vua là Minh Mang, Thiệu Trị và Tự Đức với nhiều chức vụ quan trọng cao cấp. Khi ba tỉnh miền tây Nam kỳ do ông trấn giữ bị quân Pháp với sức mạnh quân sự vượt trội chiếm đóng thì ông đã uống độc dược quyên sinh giữ tròn tiết tháo của kẻ sĩ.

Những sự kiện trên cho thấy hệ thống giáo dục và khoa cử ngày xưa cùng với hình thức vinh danh các người thành đạt đã tỏ ra hữu dụng trong việc khuyến khích người dân theo nghiệp bút nghiên và tuyển dụng nhân tài cho đất nước trong suốt bao nhiêu triều đại phong kiến. Và điều này cho thấy đất nước ta từ xưa đến nay chưa bao giờ thiếu vắng nhân tài. Từ những năm 20 của thế kỷ thứ 15, Nguyễn Trãi đã nhận định một cách khẳng định là nước ta..."Tuy mạnh yếu có lúc khác nhau - Song hào kiệt thời nào cũng có" (Bình Ngô đại cáo).

NGUYỄN MINH TRIẾT

(*)Vũ Kinh Thất Thư là một bộ binh thư gồm 7 cuốn được coi là kinh điển tổng kết kinh nghiệm từ hàng trăm cuộc chiến diễn ra trong khoảng 1500 năm ở Trung Hoa từ thời Xuân Thu đến thời Đường, Tống, bao gồm các quan niệm, chiến lược, chiến thuật, và các hình thức chiến tranh rất có giá trị, đã và đang được nhiều học giả quân sự và các quân trường phương tây tham khảo. Bộ sách gồm có 7 cuốn là: 1/ Tôn Tử Binh Pháp của Tôn Võ

2/ Ngô Tử Binh Pháp của Ngô Khởii
3/ Tư Mã Binh Pháp của Nhượng Tư
4/ Uất Liễu Tử Binh Pháp của Uất Liễu
5/ Lục Thao của Khương Thượng
6/ Tam Lược của Huỳnh Thạch Công
7/ Đường Thái Tông/Lý Vệ Công vấn đối của Lý Tịnh

TÀI LIỆU THAM KHẢO

1. http://vi.wikipedia.org/wiki/Khoa_bang_Viet_Nam
2. http://vi.wikipedia.org/wiki/Giao_duc_khoa_cu_Viet_Nam_thoi_Ly
3. http://vi.wikipedia.org/wiki/Giao_duc_khoa_cu_tho_Le_so
4. http://vi.wikipedia.org/wiki/Giao_duc_va_khoa_cu_thoi_Tran
5. http://vi.wikipedia.org/wiki/Giao_duc_khoa_cu_thoi_Mac
6. http://vi.wikipedia.org/wiki/Giao_duc_khoa_cu_thoi_Ho
7. http://vi.wikipedia.org/wiki/Giao_duc_khoa_cu_Dang_Trong_thoi_Le_trung_hung
8. http://vi.wikipedia.org/wiki/Giao_duc_khoa_cu_thoi_Nguyen

ĐỨC PHỔ

KÝ ỨC THÁNG TƯ

tháng tư rồi lại tháng tư
hôm qua trời cũng mây mù như nay.
cũng năm xưa cũng giờ này
lòng dân chộn rộn chuyển ngày sang đêm.

hồn em từ dòng suối hiền
chuyển sang ghềnh thác ngửa nghiêng đất trời.
kẻ đang sống thành ma trơi
tâm, trí đang thức đã người mộng du.

mùa đang xuân chuyển sang thu
anh em đang ruột trở thù như rươi.
gặp nhau dở khóc dở cười
xót cơn quốc biến đau đời lưu vong…

VỀ SÀI GÒN, THÁNG TƯ

Tháng tư
về giữa Sài Gòn
Xơ rơ góc phố. Vai mòn lá me.
Rụng rời
năm tháng nhiêu khê
Hàng phượng chết sững. Cành tê dại cành.

Tìm đâu
xưa, nụ cười tình
Trơ em phố vắng. Buồn tênh cội hồng.
Trải lòng vấn ngọn hư không
Mượn người giọt nhớ, rơi trong nắng hè!...

ĐỨC PHỔ

TỪ CÔ HÀNG CÀ PHÊ STARBUCKS XỨ NGƯỜI XÓT THƯƠNG PHẬN GÁI QUÊ MÌNH

Chỉ là ly cà phê thường lệ mỗi ngày
cô vẫn tặng đều chi nụ cười tươi tắn
con gái quê tôi dầm mưa dãi nắng
nên nụ cười chỉ là gió mây bay.

Cô sinh ra đã được mang giày
nệm ấm chăn êm sống đời nhàn hạ
con gái quê tôi chân trần vai áo vá
gian khổ dập dồn bão táp mưa sa.

Con gái quê tôi chỉ một chiếc nôi
chín mười anh em chen vai khôn lớn
đứa chị giáp năm. mẹ úp nôi lên dạng khói
chờ năm sau em kế chào đời.

Cô sinh ra một bước xe hơi
từ bụng mẹ đã hưởng tràn bơ sữa
con gái quê tôi đói ăn từng bữa
chậm lớn khôn. Vẫn gượng đứng làm người.

Con gái quê tôi ít nói biếng cười
không như cô suốt ngày liếng thoắng
cô vô tư nên cuộc đời cô phẳng lặng
nước trong hồ đâu sợ bão giông.

Con gái quê tôi chưa kịp lấy chồng
đã thân bán cho đại gia, đài loan, hàn quốc...
điều nhân nghĩa như ván cờ thua cuộc
cổ thấp đành miệng bé. Lẽ đương nhiên.

ĐỨC PHỔ
(Trích "Tuyển Tập Thơ Đức Phổ",
Văn Học Mới xuất bản, 2020)

NGUYỄN VĂN SÂM
Bóng mát cuộc tình

Buổi trưa trời trong vắt, cao thẳm, rọi những cụm sáng chập chờn qua kẽ lá, giao động theo từng hơi thở của không gian. Mấy gốc cao su ốm o, ghẻ lở, tìm chút nắng ấm cuối xuân, cố vươn mình lên khỏi đám cỏ dại, cóc kèn, mắc cở thấp lè tè yên phận. Xa xa những cái mả phẳng đắp vội vàng của người bản xứ nằm chênh vênh ma quái với miếng vải trắng quấn trên đầu tấm mộ bia bằng gỗ lung linh trong gió. Vài chiếc võng nylon đủ màu đong đưa theo nhịp chân đưa của người nằm trên đang ở trạng thái mơ hồ thức ngủ. Mấy cô bé mới lớn tụm năm tụm ba trên tấm carton nhỏ hí gần bìa rừng vui vẻ bàn tán về những câu chuyện vừa mới xảy ra trong trại. Nhộn nhịp và thanh bình. H. đưa mắt theo dõi mấy tàu dừa lả ngọn khuất sau dãy nhà trong xóm. Tháng này qua tháng khác, ăn không ngồi rồi, bị giam lỏng trong khung cảnh buồn nản, với những chuyện chửi bới về tiền nong ồn ào từng bữa một. Vô lý. Như cuộc đổi đời đột ngột. Như mình bây giờ chỉ còn một thân dật dờ trên hải đảo xứ người. Căn bệnh độc quyền yêu nước của những tên giả mộng du chỉ chừa một lối thoát nhỏ cho người khác: Hoặc thin thít sợ hãi co rút lại trong chuyện cơm áo, hoặc bỏ nước trốn đi với hy vọng mong manh làm được cái gì đó ích lợi hơn. Rồi hy vọng mỏi mòn theo ngày tháng đợi chờ. Rồi nhiệt huyết lắng dần như chảo mỡ sôi để cách đêm. Thư từ bạn bè bốn phương đồng ca một bản than vãn về sự bất lực trước hoàn cảnh mới. *Xứ này cuốn hút thời gian, quái quắc như con bạch tuộc trăm vòi quấn mày lại, tới chừng được nhả ra mày chỉ còn là một ông già hom hem bước lần xuống huyệt mộ qua ngã nursing-home*. Lời cảnh cáo của người sắp vô tròng, hay tiếng kêu cứu tuyệt vọng của người trong bẫy sập?

Giọng than thở của câu ca dao *"cái vòng danh lợi cong cong" hay điệu chán chường của câu sáo ngữ "con nợ, vợ oan gia"* ?

H. nhìn lại lòng mình. Gần một năm qua, hằng đêm tự hứa không đi vào bước sai lầm của người trước, sẽ đem kiến thức và quyết tâm chuyển lại cuộc cờ. Phải chăng đó là một hình thái của sự tự dối vì lòng nôn nóng muốn thoát khỏi cảnh đời ăn rỗi? H. xoay mình trăn trở. Cô đơn trong vô dụng là cô đơn bậc hai. Tại tụi nó hết. Đôi mắt xót xa oán trách pha lẫn chút hân hoan của người xưa hiện lên. Lẩn quẩn đâu đây. Đôi mắt ngày đêm xoáy vô tim, bào mòn, thắt chặt, hằn lên những vết thương nhức nhối, ứa máu. Đôi mắt biểu lộ tình cảm mâu thuẫn khó phân tách. Giống như nụ cười thơ thới lúc gặp nhau đầu buổi hẹn hò. Giống như cái nhìn oán trách của con chó nhỏ đang tung tăng bỗng bị vòng dây oan nghiệt tròng vô cổ lôi đi. H. mỉm cười liên tưởng đến một chuyện Tết lúc nhỏ. Thằng H. mặc áo mới chạy ra đường vừa hân hoan vừa tự hào về cái áo trắng có những lằn xọc nhỏ xanh xanh. Và rồi lúc chơi đốt pháo một đứa bạn nghịch ngợm vung tay ném que diêm vào. Nó đã khóc mùi mẫn cho cái áo mới. Trong vòng tay người chị cả, nó đã sung sướng được dỗ dành sẽ có một cái áo khác đẹp hơn. Trạng thái lúc đó vừa thích thú vừa thống trách.

Sự mất mát giờ đây lớn hơn. Nỗi đau đớn trọng đại hơn. Nhỏ H. cũng đã trưởng thành để biết nguyên nhân gần và nguyên nhân căn bản, cũng đã đủ trí phán đoán để biết hy vọng giải quyết vấn đề trở thành một chuyện thiên nan vạn nan. Lòng H. chai lại trong căm hờn. Lớp băng giá trong một lúc nào đó đặc biệt của địa cực đã phủ lên ngọn núi lửa từng bừng sôi bỏng. Dửng dưng trước những sinh hoạt nhố nhăng có tính cách bù gỡ của trại, vắng mặt trong cuộc sống ồn ào vô lý của thời gian đợi chờ.

Em, tại sao anh không hòa mình được với đám đông? Không quên được đôi mắt em mấy phút trước khi anh mím môi, thắt lòng đẩy cái hình hài quá nhiều thân thiết kia vào lòng biển?

Bao năm quấn quýt, bao năm nghĩa tình. Những giọt nước mắt khóc cho nhau khi người kia lao lý hay sương gió tủi nhục cho miếng ăn bị thắt chặt, tức tưởi ...

Tiếng kẽo kẹt nhè nhẹ lãng đãng trong gió phía sau. H. quay lại. Ở đây từ lâu đã có một cái võng khác. Cũng có người muốn tránh đám đông. Bộ quần áo điểm những chấm nhỏ ly ty tim tím mới may ở trại. Một tờ báo Việt Ngữ xuất bản ở Hoa Kỳ trên ngực. Một quyển sách Anh Văn vỡ lòng trên mặt. Bước chân trên cỏ đâu đây đánh thức đôi mắt nai u sầu, nơi khoé còn long lanh ngấn nước. Đôi mắt đẹp buồn hao hao giống người xưa.

"Cô không sợ ma?"

"Tôi chỉ sợ ma sống. Người chết đáng thương hơn đáng sợ".

Câu nói lạnh lùng nhưng mở lối về những nẻo đường mòn đầy máu của quá khứ.

"Nơi đây dễ sống lại những kỷ niệm về cuộc hải trình. Sống với người chết trước khi sống lại với người sống thú vị như vô tình bắt gặp một ánh trăng xuyên qua kẽ lá."

"Chắc người yêu của ông đẹp lắm?"

"Cũng có đôi mắt nai như cô vậy."

Một nụ cười tươi cố tạo, che giấu nét bối rối. H. thoáng thấy trong đó một loé sáng thích thú.

"Tôi chúa ghét bị gán giống người này người nọ. Tôi chỉ muốn tôi là tôi".

"Đó không phải là sự gán ghép. Đó là một sự thực."

Th., sao em không còn, để anh khỏi nói dối? Từ một sự hao hao đến cái giống như đã là một bước xa. Lại thêm tâm tình và kỷ niệm. Anh không muốn bắt đầu lại cuộc tình mới. Có những lời chỉ thốt ra được một lần trong đời. Lập lại lần nữa, trở thành xảo trá, trơ trẽn. Người ta chỉ có thể rung động chân thành một lần. Những lần khác sự thần thánh đã không còn phù hợp với ngôn ngữ. Chỉ còn là một cái vỏ mang tính chất gạt gẫm, vị kỷ? … Mà tại sao anh lại làm điều đó? Vì yêu em nên quý trọng cái đã mất, nên cố thay thế bằng cái hao hao hay vì yêu mình nên cố gắng bắt đầu sống lại cuộc đời riêng?

Anh đâu có sự lâng lâng bên cạnh người tình như lúc chân ướt chân ráo ngày xưa vào cổng trường Đại Học. Rồi chỉ là một cuộc hành trình ngược về thời gian. Một sự không sòng phẳng với người sau qua tình cảm đã khắc ấn trong tim với người trước. Như vậy có phải là anh vẫn yêu em?.

Gió hắt hơi nóng vào mặt. Những cây cỏ dại lao xao. Mấy lớp không khí dao động lượn lờ hình phản chiến trong ảo ảnh. Những ngôi mộ xa vẫn nằm đó, yên phận, xè xè dưới gốc cao su điểm tô thêm sự tẻ nhạt cho khung cảnh. Buổi trưa bình thường và có thực như cuộc đời. Cô gái vẫn trong dáng đợi chờ một câu giải thích, hững hờ lật từ trang sách. Mắt thoáng nghi ngờ ...

"Nếu hân hạnh gặp cô trước, tôi đã nói người kia giống cô ... ."

"Nếu vậy tôi đã phiêu lãng nơi khung trời nào rồi. Đâu còn được ở đây hầu chuyện ông."

Một nụ cười tinh quái và tha thứ tiếp theo câu nói.

Th., em thấy đó. Không ai muốn chết hết. *Dầu đến sau trong cuộc tình, dầu khổ sở trong cuộc đời, chính sự có mặt đã là một chiến thắng. Vậy tại sao đời lại không cho em có mặt?*

Đôi mắt hao hao giờ đây bắt đầu biến thành đôi mắt Th. trong lòng mình rồi. Mới mấy ngày xa vắng đã nhớ nhung. Không dè hình ảnh Th. lại mạnh như vậy. Nôn nao, bồi hồi chờ đợi một người con gái mới trao đổi vài câu phải chăng là triệu chứng của tình yêu? Mình yêu đôi mắt? Thể hiện lại một cách khác tình yêu với Th.? Khó phân tích. Nhưng ít ra đôi mắt nửa như mãn nguyện nửa như trách trời không còn xoáy tim anh nữa ... Thỉnh thoảng anh bắt gặp em mỉm cười độ lượng như vui với hoàn cảnh mới của anh. Gần một năm ở trại, có lúc nào quên được em đâu? Có yêu ai, giờ đây cũng chỉ là thể hiện cách khác tình yêu đối với em. Một sự đi tìm quá khứ, quá khứ nồng nàn bị đồng loại phũ phàng gạt bỏ ...

Bước chân giao động những ngọn cỏ thấp, một con châu chấu nhảy vụt nhanh ẩn trốn. Trên trời vài cụm mây xanh hững hờ, chậm rãi:

"Sao tới bữa nay cô mới tới? Mấy hôm nay trời lê thê ghê ... ."

"Ông biết đó, kỷ niệm nào bị khơi động cũng đau lòng. Nhưng ... ."

Người đàn bà nhìn xuống cái võng dây nylon được quấn gọn cầm trên tay như gián tiếp thú nhận lòng.

"Ai ra đi cũng mang theo quá khứ. Trên biển còn thêm những phút không thể quên. Ai nấy đều bị kỷ niệm ràng buộc quằn nặng tâm hồn, đè xuống bẹp dí không cựa quậy được. Chỉ có hai thái độ cực đoan hoặc sống chết với dĩ vãng, hoặc quên để trực diện cuộc đời. Không có cái lửng lơ, nửa chừng … .”

“Bất cứ bắt đầu nào cũng khơi dậy vết thương ngày cũ. ”

“Thế cô không biết rằng “mình” đang tạo những kỷ niệm mới thêm vào kho tàng cũ, lớp đầu tiên trong nhiều tầng của quá khứ?”

Người con gái hất mái tóc ra phía sau, ranh mãnh:

“Ông quá chủ quan, ông làm tôi hoài nghi chính tình cảm của mình.”

Th., em thấy đó. Giống như lúc mình mới gặp nhau. Em bướng bỉnh, trả miếng anh từng câu nói. Như muốn dùng lá chắn ngôn ngữ để bảo vệ, để chứng tỏ cứng cỏi, trưởng thành. Nhưng em thấy đó. Rồi em ngoan như bất cứ người tình nhỏ nào. Sự cứng cỏi, trưởng thành không nằm ở ngôn ngữ cũng không có ở những lời đối thoại, mà nằm ở hành động. Và em chỉ trưởng thành sau những năm dài chúng mình vẫy vùng trong ngục tù bao la của đất nước. Đã len lỏi trong sự sơ hở của địch để kiếm sống và thực hiện những công tác mà bất cứ một ai có ý thức đều không thể chối từ. Đã cười mũi tụi nó khi chúng chìa ra những cái bánh vẽ anh hùng, tiên tiến, đối tượng ... Đã kịch liệt đấu khẩu với những thằng trâu xanh, bò vàng mỗi khi có dịp. Nhưng chúng mình cũng thấy rằng đấu tranh tiêu cực không hữu hiệu. Em đã đề nghị mình ra đi để hoạt động trong một mô thức rộng lớn hơn. Em biết đó, em đã trưởng thành trong niềm đau đớn vô biên và độc nhất trong lịch sử dân tộc, nhưng em đã đi vào lòng biển để lại đôi mắt em trong lòng anh và một vết thương nhức nhối về sự xuống dốc thê thảm của tình nhân loại. Những con người hiền hòa một sớm một chiều trở về thú tính trước bạc vàng và xác thịt. Những con người khát quyền đến nỗi mang lá chắn mắt ngựa nhưng vẫn tưởng mình ôm được chân lý nên cố gắng thay đổi dòng lịch sử bằng những phạm trù. Anh không tin dị đoan để tự dối bằng câu mười phần chết bảy còn ba, nhưng anh tin tưởng bây giờ em đang hoá thân thành người trước mặt. Bóng mát vườn cao su này trước kia là chỗ anh tìm cô đơn để được tự do tưởng nhớ về em. Giờ đây là chỗ anh nhìn lại đôi mắt sáng ẩn chút u buồn của em. Em đồng ý? Em không ghen?.

Trời về chiều, bóng mát lấn chiếm nhiều hơn. Không khí đem theo một chút muối mặn rin rít của biển cả. Dưới vài gốc cao su mấy cặp trẻ sỗ sàng trửng giỡn. H. nhìn như nhìn vào cõi trống không. Một người con trai đang cố gắng vớt vát một cái hôn vội vàng trước khi buông người tình.

Mắt người con gái lấm lét trong tinh quái khi nhận ra H. ở sạp kế bên mình. Anh đánh trống lảng:

"Chắc họ ngỡ mình đang ở giai đoạn mào đầu của tình yêu ... ."

"Ông ngỡ thì có, vũ trụ của họ đâu còn hiện hữu mà chắc với không?"

"Cô có còn ai thân thuộc ở trại này?"

"Chỉ còn kỷ niệm và một sự đau đớn khôn cùng."

"Tối nay hứa hẹn một bữa mát trời ... Xin phép được mời cô ăn chén chè sen. Không khí trong tiệm cũng dễ thương nhẹ nhàng, không ồn ào như mấy quán cà phê trẻ.

"Tại sao không là một ly nước ngọt bình thường?"

H. nhìn sâu vào mắt người đối thoại để đo lường sự thông minh và ranh mãnh.

"Danh từ nào rồi cũng bị phóng thể đi. Từ tiếng chè bình thường mà cô không ưa đó đến danh từ cao hơn như Độc Lập, Tự Do ... Lỗi không ở ngôn ngữ, lỗi ở người bóp méo nó, mặc cho nó một ý nghĩa khác."

"Rung động qua hình ảnh nào đó đã mất cũng là hình thức bịp bợm ... ."

???

"Không, tôi muốn đề cập đến trường hợp chung. Như tôi chẳng hạn ... Chúng tôi lấy nhau rồi, chuyến đi chính nhà tôi lo liệu. Rồi anh ấy ngã lăn dưới những nhát chém phũ phàng. Anh ấy ngỡ mình có thể làm được chuyện bảo vệ người yêu. Nhưng thời gian thiếu thốn đói khát trên ghe đã làm anh kiệt lực. Tôi sống như cái bóng ở đây đã hơn một năm, không tha thiết đến chuyện định cư sớm muộn. Anh ấy như ông, ít nói, nhiều suy tưởng, thích sống cho lý tưởng ...

H. tròn mắt ngạc nhiên. Lần đầu tiên được nghe một câu

dài, tình cảm, kể lể ...

"Tôi nghĩ chúng ta còn cuộc sống trước mặt, phải hiện diện để nói lên niềm thống khổ của mình, những dã man tàn bạo mà mình là chứng nhân. Đó cũng là nhiệm vụ với người đã khuất.

Nụ cười đậu trên môi. Hàm răng dưới nhỏ đều xinh xinh có một cái thụt vào, phối hợp với ánh mắt tạo một vẻ đặc biệt như để che lấp bối rối, như muốn xóa tan một cách tàn nhẫn đến quyết liệt câu nói hàm chứa sự thuyết phục mới vừa được nghe.

"Nhưng ông cũng chưa giải quyết được vấn đề thực giả trong kho tàng kỷ niệm."

Em thấy đó Th. Kiểu nói này xưa em thường dùng, trốn tránh một chữ hay trả lại anh một chữ. Càng lúc anh càng có cảm tưởng trước mặt anh là em ngày nào. Ai có can đảm nói yêu sau một vài lần chuyện trò lông bông? Vừa láo khoét với người được nói, vừa phụ phàng người đã mất. Ai có thể nói không với một người mình biết sớm muộn gì mình cũng sẽ yêu? Cái khó ở chỗ đó, nói không cũng không được, nói có cũng không xong. Lòng anh bây giờ cũng vậy. Yêu em nhưng như không yêu em vì anh đang thấy thích thú, thoải mái bên nụ cười câu nói của người đối thoại, đang mở cửa lòng để đón người đó. Đang vui vì sự hiện diện của cô ta. Nhưng như là anh vẫn còn yêu em vì người khác chỉ đến được với anh bằng những hình ảnh thiết thân của em anh có từ lâu trong trí. Yêu em mà không, không yêu mà yêu. Phải chăng anh mặc cảm, anh chưa sống thực với lòng? Nửa anh muốn làm người tình Đông Phương chung thủy. Nửa anh học đòi làm kẻ Tây Phương khát tình. Thực sự anh đang bối rối. Tình yêu mới giả mà thực. Thực mà giả.

"Có thể lúc đầu mỗi cặp tình nhân đều không thể xác định tính chất của cuộc tình, nó có thể chỉ là sự phù hợp tính tình, sự ham muốn hay chỉ là sản phẩm của hoàn cảnh. Nhưng chắc chắn, nếu có, đoạn giữa sẽ luôn luôn thật."

"Thế còn đoạn chót?"

"Không ai muốn có đoạn cuối hết. Cô thấy đó, đoạn cuối có ra gì đâu, một sầu thảm, một hận tủi. Chúng mình phải làm thế nào cho không có đoạn cuối."

Lại nụ cười như vừa rồi.

"Ông gian thật. Chưa chi đã bàn chuyện đoạn cuối. Những phần còn lại đâu?"

Th., em thấy không, người đến sau em không khác em tí nào. Cũng õm ờ lúc có lúc không. Như lúc chúng mình mới quen, em tuy đã đồng ý nhưng nhiều khi vẫn phủ nhận. Đó là đặc tính làm cao cố hữu của đàn bà con gái? Đó là thể hiện sự thẹn thùng khi đứng trước tình yêu chân thật?

H. chồm tới hôn phớt lên trán thiếu phụ, vầng trán có những nét hằn của năm tháng khổ đau. Một cái ngoảnh đầu né tránh lấy lệ. Một câu phản đối hình thức:

"Ông này!"

"Đó là phần đầu cô vừa nói thiếu ... ."

Th., anh đang học đòi "làm kẻ chụp lấy cơ hội". Sợ trật một sát-na sẽ không còn dịp may. Anh đã mất đi sự lúng túng ngại ngùng đáng yêu với ... em lúc nào. Hồi đó mình ngượng nghịu. Đối tượng là tất cả, ngoài ra có gì đáng kể đâu. Nay anh mới biết hoàn cảnh bên ngoài đáng sợ hơn nhiều. Tụi quỷ đất liền. Tụi thú biển. Cuộc tình kết thúc ngoài ý chúng ta. Cắt bỏ đi đoạn thật quan trọng, nối kết tạm bợ cuốn phim gần như trở thành loạc choạc, gượng gạo.

H. đưa tay cho thiếu phụ nắm.

"Trời mát rồi, mình đi uống ly nước ngọt."

Ánh mắt Th. nhìn H. như biết ơn.

"Cuộc tình nào cũng có bóng mát, nhất là sau khi đã cách biệt trong thời gian. Bắt được quá khứ không phải là chuyện dễ dàng. H. nghĩ rằng người vắng mặt đã nói câu đó qua cửa miệng người hiện diện, anh bóp chặt bàn tay nhỏ thó đang nằm gọn trong tay mình. Xa xa, chiếc camionette xịch đổ, bỏ xuống những người đi chợ Unggat trở về, tay xách nách mang cười cười nói nói.

Gió chiều lộng mát thổi tung tăng những chiếc lá cao su vàng ánh nơi bìa rừng.

NGUYỄN VĂN SÂM

(Trích tập truyện Câu Hò Vân Tiên
- Gió Việt, Texas, 1985)

LAM HẢO DŨNG

Những Người Chiến Sĩ Mayan

Hởi những người chiến sĩ Mayan !
đã bao lần xông trận
bảo vệ mảnh đất có những cánh đồng ngô,những dây bí,
uống khoai ,hàng ớt tươi xanh
vườn cacao bát ngát
những thiếu nữ áo quần sặc sỡ trong ngày hội hàng năm
đàn trẻ thơ đến trường với những bài toán số, những chữ
tượng hình
do những giáo sĩ thông minh phát kiến
trong thời văn hóa du mục
được lưu truyền mãi…

người vẫn còn nghe tiếng chim Quetzal trên ngọn tháp ?
âm ma thánh thót vang rền
vào những đêm trăng
đón chào Thần Ixchel gieo rắc tình thương cho người
mình yêu dấu
muôn điều hạnh ngộ…
vào những tháng ngày khao khát mưa mùa
Thần Chaac sẽ tuôn trào nước mắt
rừng lên tiếng hát…
rừng nhớ hay chưa ?

người chiến sĩ của Maya ơi!
ngọn dáo có bao giờ ngơi nghỉ ?
khi người cần đất cho hoa màu thêm sắc thắm
cho thôn làng dậy tiếng reo vui
cho trái tim hồng phượng vĩ
cho thú hoang tàng dẫm nương đồi…

hình tượng thần chiến sĩ Ek Chuah sẽ được tôn thờ
trân quí ?
ngạo nghễ như chim đại bàng vung cánh bay cao
nhanh nhẹn,mưu trí như loài báo đốm
dẻo dai như rắn lội hồ sâu
người mãi mãi về sau
làm trụ đá kiêu hùng ngàn năm loại trừ ác quỉ

(một mai người đi về núi
tái sinh làm gốc bơ hiền
một mai người đi về núi
hồn là vũ trụ thiên nhiên…)

LAM HẢO DŨNG
Van,BC,Can. Nov 1-23- 5H35'A.M

QUYÊN DI
BÔNG SEN Ở XÓM DÃ LIÊN

Có câu chuyện về một người con gái
Đã lớn lên ở xóm nhỏ Dã Liên
Từ thơ dại đến khi tròn mười tám
Nàng vẫn luôn bé bỏng, rất ngoan hiền.

Xóm Dã Liên toàn là ao sen rộng
Sen nở tươi, đẹp như gái đồng trinh
Hoa sen trắng làm các cô ươm mộng
Hoa sen hồng tô thắm những cuộc tình.

Cô gái nhỏ ngây thơ trong trắng quá
Theo chị em ra ao hái hoa sen
Cô bé bỏng nên chẳng hồng đôi má
Khi những chàng trai trẻ muốn làm quen.

Rồi ngày nọ ra ao sen tìm nụ
Cô gái xinh mặc một chiếc yếm đào
Nhưng bất chợt trời mây đen vần vũ
Chẳng bao lâu đổ một trận mưa rào.
Cô gái dưới tàu lá sen tránh ướt

Còn cơn mưa trêu ghẹo mãi không thôi
Mưa trút xuống tàu lá sen sướt mướt
Chiếc yếm đào để lộ tấm thân rồi!
Gò ngực nhỏ như sen hồng mới hé

Điểm tô thêm vẻ đẹp gái đồng trinh
Và ơi hỡi, xin Trời làm chứng nhé:
Chiếc yếm đào giờ phản bội chủ mình.
Bỗng đâu một chiếc ghe con ghé đến
Có mui che khô ráo, chiếu cạp điều

Chàng tuổi trẻ với nụ cười đáng mến
Chào cô nàng e lệ nét diễm kiều.

Ngày hôm ấy giữa cơn mưa nặng hạt
Có hai người quên mất cả nẻo về
Môi kề môi, thân kề thân ấm áp
Gái đồng trinh đã biết thú đam mê.

Rồi sau đó họ yêu nhau say đắm
Cuộc tình hồng thơm ngan ngát hương sen
Những tưởng đời từ nay thêm tươi thắm
Nào ngờ đâu Con Tạo vẫn hay ghen.

Cô gái đi trên đường tình tuyệt đẹp
Và tương lai là hạnh phúc lứa đôi
Cô không biết đường tình là đường hẹp
Chẳng bao lâu đã nghẽn lối mất rồi.

Tên cường đạo vào một đêm tăm tối
Cướp phăng đi người con gái Dã Liên
Đưa xuống thuyền, giục chèo đi rất vội
Xóm dân quê không chống nổi bạo quyền.
Cô gái nhỏ ngày một thêm tàn tạ
Cô nhớ cha nhớ mẹ nhớ người yêu
Thế rồi ở nơi xa xôi xứ lạ
Cô từ trần vào một buổi xế chiều.

Đêm hôm đó có cây sen kết nụ
Ở trong ao sen trắng xóm Dã Liên
Người ta bảo cô gái tìm chốn cũ
Đầu thai thành bông sen nhỏ ngoan hiền.
Quyên Di

QUYÊN DI
VÒNG HOA XOAN MÙA CHAY

Mới ba giờ sáng, mẹ tôi đã gọi: "Tuấn, Liên, Ngọc, Chúc… dậy đi. Rửa mặt mũi, thay quần áo nhanh lên còn đến nhà thờ. Hôm nay thứ Tư Lễ Gio."

Mấy anh em chúng tôi lồm cồm ngồi lên, ra khỏi giường, không đứa nào hé môi than thở lấy một câu. Cũng là quen rồi! "Con nhà có đạo," chúng tôi được bố mẹ đưa vào nề nếp từ khi còn bé: sáng, tối đọc kinh, lần hạt, Chủ nhật đi lễ. Anh Tuấn, chị Liên đã được chịu lễ lần đầu rồi thì từ mười hai giờ đêm hôm trước đã phải nhịn miệng không ăn uống gì để sáng hôm sau "dọn mình chịu Mình Thánh Chúa cho nên."

Có hôm rỗi việc, mẹ kể cho chúng tôi nghe:

- Ngày mợ còn bé, bà ngoại bắt đi lễ hằng ngày. Ba giờ sáng là con bé này đã phải dậy, theo mẹ đi nhà thờ. Đường tối lại trơn, cứ là ngã oanh oách mà không dám kêu một tiếng. Giời tạnh, giời mưa cũng thế thôi. Nhưng bà ngoại chu đáo lắm, ngày mưa là mang cho con bộ quần áo khô và sạch, đến nhà thờ, con bé này vào phòng giải tội, thay quần áo khô. Quần áo ướt và lấm bùn thì gói lá chuối, nhát lễ xong đem về nhà giặt. Mấy cô cậu này bây giờ mợ có bắt đi lễ hằng ngày đâu.

Chuông nhà thờ đã thong thả đổ từng tiếng một, mười lăm phút nữa là bốn giờ sáng, lễ bắt đầu. Chị Liên bẻ lại cho tôi cái cổ áo mặc vội còn lộn vào bên trong. Chúng tôi lúc thúc theo mẹ ra cửa. Qua gian ngoài, tôi thấy chị Bích Khuê đã đứng đấy tự lúc nào. Chị nói khẽ với mẹ tôi:

- Bẩm bác, cho cháu đi theo đến nhà thờ với. Tối qua cháu

đã xin phép bố mẹ cháu rồi ạ.

Mẹ tôi ngần ngừ một thoáng rất nhanh rồi nói:

- Thì… nào, chúng ta đi. Ai cũng cần nhớ mình là thân gio bụi.

Gia đình chị Bích Khuê không theo đạo Công giáo, nhưng trong hoàn cảnh tản cư, được giáo dân tại đây xếp cho ở chung một ngôi nhà bỏ trống với gia đình tôi nên biết được những sinh hoạt của một gia đình "bên đạo."

Đến nhà thờ, tôi thấy bố tôi đã ở trong phòng mặc áo (1) cắt đặt mấy chú giúp lễ. Việc cắt đặt này là của ông già Chuyên, nhưng mấy hôm nay ông đi thăm họ hàng ở xa, không có nhà, bố tôi làm thay. Hôm nay không đến phiên anh Tuấn nên anh không phải đến sớm.

Sau khi sang "e-van" (2) là bài giảng của cha chính xứ. Cha khuyên bổn đạo phải ý thức mình vốn là tro bụi, rồi cũng sẽ trở về với tro bụi. Bởi thế phải sống tốt lành thánh thiện, đừng sa chước cám dỗ phạm tội mất lòng Chúa. Như thế khi chết thân xác về với tro bụi nhưng linh hồn được lên thiên đàng hưởng mặt Chúa.

Thế rồi cha chính và cha phó đứng song đôi trước cung thánh. Bổn đạo xếp hàng đôi tiến lên trước mặt hai cha. Hai cha lấy một nhúm tro nhỏ bỏ lên đầu từng người. Chịu tro xong, mọi người đi xuống. Trong khi đó các cô trong đội Con Cái Đức Bà nỉ non hát những lời rất thống thiết:

"Lạy Chúa đoái thương nghe tiếng con phàn nàn. Con hết lòng ăn năn. Con sấp mình con xin hết lòng kêu van: xin Chúa giúp con đau đớn vì tội lỗi. Con quyết lòng tự hối, theo đường Chúa đi mà… thôi…" (3) Vừa xếp hàng lên chịu tro tôi vừa chia trí vì nghe có tiếng sụt sùi của mấy bà đã chịu tro rồi, bây giờ trở về chỗ quỳ. Mấy bà sụt sùi hơi to vì tôi đi phía bên này, mấy bà quỳ ở hàng ghế bên kia mà tôi vẫn nghe được.

Bài hát cảm động đến thế mà vì bài hát ấy anh Tuấn suýt nữa bị bố tôi cốc đầu. Thay vì hát "Lạy Chúa đoái thương nghe tiếng con phàn nàn" thì có lần trong nhà anh Tuấn nghêu ngao: "Lạy Chúa đoái thương nghe tiếng con khàn khàn…" May mà anh Tuấn đứng xa bố. Thấy bố quắc mắt một cái, anh Tuấn nhanh miệng thưa: "Lạy cậu, tha cho con ạ. Từ rày con không dám hát hỏng nhảm nhí nữa ạ." Nhưng vì tính hay đùa nghịch, anh Tuấn "hát hỏng nhảm nhí" luôn.

Tôi đúng là đứa bé hư. Chắp tay, xếp hàng lên chịu tro ở phía đàn ông con trai, mà tôi cứ liếc mắt sang hàng các bà và con gái. Bên ấy, trước tôi mấy bước, chị Bích Khuê chắp tay bước theo người đi trước. Trông chị thánh thiện như một thiên thần nhỏ. Cha phó cũng cho chị chịu tro, mặc dù cha biết chị không phải là người Công giáo.

Lễ xong về nhà, mẹ tôi bảo: "Hôm nay các cô cậu không được ăn sáng đấy. Với lại hôm nay mợ không làm món thịt. Ăn chay kiêng thịt mà." Tôi kỳ nèo: "Nhưng mà con đói lắm, mợ ạ." Mẹ tôi nghĩ ngợi một lúc rồi tặc lưỡi, bảo: "Ừ, Ngọc với Chúc chưa đến tuổi ăn chay… Liên ơi, con vào bếp nắm cho mỗi cu cậu một nắm xôi đỗ lạc. Còn con với Tuấn thì không, nhé." Chị Liên thưa: "Vâng ạ. Con biết rồi ạ."

Vừa nhấm nháp mấy hột đỗ lạc bùi, béo, tôi vừa hỏi mẹ: "Mợ ơi, ăn chay là làm sao ạ?" Mẹ tôi giải thích: "Là ăn bớt đi, chỉ ăn bằng nửa ngày thường. Có câu thế này cho mình dễ nhớ cách ăn chay này: sáng nhịn đói, trưa ăn no, chiều lót lòng."

Tôi lại hỏi: "Nhưng mà ăn chay để làm gì hở mợ?" Mẹ tôi giảng giải một cách kiên nhẫn: "Thứ nhất là để thông phần đau khổ với Đức Chúa Giê-su. Vì thương loài người, Chúa xuống thế gian chịu nạn chịu chết để cứu chuộc thiên hạ. Mình ăn chay để chia sớt một tí với Chúa sự đau đớn khốn cực. Thứ hai là để hãm mình đền tội…"

Mẹ tôi chưa dứt câu, tôi đã chen vào: "Như thế con không cần phải ăn chay là đúng rồi. Con ngoan ngoan là, đâu có tội gì, mợ nhỉ!" Mẹ tôi cười: "Thế hôm nọ cậu bảo phải ở nhà ngủ trưa, cu cậu nào trốn ra đường chơi? Thế tuần trước cu cậu nào cãi mợ? Mợ bảo đọc kinh đi ngủ sớm, thế mà có đứa nào trốn dưới gầm bàn chơi cái ô-tô chú Mấm làm?" Tôi ngẩn tò te, một lúc sau mới lí nhí: "Thế thì con có tội thật rồi, mợ ạ." Mẹ tôi cười, bảo: "Có thế! Nhớn lên thì phải ăn chay đấy."

Bố tôi ngồi gần đấy, hỏi mẹ tôi: "Mợ có nhớ dạo nào cô bé Lành con bà Đội Tá ăn chay không?" Mẹ tôi trả lời: "Thật chết cười! Cô bé ngây thơ quá!"

Theo lời bố tôi kể thì cô Lành, năm ấy đã mười ba, thế mà ngây thơ giống bé lên sáu. Hôm ấy cũng thứ Tư Lễ Tro, bà Đội Tá dặn cả nhà: "Hôm nay ăn chay đấy nhé!" Cô Lành "vâng" to nhất rồi chạy biến ra vườn. Chừng nửa tiếng sau cô khệ nệ bưng vào nhà một rổ to quả chay. Sau một phút ngỡ ngàng, cả nhà cười rộ. Cô Lành tròn xoe đôi mắt như hạt nhãn, không hiểu tại sao mẹ bảo "hôm nay ăn chay," mình hái quả chay vào ăn mà mọi người lại cười.

Chờ bố tôi kể xong, mẹ tôi tiếp tục giảng giải cho tôi về sự ăn chay: "Lại nữa, ăn chay tức là ăn ít đi thì mình thừa ra một ít tiền. Tiền ấy không phải cất để dành, mà là để bố thí cho người nghèo đói, là bớt mồm bớt miệng mà chia xẻ thức ăn với những người thiếu thốn."

Tôi hỏi mẹ: "Mợ ơi, ăn ít, nhưng mà ăn thịt có được không?" Mẹ tôi cười: "Chúc này! Đã bảo là ăn chay kiêng thịt mà lại đòi ăn thịt." Tôi hỏi gặng: "Nhưng mà tại sao lại không được ăn thịt, hở mợ?"

Lúc ấy bố tôi lại chen vào cắt nghĩa thay mẹ tôi: "Thịt được xem như là món ăn ngon, đắt tiền. Nhịn miệng không ăn ngon, lại thừa được tí tiền, mình càng dễ làm việc phúc đức, Chúc ạ."

Vui miệng, bố tôi kể chuyện "ông câu thịt." Thứ Tư Lễ Tro năm nào, ông này thèm thịt quá, mới ra chợ mua một miếng thịt ngon. Về nhà, ông móc miếng thịt vào cái lưỡi câu rồi vung cần câu, ném miếng thịt xuống ao. Một lúc sau, ông giật cần câu lên rồi hô to: "A ha, câu được con cá chép!" Thế rồi ông đem miếng thịt vào bếp, luộc chín, thái ra chấm mắm tôm ăn ngon lành. Kể xong, bố tôi nói: "Cái ông này đến là buồn cười, đánh lừa cả Chúa. Mà lừa Chúa làm sao được!"

Buổi trưa, mọi người đói ngấu. Vào bữa, thấy có món tép kho khế với tương, một đĩa cùi dừa kho với nước màu, một đĩa rau muống luộc với mấy quả cà muối, nước luộc rau thì đánh giấm cà chua. Có thế thôi mà mọi người ăn hết veo nồi cơm to.

Thứ Sáu lại ăn chay kiêng thịt. Mẹ tôi bảo thứ Sáu nào trong mùa Chay cũng ăn chay kiêng thịt. Buổi chiều tối cả nhà tôi đến nhà thờ nghe ngắm đứng. Chị Bích Khuê cũng xin đi theo. Một ông đã đứng tuổi, mặc áo đoạn thâm, trịnh trọng tiến lên đứng trước giá đọc sách. Ông đằng hắng một tiếng rồi bắt đầu ngắm:

"Ngắm mười lăm sự thương khó Đức Chúa Giê-su. Thương ôi, con Đức Chúa Lời ra đời chịu trăm nghìn sự thương khó vì tội thiên hạ.

Thứ nhất thì ngắm:

Khi Đức Chúa Giê-su đã đến ngày dọn chịu nạn mà chuộc tội cho thiên hạ, thì có thằng Giu-đa là đầy tớ Đức Chúa Giê-su đã nuôi nó nhiều năm, dạy dỗ những sự hiền lành, mà quỷ giục lòng nó bán Đức Chúa Giê-su cho quân Giu-dêu ba mươi đồng bạc. Vậy Đức Chúa Giê-su thương thiên hạ, toan liều mình chịu chết, thì giã Đức Mẹ mà đi thành Giê-ru-sa-lem, là kẻ chợ nước Giu-đê-a. Song le trước chịu nạn, thì đêm ấy Đức Chúa Giê-su lấy nước mà quỳ xuống rửa chân cho các đầy tớ cả, cùng rửa chân thằng Giu-đa vuối, chẳng những nước không, cùng lấy nước mắt rửa chân cho nó nữa, vì thương tiếc linh hồn ấy rình mất. Đoạn Đức Chúa Giê-su truyền phép Thánh Thể cho thiên hạ, là Mình Thánh, Máu Thánh Đức Chúa Giêsu nuôi lấy linh hồn loài người ta cho đến hết đời.

Khi ngắm bấy nhiêu sự, thì nguyện một kinh Lạy Cha, mười kinh Kính Mừng, đội ơn Đức Chúa Giê-su, đã truyền phép Thịt Máu mình cho chúng tôi. Lại xin xuống sức giữ đạo cho trọn, chớ bắt chước thằng Giu-đa bán Đức Chúa Giê-su làm vậy. Amen!"

Giọng ông ngân nga, nỉ non, lắm lúc như nấc lên khiến cho các bà các cô sụt sịt cả, có bà khóc thành tiếng. Ông vừa dứt tiếng "Amen" thì tiếng đọc kinh đồng loạt cất lên. Bên nam xướng: "Lạy Cha chúng tôi ở trên giời…" Bên nữ đáp: "Xin Cha cho chúng tôi rầy hằng ngày dùng đủ…" Bên nam xướng: "Kính mừng Ma-ri-a đầy ơn phúc, Đức Chúa Lời ở cùng Bà…" Bên nữ đáp: "Thánh Ma-ri-a Đức Mẹ Chúa Lời cầu cho chúng tôi là kẻ có tội…"

Vì trẻ con được dồn lên ngồi dưới nền nhà thờ sát cung thánh thành ra tôi liếc nhìn chị Bích Khuê hơi khó. Chị lớn rồi nên được ngồi hàng ghế phía bên nữ. Nghển cổ nhìn một lúc, tôi thấy chị đầu cúi xuống, mắt nhắm lại, khuôn mặt buồn trông giống như Đức Mẹ Sầu Bi. Chả biết chị có hiểu những gì ông kia ngắm không. Tôi thì không.

Về đến nhà thì trời đã tối. Đi ngang qua rặng xoan, tôi nghe tiếng vo ve vang rền, muỗi ở đâu mà đông như trấu. Chúng tôi bước quàng chân, vào nhà đóng cửa lại để tránh muỗi. Vừa khêu ngọn đèn dầu cho cháy to lên, mẹ tôi vừa nói, có lẽ để bố tôi nghe: "Thế ra ở đây ngắm mười lăm sự thương khó Đức Chúa Giê-su cũng giống như bản ngắm bên địa phận Thái Bình. Thỉnh thoảng về thăm Vạn Đồn, tôi cũng thấy bên ấy ngắm như thế."

Mẹ tôi vốn gốc người Vạn Đồn ở Thái Bình, một làng toàn tòng Công giáo. Tuy nhiên đến đời ông bà ngoại tôi thì gia đình đã dọn sang Ngọc Lũ, Hà Nam. Mẹ tôi ở Ngọc Lũ nhưng thỉnh thoảng vẫn về Vạn Đồn thăm họ hàng; lúc nhỏ đi theo mẹ, lớn lên thì đi một mình, cũng có khi bố tôi cũng đi cùng.

Vào Tuần Thánh, cả xứ đạo như có đại tang, người nào mặt mũi cũng u sầu ảm đạm. Thứ Năm Tuần Thánh mọi người đến nhà thờ tham dự nghi thức Chúa lập phép Thánh Thể và xem cha xứ rửa chân cho ông chánh trương, ông phó trương và các ông trùm, tất cả là mười hai ông; theo gương Đức Chúa Giê-su ngày xưa lấy lòng khiêm nhường mà rửa chân cho các đầy tớ. Các bà thì thầm nói vào tai nhau: "Nhìn kìa, cha xứ quỳ xuống trước mặt ông trùm Tín mà rửa đôi bàn chân mốc thếch của ông ấy. Ôi, người khiêm nhường đến là dường nào!"

Chiều Thứ Sáu Tuần Thánh, cả xứ chịu tang Đức Chúa Giê-su chịu chết trên cây thánh giá mà chuộc tội cho thiên hạ. Trống gióng lên từng tiếng một, hoà lẫn với tiếng trắc gõ rời rạc. Tôi theo bố mẹ và các anh chị đến nhà thờ. Tôi cố ý tìm chị Bích Khuê nhưng tìm mãi không thấy chị đâu. Đã đến giờ cử hành nghi lễ, tôi đành đi mà không có chị, lòng thầm tiếc. Giá mà được dự nghi thức Thứ Sáu Tuần Thánh thì chắc là chị cảm động lắm.

Một cây thánh giá lớn, bên trên có tượng Đức Chúa Giê-su chịu đóng đinh, máu me đầy cả và mình, được đặt giữa lòng nhà thờ. Hai bên thánh giá, người ta đặt hai rổ to đựng bỏng rang và hoa xoan. Bỏng trắng tinh còn hoa xoan thì tím nhạt, trộn lẫn với nhau trông đẹp mà lại thơm. Bổn đạo xếp hàng lên hôn chân

Chúa. Người ta quỳ xuống mà hôn. Hôn xong thì bốc một nắm bỏng rang đem về, như chút lộc Chúa ban cho vậy.

Hai bên thánh giá, hàng xứ chọn mười hai cô gái trẻ, xinh xắn, mỗi bên sáu cô, đóng vai các thiên thần chầu chực quanh Chúa. Các cô được mặc áo choàng trắng, đầu đội một vòng hoa xoan tím, vừa để thay cho vòng hào quang mà cũng vừa để tang Chúa.

Tôi xếp hàng theo chân người lớn lên hôn chân Chúa. Vừa khi bốc nắm bỏng rang trộn hoa xoan, tôi ngước nhìn lên và… hoa cả mắt. Không hiểu sao, chị Bích Khuê không phải là "con nhà có đạo" mà cũng được chọn làm thiên thần, đầu đội vòng hoa xoan, chắp tay chầu Chúa. Trong một thoáng, tôi nghĩ thiên thần cũng đẹp và thánh thiện như chị Bích Khuê là cùng.

Trên đường về nhà, chúng tôi có chị Bích Khuê đi cùng. Chị thinh lặng và nghiêm trang quá, đến nỗi tôi cũng không dám bắt chuyện với chị.

Đến nhà thì đã khuya lắm rồi, tôi thấy ông bà Hồng Châu, bố mẹ chị Bích Khuê, vẫn còn thức, ý chừng đợi chúng tôi và cô con gái đi nhà thờ về. Bà Hồng Châu pha sẵn ấm nước vối. Cả hai gia đình ngồi uống nước, chuyện vãn mấy câu trước khi đi ngủ.

Chợt ông Hồng Châu nói, nửa đùa nửa thật: "Tôi cho ông bà cháu Bích Khuê làm con nuôi đấy. Cháu nó có vẻ mến đạo. Ông bà dạy kinh bổn cho cháu rồi xin cho cháu rửa tội. Lớn lên thì cho cháu lập gia đình với anh thanh niên nào cũng có đạo, mà ngoan ngoãn, đứng đắn như… cậu Tuấn nhà ông bà ấy."

Tôi suýt phì cười, vội quay mặt đi. Anh Tuấn, thì đành rằng anh ấy không hư hỗn gì, lại đẹp trai và là con nhà gia giáo, nhưng anh ấy thích đùa nghịch và hay nói chuyện bông lơn lắm, e rằng không hợp với chị Bích Khuê. Vả lại, hình như cả anh Tuấn lẫn chị Bích Khuê đều không có tình ý gì với nhau.

Đúng lúc ấy thì giữa đêm hôm khuya khoắt có tiếng sáo vang lên. Lại cái anh Huộng (tên gì mà lạ lùng) ở nhà bên cạnh thổi sáo mong được sự chú ý của chị Bích Khuê. Thứ Sáu Tuần Thánh, ngày để tang Chúa Giê-su chịu nạn chịu chết chuộc tội thiên hạ mà anh chàng người "có đạo" này lại thổi sáo chòng ghẹo con gái, nhất nữa lại chòng ghẹo chị Bích Khuê của tôi.

Tôi ghét anh ấy, mặc dù bố mẹ tôi dạy "con phải bắt chước Đức Chúa Giê-su, yêu thương tất cả mọi người."

Chị Bích Khuê nghe tiếng sáo, vội xin phép người lớn, đứng dậy đi vào phòng trong. Tôi hả hê. Thế là chị Bích Khuê cũng đồng lòng với tôi, không ưa gì cái anh Huộng này.

QUYÊN DI

---

(1) phòng mặc áo: phòng ở bên cạnh cung thánh. Linh mục và những người giúp lễ mặc áo theo phẩm phục ở phòng ấy trước đi ra cử hành Thánh lễ.

(2) sang e-van: E-van (evangelii) là Phúc Âm. Theo nghi thức xưa, linh mục dâng lễ quay lưng xuống giáo dân. Sách Thánh được đặt ở bên trái bàn thờ. Linh mục đọc xong bài thánh thư thì chuyển sách sang bên phải bàn thờ để đọc Phúc âm, giáo dân gọi là "sang e-van."

(3) Bài thánh ca "Giọt Lệ Thống Hối" của Tâm Bảo.

Nhà thơ Phan Xuân Sinh
Đã vĩnh viễn ra đi - Để lại cho Văn Học Việt Nam chúng ta 3 tác phẩm trên đây và rất nhiều bài đăng trên các báo Văn Học trên hàng chục năm qua

PHAN XUÂN SINH

HẦU CHUYỆN CÙNG NGŨ TỬ TƯ

ta cũng bạc đầu sao chẳng ra chi
ngài bạc đầu làm nên việc lớn
thay dạng đổi hình như là chuyện giỡn
mà danh ngài lưu mãi ngàn năm.

ngài vượt qua cửa ải thoát thân
ta cũng trốn chạy năm lần bảy lượt
cái nguy của ta ngài đâu sánh được
rừng thẳm bể sâu tan xác như chơi.

ta mạt kiếp kẻ bất phùng thời
sống chết chỉ đường tơ kẽ tóc
thân rời rã hồn xiêu phách lạc
mê man mù tịt cõi đi về.

chí lớn của ngài thiên cổ chi mê
làm rạng danh một thời hoạn lộ
đầu bạc đã trả xong món nợ
còn ta thẹn mặt với cố hương.

nghĩ lại mình là đứa cùng đường
làm sao đây với trí cùn lực mỏi
tìm đâu, tìm đâu ra minh chúa
giữa bến mơ xã tắc loạn cuồng.

thời nhiễu nhương chim lạc, chim hồng
cũng đành phải bỏ trời xếp cánh
người với ta cùng quê người đất lạ
ta hư cả đời ngài đã thành danh.

NGHE CHIM HÓT TRÊN ĐỒI 55

nằm trong hầm, lắng nghe chim hót
mà tưởng mình đang sống thái bình
tiếng sung, tiếng chim. Nghe buồn lạ
vây quanh ta giữa chốn đao binh.

chắc bây giờ em vừa bát phố
đang ung dung trau chuốt sắc hương
tìm phấn son, thay đôi giày mới
thong thả dạo quanh những con đường.

ta vẫn nằm. Trên đồi gió thổi
chim hót ban ngày, pháo dội ban đêm
em cứ chạy theo từng mốt mới
còn ta, uống rượu để tìm quên.

trên đồi trọc, cỏ không kịp mọc
sống chết một đời có nghĩa chi
khi tỉnh giấc, ngó bên rào chim hót
lòng ta đau, nhìn mãi cuộc tình đi.

như thỏi son môi. Không còn thắm
nên em quên một thứ chẳng cần
ta bấn loạn, cơn đau cùng cực
chào thua. Em trong cõi trầm luân.

PHAN XUÂN SINH

Nhà thơ PHAN XUÂN SINH
1948-2024

Phan Xuân Sinh sinh ngày 2-1-1948, tại Nại Hiên Tây, Đà Nẵng. Định cư tại Hoa Kỳ từ 01-6-1990 và cuối cùng sinh sống tại Texas. Đã cộng tác với các tạp chí Văn, Văn Học, Hợp Lưu, Chủ Đề, Phố Văn, Làng Văn, v.v. và website Talawas, Da Màu và các website khác.

Tác-phẩm đã xuất bản:

Thơ: Chén Rượu Mời Người (chung với Dư Mỹ, 1996) - Đứng Dưới Trời Đổ Nát (San Jose CA: Tạp-chí Văn, 2000) - Khi Tình Đang Ru Đời (TpHCM: Văn Nghệ, 2008) - Tát Cạn Đời Sông (Houston TX: Văn Chương, 2013).

Truyện và tạp bút: Bơi Trên Dòng Nước Ngược (Sông Thu, 2004) - Sống Với Thời Quá Vãng (Hợp Lưu, 2009).

SAN PHI

Ủ, ANH NỖI NHỚ.

Miên man, trong giấc.   xa
Tôi
Mà gần tích tắc
Như lời của.   âm
Thổi vào tai tiếng thì thầm
Nửa si mê gối
Nửa chăn ngập ngừng
Với tay níu một
Khắc
Xuân
Thèm mê ảo giác
Huyền.
Trần gian say
Cầm. mình vào triệu giấc mai
Hương len lỏi khắp cùng khai sơn
Trùng ...
Cho làn nắng ấm ngập tràn
Thì anh ơi!
Ta bước lần về nhau
Biến.   từ em
Chữ nhiệm màu
Dấu môi len lén vào sâu giấc tình

San Phi
23 janvier, 2024.

LẠC HỒN

Gió thổi mây
Gió thổi hoa
Thổi tôi giấc ảo sa đà
Khúc mê
Vào anh quên bẵng lối về
Gió ơi đừng thổi
Ta nghe lạc hồn
Ta như nghe thấu cô đơn
Ta rưng rưng sợ hoàng hôn tan ngày
Ta khóc khi chiếc lá bay
Ta đau khi đóa trăng gầy ruột
Quên
Lạnh lùng như chưa từng quen
Điếng lòng một thuở nào nghèn nghẹn xa
Ừ, còn ta và chỉ ta!
Níu- Buông- Mê- Tỉnh, thức
Là cơn mơ

SỢI KHUYA

long lanh sợi gió luồn tay
Nhớ ai có lọn tóc cài vào sâu
Ngón luồn se sẻ vào nhau
Đêm khuya nắng ủ giọt nào chờ sương

Sợi khuya mong manh vấn vương
Luồn vào hang hốc tình vườn cổ thi
Bút chưa ráo mực hồi quy
Đã mang mang khối tình si rực quỳnh

Từ anh níu một chút tin
Đá trăm năm nhuộm bình minh vợt hờ
Sợi khuya mang yêu thương mơ
Mà gần như
Đã dây tơ buộc mình

SAN PHI

San Phi 18.2.24

NGỌN NÚI ĐÀO HOA [6]

Gió muốn nói gì, sao cuốn vào ta buốt da thịt .
Mưa muốn nói gì, sao phủi sạch từng cánh hồng đào rơi ”

Lần trở lại khu rừng ngàn dặm” Thập Lý Đào Hoa “.

Ta nghe tiếng gió gào thét giữa lưng chừng hoài ưu lãnh sắc, âm hương xưa dường như trở lại, song chiếu nhân can, ta cảm tưởng như có hàng vạn ánh mắt sắc bén nhìn chăm chú về phía ta, Một mảnh vân hoàn thắp lên nghe nhịp tim đập liên hồi.

Một rừng đào hồng rơi lãng đãng, phủ kín địa trần thiết đặt, phi phiêu nhiên mang những bông tuyết trắng tinh, như làn da thiếu nữ ngọc băng tý hàn, lòng ta tương mang trước vẻ đẹp tinh tế mà tạo hóa đã mang ta lạc vào giang sử nhân dữ nhất.

Từng cơn rét đậm buốt thịt da, Ta hít một ngụm khí lạnh vào miệng, hơi thở ra bỗng hóa thành sương trắng cơn lạnh gầy nắng xanh xao, cuốn theo chiều gió từng cánh hồng đào phất phơ những tàn cây đung đưa, ta bỗng thấy lòng mình băng tuyết, như vừa chia tay anh hôm qua.

Cảnh tượng lập lại trong ta, ta không còn phân biệt đâu là thật, đâu là mơ.

Ta liên tưởng, ta và anh còn nợ nhau nguyện tình khuê trung, một thuở nào còn vương vấn chăng?

Vườn đào lại chín rồi đó anh!

Từng cánh hồng lất phất rơi, luồn phong bất đới yên nhẹ dịu, gió trời như cố chi cùng cơn băng tuyết tâm can, dao liên hoa như réo nhặt hồn ta từng cánh hồng úa, như chính anh, lạnh lùng như bắc cực, dù nắng còn long lanh chút thủy tinh vàng trên cành hoa yếu đuối. giang thượng sử vân sầu đơn lẻ.

"Là một khúc đoạn hữu luân phải thế không anh ?".

Ngày ta gặp anh, ngay tức khắc, ta nhận ra số phận đã an bài cuộc gặp gỡ định mệnh.

Duyên phận giữa ta và anh, kiếp trước có thể là rất sâu, trải
qua bao kiếp sống ngàn năm vẫn hội ngộ tương phùng.

Ta ước thời gian ngừng lại để ta có thể đắm mình thật lâu vào vườn tình địa đàng, hư huyễn đến mê hồn, thật như đã hẹn nhau, từ tiền kiếp phải thế chăng?

Tận cùng sâu thẳm con tim nhớ nhung, cái nhớ quay quắt
dường như lay động đất trời!

Ta thiền với tâm tình trầm lắng, như cố níu kéo chút ngày còn lại, lòng nhủ thầm, khi nhìn qua ráng trời pha sương cô quạnh tịch liêu. Bất sử sầu nhân lặng lẽ đi qua đời ta nhẹ nhàng không hẹn ước.

Ta nghe như đất trời thay áo, một cơn gió nhẹ nhàng cũng làm ta ngây ngất, gió nhẹ lay vang lên những âm điệu thanh dao khả lướt thướt thang ty huyền. một khúc hát xa xưa thoảng hương đầy thơ mộng, xua tan đi cánh băng giăng đầy trong tim, khi ngọn khói nắng phiêu du.

Chẳng hiểu vì sao!

" Dường như kiếp trầm luân hoang sơ, và ta nghe như có
làn hương mộc miên bay trong gió ".

Tinh sương trong làn gió bay
Rót vào ta nghe như bóng gầy
Viết lên hương yêu nồng nàn
Bản tình xưa lẩn thức mây

Ta ôm cánh mộng mê tìm nắng
Khi đêm về khuyết sau dấu chân

Ta tắm mình bằng giọt u buồn
Phủi sạch mắt tình hằng vương, chăng?
Dài như nắng và xa như yêu anh
Phút mê hồn lướt qua ta phủ sóng
Lung linh như giọt sương còn đọng
Gió lay …
Sợ rơi mơ nhiều.

không dưng mây đen trong chiếc gió đã vỡ đêm qua, thức chầm chậm nhẹ nhàng đau đáu thuở xa xưa, một câu chuyện tình kỳ bí, nỗi nhớ mong tràn ngập trong từng hang hốc tình.

Trong anh, trong ta, lắng đọng thiên thu ,

Tuyệt vời làm sao từ vần thơ vẫn âm thầm dậy hương, vương vương giọt lệ ngân can tình nồng chưa từng tan biến, lời hẹn ước sống mãi trong tiềm thức ta, như khu rừng ngàn dặm thập lý đào hoa rơi xuống tận cùng, dưới chân trời miên man vô tận.

"Ta- anh, ôm từng con chữ ướt lệ".

Dẫu có ngậm ngùi níu trên khoảng thinh không hư huyễn, ta tìm thấy nhau qua giấc mộng. Và bài thơ tình yêu xa ngọt ngào tha thiết ước hẹn "ra đời".

Những ghi chép lại qua từng sát na, khởi lên một vùng trời diễm tình mơ mộng.

Ta buông xõa cánh mềm hệ lụy, để mặc tình rung cảm cuốn trôi hồn ta bồng bềnh phiêu lãng, ta ngây dại như nguyện chấp nhận sự ràng buộc của con tim.

"Như con thiêu thân lao mình vào lửa".

Ta vùng vẫy trở chiều nào cũng buốt nhói, ta lao vào anh, dù biết rằng cửa chết cũng nguyện cam lòng.

Ta lao vào anh như một cánh chim tự do bay lượn bồng bềnh phiêu lãng trên không trung, ta mường tượng chạm vào từng góc khuất, nhung nhớ, yêu thương, dỗi hờn…

Khi nỗi cô đơn giằng xé cứa rát lòng ta rưng rưng. Cầm mình ngập ngụa dòng chảy từng đêm tắm mình, không ào ạt mà rả rích, từng giọt, từng giọt, từng giọt, đủ ngấm, đủ đọa đày ngọn cỏ xanh non.

Có chăng, ta vẫn bình thản ngắm nhìn một nhành hoa lạc, biết rõ là chẳng thể phục nghinh ở lại, biết rõ là, chỉ một cơn gió nhẹ thoảng qua cũng đủ sức cuốn vào không trung.

Ta gặp anh từ những giấc mơ, biết rõ là chẳng thể trở mình, anh là người mà ta chấp nhận đời này trầm luân, vẫn nhắm mắt buông thả mình lạc vào mê trận.

"Ta nguyện mãi yêu anh ".

Nếu có thể yêu thương thêm một ngày thì yêu thêm một ngày, nếu có thể yêu thương thêm một giờ thì yêu thêm một giờ, hoặc nếu, chỉ có thể yêu thêm một phút, một giây, ta vẫn chọn yêu anh.

Dù, ta và anh đều hiểu, có tiếp tục đi tiếp cũng chẳng có tương lai. Ta - anh, đều hiểu sai người và sai cả thời điểm, nhưng chẳng thể nào dừng lại.

Thơ xưa về từ mong manh
Gieo vào đời ta hạt giống tình
Bút còn lưu hương nồng nàn
Uống mơ xa trăn trở đêm

Anh chuốc say ta bằng men mực
Như phép màu biến hóa đường tơ
Ta khát từng giọt mắt mơ hồ
Ước hẹn cùng tình lỡ làng trăng

Vị của muối và mật của xa xưa
Giọt bắn tình êm như khúc hát

Ta yêu dường như đôi chim lạc
Khẽ thôi …
Em sợ tan chiều.

Trên dòng đời đầy ngổn ngang, dấu một thời hoa rơi tê tái đầy lá vàng, lất phất trong không gian, những chiếc lá rơi tựa bức màn không.

Bất chợt, một ánh nhìn xa xăm, một nụ cười thánh thiện, một bờ vai vương màu rêu đá núi thiên dạ lạc phi miên.

"Xa lạ, bỗng thân quen".

Trong lòng ta dậy lên niềm cảm xúc tuyệt vời.

Ta -anh- chúng ta, chẳng ai có đủ mạnh mẽ, kiên cường, trước trêu đùa của thượng đế.

"Anh bảo chẳng thể thay đổi định mệnh,
Nếu yêu thương là số phận thì sao phải kiếm tìm ".

Trải qua từng hơi thở cuộc đời, lửa mặt trời thở dài nỗi niềm miên viễn. ru vào cõi trần ai mộng mị, âm ỉ câu hát du dương, bản tình ca bất tận.

Ta-anh- chúng ta, có thể gồng mình tỏ ra mạnh mẽ, tỏ ra yêu đời, nhưng cái xót xa tiếc nuối tận cùng sâu thẳm, hình bóng vấn vương, khiến con tim xé toang cái khoảng thinh không ảo diệu, càng tỏ ra mình ổn thì bản thân càng gào thét, càng mạnh mẽ thì càng yếu đuối, càng cười nhiều thì càng thấy trống trải, càng vô tư lại càng lắm ưu phiền.

"Làm sao, ta có thể ngăn nắp tâm hồn lành lặn đây".
Anh bảo rằng ta hay tận hưởng niềm vui hiện tại, những cảm xúc tuyệt vời như một người tình, nguyện bước bên nhau.

Cảm xúc của ta và anh là một thứ gì đó nhỏ bé có phải

không anh?
chỉ xuất hiện trong từng khoảnh khắc nhỏ, nó "giam mình".
bởi những nguyên tắc của bản thân mỗi người.

"Mà có nguyên tắc nào không thể bị phá vỡ phải không anh?".

Thời gian, những sắc màu ấm nóng, vô thanh, mong manh mơ màng hư ảo, sẽ nuốt chửng ta từng phút giây.

Nhớ người
Người có biết chăng
Màu áo xưa
Đã phai dần chỉ thêu
Nhưng sao chẳng phai tiếng yêu!
Người đã xa nắng đã tiều tụy mây

Soi mình ngắm. giọt - say- cay
Đêm từng đêm
Bóng ai cài phất phơ
Trăm lần thức. Níu trăm mơ
Trăm lần thao thiết ngu ngơ
Tìm.   về

Khoảng trời riêng
Giăng giăng mê
Sương khuya chiều đặc
Phía xa xăm tình
Người đi để lại chút tin
Để ta ôm lấy lòng mình. thiền mơ

Rồi ta hiểu rằng, không có một điều gì có thể dễ dàng có được như mình mong muốn, dẫu rằng sẽ có những rào cản, thử thách, muốn đạt được những điều mong muốn phải cố gắng rất nhiều, tình yêu không là một món quà tặng, mà cần lắm sự cố gắng hết mình để nhận lấy.

Đã bao lần, ta rằng như chết đuối ngập ngua, ta gồng mình tự ta chiếc phao cứu lấy ta.

Tuổi xuân lặng lẽ đã qua đi không bao giờ trở lại, ta ngắm nhìn lạc phi hoa nằm trơ mong manh. nở rồi lại rụng bốn mùa, Xuân- Hạ -Thu -Đông.

Nhưng con tim có những lý lẽ riêng, ta vẫn ngây ngốc âm thầm đợi chờ một kỳ tích.

Ta sợ những giọt nắng chiều buông, là thấy lòng ngây ngây buồn, giọt nắng chiều hình như đang khẽ nói, nắng đang yếu dần, rồi sẽ tắt.

Ta vẫn cố bình thản ôm lấy lòng mình, vẫn bình thản nói:

"không sao, ta vẫn ổn"...

Yêu chưa trọn nên lòng còn tiếc nuối, những sắc màu xanh tươi tắn ra sao, rồi cũng đến ngày sẫm màu, vuốt ve khoảng thời gian dài như vô tận, đến tận cùng đời…

Ta ngày ngày ngóng đợi một sự tồn tại vắng bóng bên đời, như một cánh thiên đi đã từng phục nghinh trên ngọn cỏ biếc.

Ôi! Bóng hình ai đã phảng phất ngang qua rồi phất dạng, dạ tiếu vấn giữa cõi trần gian này.

Rồi nắng tan đêm đến, anh rời đi, cõi nhân sinh này chỉ còn lại mình ta.

Ta thét gào tự hỏi, rốt cuộc mình đã làm sai điều gì, mà chẳng thể giữ lại nổi một con người?

"Một cánh hồng đào nhỏ
Mang mang vạn trầm luân".

SAN PHI

Govap November 12, 2023

HÀ NGUYÊN DU
Biển Và Em

Vượt ngàn mông mênh lướt gió bồng bềnh…

Chuyến khứ hồi em vượt hơn ngàn cây số khiến anh bất ngờ về sự thành công dễ dàng của em…

Anh luôn có ý nghĩ bình sinh là con gái thường thiếu bản lĩnh vượt khó. Nhưng rồi ý nghĩ của anh đã sai khi niềm vui em mang về.

Sự ca ngợi và tôn vinh hết lời khi đặc tả về nhan sắc của đóa hồng biết nói qua bút pháp Đại Thi Hào Nguyễn Du:

"Làn thu thủy nét xuân sơn
Hoa ghen thua thắm liễu hờn kém xanh
Một hai nghiêng nước nghiêng thành
Sắc đành đòi một, tài đành họa hai"

Và thời đại sau này, có lời khen mà anh thấy thực tiễn và hay nhất, làm anh thích hơn:

Phụ nữ là tặng phẩm của Trời ban xuống cho nhân gian…

Chính xác luôn: *Em của Anh … là tặng phẩm!!*

Hương sắc em toát ra một cách tự nhiên, không cần gì phải có đôi mắt tinh tế mới nhận ra…

Và anh đâu ngờ rằng em có thêm bản lĩnh làm anh giật mình. Em thể hiện vượt qua ý nghĩ anh: *"Thân gái dặm trường"* hay *"tấm thân bồ liễu"* Thế là em đã chiến thắng vượt ngàn nắng táp mưa sa"!!

Ngày tháng anh luôn miên man trên đường thơ lối chữ nên anh thường lướt qua những chi li của bao diễn biến sinh hoạt đời thường xuôi ngược bôn ba!

Như thường khi đi làm từ thiện, một việc làm mà em đam mê như con đường nghệ thuật chữ nghĩa em đang đi. Với lòng từ tâm như Phật, em không quản ngại vượt đường xa hay băng qua núi rừng thôn dã.

Anh thường chúc :
Em an lành
Em suôn sẻ
Em vui khỏe
Em thành công

Bỗng một hôm em báo tin rằng em đi biển hai ngày…
(Em thường thích chinh phục núi rừng và biển cả, như em đã từng) Thế là anh lại cũng chúc em sức khỏe, bình an và suôn sẻ cho ngày đi lúc về…

Và rồi hai ngày trôi qua, em trở về… Em chỉ kể cho anh nghe bước chân gian nan khi em tìm đến biển, đến núi đến chùa đến tháp và em thắp nhang cầu Phật…

Em gửi trên 20 tấm ảnh em chụp khi em bị trượt chân té làm ướt đẫm áo quần *(em không bị thương tích gì như kỳ đi núi trước đây)* Em bị ngã nhẹ xuống nước vô tình làm em hứng thú hơn và em tắm biển luôn (với quần áo không phù hợp cho đi biển có mục đích để tắm…)

Dưới đây bài thơ anh làm theo ngẫu hứng khi nhìn số ảnh em chụp khi tắm biển :

Biển & Em

Biển mừng có ...
ngọc em trầm !!
Có trăng em ngọt ...
hương âm tự trời!!

Núi ru làn sợi tóc
em phơi
Nắng reo khoan

nhặt lả lơi rất tình

Hồn anh mở
hội cung nghinh
trái tim như đã
đứng hình khát khao!!
Sóng mừng …
sóng gợn phiêu dao
Sóng như dậy sóng
dạt dào da em!!
(tối xuất thần khi xem ảnh em tắm biển)
hnd / 6:35PM Feb 22/24

Sống, thường khi như một phó thác thả trôi cuốn theo dòng thuận - nghịch lưu, có khi im lặng như tờ, có khi đầy kịch tính sinh động... *Nhưng sự sống luôn đồng nghĩa hay với động với vọng nhân tình. Nghĩa là sự sống chính là động và sự chết chính là tĩnh!!*

Thế là mọi di chuyển hay đổi thay dù là dâu bể hay với trạng huống nào cũng là một sinh thái tất yếu biến thiên của vô thường !!

Đặc biệt đáng chú ý ở em là điểm nào cũng mang bản sắc thật nổi bật và rất riêng. Rất riêng của chính em mà không sao nhầm lẫn với tạp nham!

Nổi bật gây thích chí lắm thay, là em rất thích chinh phục núi đồi, rất thích ôm chòm biển cả và rất lưu tâm đến chùa chiền, nhất là điểm quí cần ca ngợi là việc say mê làm từ thiện của em so ngang với con đường hết lòng vì thi ca của em...

Em là con gái nhưng có bản lĩnh và lý tưởng rạng rỡ như đấng nam nhi!!

Một việc làm của em, khác chi một người đi, một lữ khách đường chiều, một hiệp sĩ mài cung luyện kiếm. Điểm đi và đích đến của là hình ảnh của thanh thiên bạch nhật. Có thể so sánh theo cách khác là như em đang cầm tay lái một chiếc xe, luôn phải đi trên lộ trình có nhiều ngã rẽ trái phải và lắm quanh co…

Em tự tin về ngã rẽ chính em.

(Như trong tình yêu hay trong hôn nhân gia đình mỗi con người, nào khác chi!!) Nào khác chi như chính anh và ơi như của chính em!!)

Ơi ngã rẽ nào khiến xui
Hai ta là chinh nhân bại cuộc phế đời!!
Em hồng nhan thương tích chia phôi
Ta cùng băng bó nhau đây rồi!!
Anh và vó ngựa què ngã nghiệt buông xuôi!!

Bốn mắt lệ ta rơi hơn cả mưa rào!!
Tóc rối em bay trên đường lao đao!!

Thơ gây sống thần ...
Sóng nhăn văn lòng bể nhân ái!!
Em của ta ơi chút nào em khờ dại?
Chút nào em vượt trội tài năng?
Sao con chữ tuôn ra tỏa ngát hương trời!!
Ai là ai chẳng cần biết ai ơi!!
Bình đẳng dưới nắng mai chan hòa tình người...

Bình minh lên cùng nhau nâng ly rượu
Quên chung thân quên cả thuở đan tay!!

Ơi! khi viết quên thuở đan tay...
Khơi ta nhớ bài thơ nhiều cảm xúc này:

Đan Chân Như

Mạch
Hạt
Giọt
Tia
Bừng sinh Khí

Trái đất tôi

Rung từng cơn
Động kinh!!

Bàn tay thần thánh
Em lay nhẹ…
Trăng cũng vỡ
Tang tình mảnh
Nhuỵ tinh!!

Ô hay!!
Ngãi lú từng
câu chữ…
Ta chết đê mê
Nhịp địa đàng

Hồn trinh
Ta chẳng còn
nguyên thủy

Tiệp màu lá xanh em
Xanh thiên thanh
Để nhẹ bước sen
Về tiên cảnh

Hợp hôn
10 ngón
Đan chân như!!
hnd / 7h05 / Jan 22/24

Hàng ngày ta như tên phi công lái chiếc tàu bay trên không gian vũ trụ chữ nghĩa, ngất gió say mây nhưng hồn vẫn nhớ em . Có những thời khắc uể oải ta nhảy vào quán:

Tay ta nâng cốc cà phê vui!!
Thơm nức nghĩa tình ơi…
Nụ cười nở tươi trên môi!!

Lời thơ câu văn lan tỏa quanh người...
Lắm khi có những ý nghĩ so sánh thấy đời bị vây phủ nghịch lý:
Bảo sao người hơn loài vật ở lý trí …
Mà sao??
Kia vật ăn cả thảy thịt!!
Đây người cũng ăn cả thảy thịt , than ôi!!
Bắt chúng ta phải hỏi nhau:

Người hơn vật ở chỗ nào??
Thế giới ơi thế giới mỗi ngày tăng cường dối gian.
Thế giới ơi thế giới mỗi ngày biện bày đàn hặc.
Thế giới ơi thế giới mỗi ngày xé thịt chia phần
bôi mặt đá nhau bươi tối móc bại!
nhân danh ỏm tỏi dân chủ nhân quyền!
kéo nhau ra tòa bày trò pháp luật!!

Thơ ơi! Thơ lỗi thời không còn ai thích đọc
Văn ơi! Văn cũ mèm không ai đoái hoài
Chỉ còn máy bay bay không người lái
Chỉ còn tên lửa xuyên lục, siêu thanh
Chỉ còn bom tấn dùng tay nhấn nút
nhấn một phát thế giới tan tành!!
Ơi! sắc thị không không thị sắc
Và tình yêu đôi ta sẽ ra sao
với không không và
không không
em nhỉ??
Anh …
luôn
Hỏi
Biển &
Em!!

HÀ NGUYÊN DU
5h:15 PM Feb 24/24

LỤC BÁT MỀM…

1. Giải tinh nén hoa

Giải tinh hoa gửi gió ngàn
men âm hương đọng khẽ khàng tháp đôi
lá xuân ru ngọt bờ môi
trăm năm chỉ một khắc thôi cam đành!!
phù vân ngã rối tơ mành!!
ngón tiên em phủ màu xanh địa đàng
tơ run tích tịch tình tang
thì xin hoà khúc âm nàng điệu tôi

mầm sinh sôi ta giao bôi
bên em nắng gió xin thôi cuộc cờ!!
ta em dồn cả hồn thơ
đuổi tinh rượt nhuỵ dật dờ bướm ong

lúa yêu ngậm sữa đòng đòng
ta em gieo cấy tuồng không phụ phàng!!
vào nhau cho thoả kinh bang
nhẹ tay tế thế không hoang phí đời

giải tinh nén hoa
gọi mời trăm năm em
khắc giao bôi cũng đành!!
hnd / mùng một tết buồn nhớ em
2024- 7h5 tối Feb 11/ 24

2. dẫn mạch về tim

long lanh hạt ráng hoàng hôn
ngón khiêu trầm tích ngõ phồn thực âm
sương Xuân đêm mọng nhú mầm
em thơm đài các sắc chăm chút mềm
trăng soi rộn ràng cánh chim
tình yêu dẫn mạch về tim phượng thờ!!
(Mùng 4 tết)

3. em ngôi ngai...

ta còn thao thức vì nhau
nhớ như nước cuộn sóng dào dạt thương
ngày tơ tưởng đêm vấn vương
phao thơ tế độ tỏ tường lập ngôn!!
gối trăng nệm hoa ấm hồn
em ngôi ngai đó còn tôn vinh nào??
(trưa mùng 2 tết buồn quá phải đi
cà phê cà với thơ cho phê ...)

4. **môi em là nhịp tim anh**

Môi em là nhịp tim anh
Mắt em là ánh bình minh soi đường
Buồn vui em là tấm gương !!
Cho anh rõ nét Yêu thương là gì?
Cho anh vọng ngưỡng Hoa Quỳ...
Lòng Thơ róc rách Xuân thì Suối reo!!
(hnd / 5h20 /15/2/24)

5. Ơn em

Ơn em để chung gối nằm
Kể môi ấp má Thì thầm thấu canh.
Chờ khi em gọi tên anh
Mới mong đất đá Cây cảnh trổ hoa
Ơn em ấm tim chan hòa
Và ru giấc ngủ massage mộng tình

6. Chung gối "1"

Làn sương Màn gió Bóng mây
Hạt tương giao Nẩy mầm say Ngật ngừ!!
Ta em Chung gối Hương lư
Trăm đời Ngàn kiếp Chiếu từ Điển quang
Ơi em là Nguyệt Là trăng
Soi ta Muôn dặm Ngàn trang Sử tình!!

HÀ NGUYÊN DU
hnd / (Nhập thần bất chợt từ em"
Now 01 / 24 /8h05'

NGUYỄN - HÒA -TRƯỚC
Lên đồi múa với thông

"Cuối tuần là hạn chót nộp bài kiểm tra tháng. Tập câu hỏi nhà trường phát cho, về nhà, lỡ bỏ vào máy giặt mất rồi!... C' à c'est si drôle!... Dị thật đấy! Anh cho tôi mượn chép lại… Đi!"

Giọng như lưỡi lúa, bén ngót. Làm sượng sần cả cây bút trong tay!

Cô ta làm quen mình trước. Hay thật!

Đôi khuyên tai hình ngôi sao chẻ sọc đong đưa. Chúng đủ dài nên đủ nặng để kéo khoảng cách gần lại. Và lấp vào đó mùi hoa khế. Khuôn mặt thật rạng rỡ! Như quả xoài non no nê nắng sớm. Như giọt sương mai đã thẩm tận tinh tuyệt của đêm. Như màu ngà-sáng của thứ sữa yaourt pha nước đá đập nhuyễn những buổi trưa hè ngái ngủ Đà-lạt ngồi mút mít từng muỗng nhỏ dưới mái thiếc lóc cóc tiếng nắng nứt vỡ trên đầu nơi quán nghèo nhưng có hai chị em cô chủ giàu lòng thông cảm cho ghi sổ nợ trên đỉnh dốc Nhà Làng Minh Mạng.

Không thể tìm thấy dung nhan đàn bà nào gây xao xuyến như của cô. Nó như chiếc ngài đã thoát xác. Nó như bụi vân vụ tụ thể hài. Còn đôi mắt nữa chứ!: mình bị tê liệt ngay khi chạm phải: dưới hai hàng mi là các tàng ô, chúng như hai mảng trời trong trẻo vướng vương lại bằng hai hạt nhãn đen nhung ve vởn, xoa dụ, này nạy nắp lòng mình ra, chui vào, tá túc.

Có cái gì hơi so le giữa đôi mắt và giọng nói. Cái thứ nhất: thăm thẳm, hiền lành; cái thứ hai: ngắn, sắc: cô mượn bài mình mà như... ra lệnh: sức mạnh dồn cả vào chữ cuối cùng, đánh bật gốc cái thế tĩnh tại điềm nhiên!

Thôi, đành! Giữa giọng nói và đôi mắt, phải lụy một.

"Đây. Cô cứ tự nhiên. Chỉ cần nhớ mang vào trả cho đúng ngày."

Nói thế, nhưng tôi cứ giữ khư trên tay tập giấy, chưa đưa sang, vì cứ lâng lâng sao ấy (như tác dụng của ngụm trà đậm sớm mai lúc bụng trống) khi nghĩ đến phút mắt mình phải chạm vào mắt cô.

"Yên chí. Chắc là tôi không quá tệ để phạm lần thứ hai cùng một lỗi lầm."

Như chợt nhớ đã bước quá nhanh, ép lòng, dừng lại chờ ai đó phía sau, cô gọn lõn:

"Tôi về chỗ. Sắp đến giờ học rồi. Cảm ơn. Ch..à…o!"

Lưng quay trước khi câu hết. Thớt ngực nhăn nhăn vì tia gió nào thổi từ trong. Cô đẹp quá! Như giống hoa có khả năng hớp hồn người ngắm và kéo rễ dưới chân hắn. Vòng trên không gồ ghề như cách nói! Nó là đối cực; nhưng dáng đi kia, mềm như một con suốt tơ mỏng, ngắm từ sau, hình như gài sẵn ngón phủ chụp của một vồ đánh ngược!

Hơn một phút, không nghe tiếng ù ù buồn nản của máy lạnh. Nửa phần còn lại của buổi sáng treo võng ngủ ngoài cành so đũa bên cửa sổ.

Buổi vào lớp vui nhất kể từ mấy tháng nay: con-tằm-học-viên cách biệt đã tự ý phá vỡ màng tơ bao bọc chiếc kén của nó.

*

1

Các con lộ ngắn đâm bổ vào nhau lắm khi rất ngang ngược. Vướng núi đồi nên chúng bị cắt ấm ức từng chặng. Những tên phố đan xộc vào nhau, rối rắm. Đường quanh tròn như cuộn nhang vòng. Tìm ra địa chỉ, quả là thách đố. May là ở đây không có nhiều nhà cửa; và số nhà, y như ở Việt-Nam, chỉ có 2 đơn vị, chẵn lẻ trái phải, thoáng qua là biết ngay. Và lại, khung cảnh rất êm ả. Đi dạo dưới những tàn xanh bóng xăm lốm đốm mặt trời lượn là theo tiếng hót chim đã vực dậy được nguồn mơ mộng ngỡ chừng đã mai một.

Tôi đậu xe giữa hai hàng cây dầu, nhiều bóng mát. Tiếng vỏ xe rốp nẩy lên khi lăn qua hàng quả khô như quả sim, nhưng mấu khá nhọn. Gài số thắng cẩn thận. Từ đây lên nhà Thơ không xa, song sẽ mất nhiều phút hơn vì phải băng chéo mấy con lươn đã róc nhựa vương vãi đá vụn. Những tháng mưa, đường trơn, phải trông chừng bước chân. Lúc này, mùa khô, mọi thứ trở nên dễ dàng. Nhưng việc gì phải vội. Buổi sáng còn nhiều. Không nên mặc cả với thời gian. Không nên chi li quá trong cuộc sống. Tôi tự nhủ: tôi đang tự do. Cứ nhẩm nháp đã! Chắc chắn là lát nữa khi gặp cô, tôi không còn phởn phơ thế này. Trước cô, tôi cứ như người vừa bị lột sạch hết căn cước của mình. Chỉ lớ ngớ nhìn cô, chờ cô ra lệnh gì đó rồi thực hiện, y như con rối. Hoặc chỉ là cái bóng của cô in xuống sau làn ánh đủ sáng. Là một sự lặp lại, y khuôn. Tôi biết, và thấy 'tự ái' với chính cái biết này của mình!

Sau khúc gập bên phải dựng cao tấm biển Freeway Entrance và hàng chữ cấm người đi bộ hoặc xe ván trượt. Tôi khựng lại, lộn ngược về. "Lạc rồi!" Tôi cười nhạo chính mình. Không phải lần đầu tôi mất phương hướng. Vòng ôm thật thơ mộng. Nó kéo tôi vào. Độ nghiêng của nó lùa tôi xuống. Tôi ngỡ đó là lối bộ hành. Cả hai đều gây thích thú cho một màn nghịch phá học trò (đoạn đường này giống y như đoạn đường tôi vẫn đi về từ phòng trọ đến lớp học nơi thành phố cao nguyên bên kia biển). Tôi để ý tất cả mà lại đãng trí với tất cả. Cứ nghĩ tới Thơ là đầu óc tôi như dầm trong thứ nước đường ngọt quánh, dẻo dẹo như mứt dâu chẳng hạn. Nơi tôi đang đứng là gò lài. Hồng đại đóa bao kín bờ tường. Nhìn tút dưới là khoang vàng xám lấm tấm bụi. Trông lên là tầng xanh ngút, có khi được chạm nổi bởi những chòm dương xỉ chảy xiên đưa tầm nhìn dần xuống mấy ô vàng tươi hoa tiểu hướng dương.

Khá nhiều dốc ngược. Từ trên nhìn xuống thấy được lối vừa đi qua. Như một đoạn đường đèo ngắn. Ngõ ngách, ria ngang dọc như những nan quạt, lưng lượn lờ kiên nhẫn công kênh các cành lá mục lưu niên nằm trên. Con người biến thành vật tĩnh giữa trùng xanh mộng của thảo mộc. Chim chóc liệng đi liệng về như dệt cửi, ríu rít như họp chợ. Hẳn nhiên, đã từ lâu, chúng mặc nhiên xem đây là vương địa của chúng.

Cây cối dầy lớp đã ngăn hầu hết hơi thở phả vào từ cái xã hội rộng lớn ngoài kia. Lõi đất này như bị rách lìa từ cái tổng cơ phận nào đó sau một biến động địa chất. Nó lạc lõng, ngơ ngác. Ngay những bản đồ địa dư in ấn chỉ vài năm trước cũng chưa cho nó vào danh mục. Hình dạng của nó, nhìn từ cao xuống, không khác chi một cánh tay khẳng khiu, e ấp chìa ra như thể chào đón những người kém may mắn, không đủ lực về tài chánh để chen được chân vào khối hoạt náo dưới kia. Nó mộc mạc, biệt lập, cam chịu.

Với tôi, nó lại hoàn toàn là cõi hiếm quý, mát mẻ, thoát tục, nơi tìm về giãn nghỉ báu vật sau một ngày buộc phải tạm bỏ đi tìm sinh kế.

Ngó đồng hồ: còn 15 phút nữa. Tôi nửa muốn chui vào hốc cổ thụ bên đường, nửa muốn leo nằm khoèo trên chái gỗ cao ngang tầm mái có gắn cái chong chóng hình con gà trống mỏ đỏ đang quay tít của căn đầu tiên của khu gia cư này (từ đó, tóm được suốt một góc thị trấn). Nhưng cuối cùng chỉ chặc lưỡi, quay ra.

*

Nhà của Thơ thuộc dãy chưa tới mươi nóc gia ngụ trên cùng của vát rừng nguyên sinh ấy. Nó nằm cuối con đường cong bán nguyệt, như trồi lên dưới chân trời từ cụm dương xỉ đen đúa to lớn không khác gì chú khỉ king kong trong phim ảnh khi bước chân của tôi vừa đến đỉnh dốc. Sơn màu cánh sen. Như đắp phấn lên mặt của đất trời. Một tách biệt e ấp khỏi cái khuôn đồng dạng của xây dựng truyền thống; một kiến trúc gỗ nho nhỏ, ấm, thân mật, thu vén, làm dịu đi bầu khí dầy lạnh của cả vùng. Nhìn từ dưới lên chẳng khác gì một chiếc ao nước đã cạn và cây non thay cho rêu đang chia nhau rất công bằng chu vi hình thang. Rừng bạch hương gỗ hồng láng óng (như thân dáng đàn bà cũng rất e ấp tách ra khỏi cái khung giáo lễ của xiêm y; nhưng nơi giáp nhau của thân và hai cành to tẻ lên như chiếc ná lúc nào cũng có một cụm lá khô vướng vào thì từ vị trí tôi đứng nhìn về, dầu người có thánh ý đến mấy vẫn không thể không liên tưởng đến điểm-họp-bạn ấm cúng khêu gợi nhất của người đàn bà!) cành lá thoáng cao ngan ngát thơm - mà khi lặng gió, mùi thơm như có sức nặng - và rừng sồi rậm thấp xen kẽ nhau từng dặm. Con lộ tẻ mà cái tên mang ý nghĩa một loài trắc bá diệp quý đưa tôi đến đây biến hòa như sương ảo. Thung lũng ngoằn ngoèo phía trái cõng trên nó một hương lộ khác.

Sân vườn nhỏ. Thảm cỏ sạch. Lâm râm nắng. Gốc bạch mai hơn một tuổi (quà tặng, và công vun đắp, là của chính tôi), quen với thổ nhưỡng mới, đang vui đùa với gió. (mong là Tết này, ra hoa đầu, sẽ giúp cô chủ nhà đỡ nhớ quê!)

Đất bãi không nhiều, nên hoa được trồng trong chậu, to nhỏ đủ cỡ. Chậu sành sứ, loại đắt tiền, chung quanh chạy các cảnh vẽ thiên nhiên, nhìn khá vui mắt. Mẫu đơn, thược dược (loại hoa nhỏ, mọc từng cụm, xinh hơn loại hoa to) quây quanh mấy loại thủy thảo; tất cả chiết đều ánh sáng từ chúng sang những viên sỏi trắng đánh một vòng đai tròn trĩnh rất dễ thương khiến tôi liên tưởng đến những chiếc răng rất đều và rất bóng của người mà tên gọi reo vang như một nốt nhạc (của chuỗi âm thanh mà tôi vẫn nghe vang lên từ trong nhà) khi đưa tay nhấn vào núm chuông chạm nổi chữ 'T' ngay tâm gắn trên tường.

*

"Anh đúng giờ như chiếc đồng hồ quả lắc Odo treo tường của ông cụ tôi. Chỉ còn thiếu mấy hồi gõ kính koong nữa là đủ bộ."

Tôi giúp cô gái đẩy rộng ra hơn cánh cửa:

"Cảm ơn Thơ đã mở đầu buổi sáng của tôi bằng câu đón tiếp rất êm tai. Nhưng đã sang đây rồi thì cũng cố tập cho được cái thói quen tốt của người bản xứ chứ."

Chỉ vào xâu chìa khóa đung đưa trong tay cô gái, tôi thắc mắc:

"Mà chắc là có thay đổi chi đây. Thơ định đi đâu?"

Thơ lúc lắc đầu:

"Có tí ti anh ạ: Thơ phải đến nhà mẹ nuôi cháu đón cháu đi học. Đêm qua, chị Trúc bảo nhớ con quá, sang xin cho bé Chouchoute qua ngủ với chị một tối… Anh theo chơi, hay ngồi nhà đọc báo?"

"A. Thế thì Thơ đi đi. Tôi vào nhà ngồi xem báo. Mấy hôm nay bận, chả để mắt gì được tới tin tức."

Cô chuýt môi, vẻ áy náy:

"Hượm đã! Trong nhà, cà phê đã hết sạch! Sorry anh! Định ghé chợ mua mà cứ quên! Đầu óc Thơ dạo này nó cứ thế nào ấy! Anh muốn uống, chịu khó… ra tiệm fastfood. Cũng bên này đường, cuối block trên kia, rẽ trái là tới. Khai trương tuần rồi. Chủ quán người Bắc Âu, nên cách pha cà-phê và hương vị của nó cũng khác. Thơ đôi lúc vẫn mua về. So sánh nó với cà-phê ở La Pagode xưa của bọn anh thì vừa khập khiễng, vừa hoài cổ, nhưng, theo Thơ thì, assez bien! Thật đấy! (tắc lưỡi). Vraiment vrai. Tiện thể, nhờ mua cho Thơ ổ bánh mì jambon. Bánh mì ở đây ổ nhỏ, dài, ít ruột, khá giống bánh mì Sài-gòn, ăn đỡ ngán. Nhớ nhét thêm đồ chua vào và nhón thêm vài gói ketchup giùm."

và, như vừa chợt nhớ, cô nhanh nhẩu:

"May quá! Có tờ Kinh Doanh Tiểu Thương mới trên bàn ấy. Ấn bản đặc biệt mỗi cuối tam cá nguyệt, số trang gần gấp rưỡi. Anh có bận chắc cũng đỡ hơn Thơ, nhường anh đọc trước đến hết tháng sau. Thơ sẽ dành gần hai tháng để đọc và xem lại bài. Xong, cũng vừa giáp kỳ thi cuối khóa. Tờ báo phát hành kịp thời. Chắc sẽ giúp bọn mình kha khá tài liệu cho bài tiểu luận tốt nghiệp."

ngừng bậu thềm; trình nghiêng một nửa má đánh đu bông tai:

"Có xâu chìa khóa phụ trội móc trên tường. Anh nhớ vào lấy mang theo để lát nữa về có cái mà mở cửa. Cấm sốt ruột. Bye!"

Xoay người, lui: hai vạt mông quần, không thể lầm: cũng là chiếc jeans cô ta mặc vào lớp. Mấy tháng, hay vài ba năm? Nó đã bạc nám. Hai mỏm hậu rạc tưa, mỏn meo; nom như lạp đổi bị mưa gió cào lụi. Nhìn, ngỡ lớp vải nơi đó chỉ là thứ bông giấy; và cái che cho cô, lớp sợi tiếp nối ú nẹp hai bên, cũng chỉ là màu nước quét lên. Đôi chân cao như vạc cò. Eo lưng mỏng. Vải: dầy (cô có vẻ thích trang phục nham nháp bụi đời này). Quai đôi bắt chéo, trước sau, ngồ ngộ, trẻ trung. Người cô khá dẹp, nom không khác mấy nường mẫu lướt trên sàn diễn. Chất liệu đay thô cứng lý ra là không, song với cô, lại quá ư thích hợp. Nó đối chọi quyết liệt với các khoảnh mỡ mòng mà cô thì thiếu. Nhưng nó lại hữu ý vênh váo phô ra phần hốc hõm mà cô lại thừa. Loại quần đai móc vai tréo như của nhi đồng cung cấp cách thích đáng cho cô nét ngổ ngáo đánh đố vô cùng cuốn hút. Cơ thể ít đường uốn lượn của cô lại ngầm vẽ lên một lộ trình lắm mối gò.

Nó là mặt chìm của ổ tính dục đông miên. Chưa lên, chưa vào, chỉ nhìn, đã cảm thấy nhức, nhừ. Nhưng nó không cho phép thờ ơ. Ma lực của nó giăng theo chiều nghịch: biết là khổ, càng muốn nếm thử! Chẳng khác gì khi nhìn xuống giếng sâu. Cảm giác ngây ngây thế nào, song khó mà rời mắt được nó.

Nhưng, gương mặt thần nữ kia, phối trí của những cạnh nét như chỉ được cắt ghém và phả phết lên bằng ý nghĩ thuần tín ngưỡng, với đôi mắt leo lẻo là đại biểu, phút chốc xoay chiều, biến nó thành đệm khúc êm ái, đồng lõa, và vô tội.

Mình bị kéo về phía cô ta bởi đâu? Vẻ đẹp tinh ròng? Sức mời gọi xác thân? (loại đàn bà như cô, với lực nén ma mị, có lẽ… trùi trũi lại hơn!) Cô là một thành phẩm chưa cam trùm mền, nóng ruột chờ pháo đốt ngày khánh tiết. Bốn bề bề bộn, ẩm, nóng. Và mùi? Của thứ gì đó, đại loại như một miếng thịt cừu vừa được thẻo ngót, hôi hổi sống, đòi nằm trên chảo để được cong nẩy, chảy nhợt, hô hoán, vù thành món ăn ngon; của nắng: khê nồng, nén lửa một lữ hành dài bằng nhiên liệu là mồ hôi và tinh lực: đau đớn, nhấp nhổm.

Khó mà sắp xếp ổn thỏa những đặc tố trộn trạo nơi cô gái này. Chúng như là địch thủ của nhau, nhưng cũng dường thể hợp phối tung hứng thân hữu cùng nhau.

Dầu gì thì cũng trinh tuyền. Là cái duy nhất. Là khởi đầu, và kết thúc. Chưa cần, mà đã gom trong nó tất cả tính từ.

Đó là cốt cách.

*

Chiếc Jaguar Sport 2 cửa màu rêu sẫm rú gừ, khù khục như con thú nghẹn mồi. Rồi, lấy lại đà thật gấp, nó ngẩng cao, khạc vèo, như món đồ kim khí vừa được bấm nút, vút nhanh, lạn cánh cung, rẽ trái chữ U. Đường bên ấy cao hơn hẳn. Tôi thấy rõ cô đưa tay lên chào. Mặt kiếng xe kéo ánh trời xuống, đâm ngoắt lên, xộc vào chai bia Mexico (loại thức uống đang thống soái thị trường; hình ảnh và tên gọi của nó len lỏi khắp nơi, vào được cả cái ngõ ngách hoang sơ này!) trên tấm quảng cáo ngay giao lộ, cắt dọc nó thành hai nửa bén ngót, hưng hửng nước.

Tôi lắc đầu, rũ sạch một chút cặn ảnh. Lăn tăn sóng. Phải

nhắm hờ mắt vài giây cho định. Vào nhà, lấy chùm chìa khóa, bỏ vào túi. Ra. Đóng cổng, bước ngược lên tìm tiệm bánh mì, đầu óc vẫn lung bung hình ảnh và giọng nói của cô.

Ở cô nàng lái xe hung hăng mang cái tên lại rất hiền hòa này, những gì gây ấn tượng lên người khác đều rất độc đáo, đáng giá, và khó rũ sạch.

Cùng chung khóa Hành Chánh Quản Trị mà chỉ cô và tôi - 2 trong tổng số 30 học viên - là dân nhập cư, cô là người chăm chỉ nhất, nhưng khép kín nhất. Đến lớp trước nhất; và rời lớp sau cùng. Chỗ ngồi bất biến là góc nhỏ, nằm cuối phòng (sát nhà kho, chứa dụng cụ), có trổ thêm cửa ra vào phụ (cô hay dùng lối này, vì sát nơi đậu xe). Ít tham gia sinh hoạt chung.

Hơn nửa học kỳ, dù với những thường ngày giáp mặt, những 'cho phải phép' ít câu xã giao từ cả hai phía, và ân điển hơn: những nhích động khẽ hai môi đỏ chót cười chào từ 'bên ấy', cái biết mà tôi thu thập được về cô cũng chẳng dài hơn nhúm tóc sát da đầu của cô (y hệt kiểu tóc của cô diễn viên Jean Seberg nào xưa): gia đình vượt biên. Đây là thành phố thứ nhất đón chân họ. Cả nhà quây quần sinh hoạt chung năm đầu. Sau đó, lần lượt rẽ nhánh vì nhu cầu của công việc. Ông bà cụ sống với cô út thêm thời gian nữa rồi lên ở với cậu cả cùng lũ cháu nội trên mạn thủ đô. Cô khăng khăng bám trụ, nhận thị trấn nhỏ bé có bờ biển thật biếc, nước thật lạnh buồn tênh này làm bến cắm thuyền.

Ly dị chồng. Sống với đứa con gái đang học lớp 4. Chủ nhân một cửa hiệu thẩm mỹ. Thích cả thể thao lẫn nghệ thuật.

Chiếc bàn gỗ chữ nhật, lộng kiếng dầy, ánh xanh nước và bọt biển. Một số hình ảnh của hai mẹ con bị che dưới, khá bừa bộn. Sách báo xếp chồng; dăm lọ son môi, kem thoa tóc. Có nhiều hóa đơn mua hàng, điện nước, vé xem phim, và các thứ khó xếp loại khác…, lẫn lộn trong đó!

Trời ạ! Tôi khá nản lòng: phải mất cả ngày mới có thể tìm thấy trong mớ bung xung này tờ nguyệt san mà cô vừa giới thiệu!

Cũng chưa kịp ngắm hết các màn múa kịch Broadway cắt dán từ các tạp chí khắp nơi trên tường; cái khung màu hồng to nhất lồng đan chéo nhau thành hình quả tim những bức chụp cô con gái đang tập múa - con bé nhỏ, gọn, không đến nỗi gầy nhom như mẹ -, cả cái nẹp gỗ, tuy nhỏ hơn, nhưng đập vào tầm mắt, treo cạnh bên cái vuông gỗ hồng kia là bức chụp cận cảnh mẹ con cô (bé Chouchoute là bản nháp của mẹ, y hệt; trong ảnh, nhìn cô hiền hơn, có lẽ vì môi mi còn để mộc); và hàng dọc tạp chí tiếng Việt phô gáy ra ngoài chiếc kệ trên kia đang khiến tôi thèm mó máy tay, thì đã nghe tiếng va dập rôm rốp trước thềm nhà.

*

Cô về, bạo liệt hơn cả lúc đi. Thộc hẳn vào, như nhát giáo người băng rừng, sạt cả lối tôi đứng. Rã rượi. Đầm đìa. Cơn mưa-của-nóng rồn rột hai bên sườn, rong róng trên tóc, rèm rụa trước đôi mắt 'rất-1001-đêm' (tôi chưa tìm ra cách so sánh nào ngoài cách ước lệ cổ điển này) của cô. Một con sâu mồ hôi sậm màu bò lem hũng bụng cạn sợt, bị rút hụt vào hố rốn xoắn ốc mà chiếc quần cài nịch to bản da sần trễ nải chìa ra, ềnh lên từ đó mặt nước ao đóng bèo thiu ngủ. Cửa vườn sau đang mở. Sáng im, tụm cả trên vòm dù nhiều khía màu quảng bá một địa điểm du lịch (một thị trấn nhỏ miền núi, nơi sản xuất ra thứ bia có màu vàng rực kia), sát patio. Khoảng chục giò lan lẫn thủy tiên đu đeo bất thần đỏ mặt.

Tiếng da bọc đục thô cấn ưng ức vào mạn ghế. Sàn gỗ xi bóng nhận vào một con địa chấn nhỏ. Tôi như thể không còn lực giữ của mấy ngón tay, ngực như bị nện búa, bỏ ngay xuống ả vũ công da nâu tóc dài (giống cô thổ dân Pocahontas trong truyện tranh quá!) váy xòe chặn giấy bằng đá tím.

Cô chỉ nền nhà toàn guốc và giày, đá vào đôi vừa ném dưới chân:

"Nó đấy! Đúng là của nợ! Bah .. me..r…de! Ồ… (tay bịt miệng) Xin lỗi anh! Quen miệng mất rồi! Nhưng quả thật thứ dép khổ này tệ hại quá chừng! Kiểu dáng mới nhất đấy. Thế mà xài chưa kịp lấm gót, đã sút quai! Mà, anh biết: giá của nó bằng của 3 đôi mua ở nơi khác. Còn phải đặt hàng trước cả tuần nữa nhá. Rồi nào phải cảm ơn đến gãy cả lưỡi cho cái lòng tốt của chủ cửa hàng đã dành ưu tiên cho! Khổ thời thôi! Cái shop đại lý độc quyền siêu phẩm Italy của mụ Lily này đáng bị tẩy chay."

Ngực dồn thở. Vạt áo xộc, nhầu. Quai nịt ngực đen nhánh bậm miết làn da thạch cao sát gù vai. Cô thất vọng, bức tức, buông thả; và quyến rũ lạ lùng! Kết hợp với cái rốn uể oải chìa ra mời nào kia: cô có thể làm loạn nhịp tim của chủ nhân của bất cứ cái nhìn … không lành mạnh nào! Nét mày nhiu nhíu. Phới. Nhưng nhu động vẫn làm cho hót mũi đội lên như đốm bóng nước kết giữa mặt khí đá khi bất chợt uống được ánh đèn.

Khuôn mặt cô đẹp quá! Diệu kỳ! Các tiểu phần môi mắt mũi… tự chúng đã toàn vẹn, là một tiểu tiết đúng mực; để khi kết hợp lại, tung hứng nhau, làm nên một tuyệt tác. Nó như mỹ phẩm đội lốt người. Nó như phụng ca lên hình vóc. Nó là cái ý niệm 'đẹp', sau nghìn kiếp khổ tu, đã thăng hóa thành một thực chất. Nó khiến cho những người còn đang hoang mang, lúng túng hoặc thậm chí nghi ngờ sự hiện hữu của một tính chất mỹ thuật nào đó có thể tức thì kích ngất được họ sẽ tìm ngay ra câu trả lời.

Da trắng, mỏng, như cánh đào Tết. Màu da công kênh lên một cách kiêu hãnh hình trái tim hồng thắm bẩm sinh và dầy, hơ hớ của đôi môi. Chúng như vệt kem anh đào trét thật khéo giữa lòng chiếc bánh sinh nhật trong bức tranh cổ nào đã xem: gợi thèm, đánh mạnh vào tim. Rồi nướng căng lỗ chân lông; rồi nhả vị ngọt của máu vào cảm giác của người nhìn. Nhay, động.

"Thơ làm tôi… giật mình. Cô cứ như xẻ không khí mà hiện ra vậy. Tôi không nghe tiếng dập cửa xe kia đấy."

"Thơ tấp ngay đầu ngả tư. Lát nữa có đi, đỡ phải đánh vòng. Nhọc lắm!", ngón tay cô chỉ hờ ra ngoài.

Cô kéo lấy miếng napkin từ cái trục tròn, nhín chút ướt nhớt nơi mép, môi; lau trán, tay; ngồi xuống; dựa vào ghế, nhắm mắt, uể oải.

Rồi bật lên, cô chìa ngửa. Ngón lá huệ, rực, úp:

"Quên mất! Bánh mì của Thơ đâu? Đói khá rồi. Đêm qua lại trằn trọc! Lại nằm mơ vớ vẩn, mệt cả người. Sáng dậy trễ, chuẩn bị đi đón Chouchoute thì anh đến. Chưa kịp ăn."

(ngáp) "Dầu hôm nay không phải đi 'lao động', không được chạm vào cái khối 'vinh quang' hạ giới, không phải hoàn thành bất cứ 'chỉ tiêu' nào, nhưng bữa sáng là bữa không nên làm lơ. Y học dạy thế đấy."

Tôi quay cổ và ánh mắt xéo lên bàn, thay cho tay chỉ, lắc đầu:

"Cô này lạ ghê! Trước mắt kia mà tìm mãi đâu đâu."

Cô cười, không để làm duyên, không để chữa thẹn! Chỉ là cười. Cô vẫn có những 'cái-cười-chẳng-để-làm-gì' [cô nhại và đổi chữ 'L'amour' từ bài hát, thành ra, Le sourire, c'est pour rien] như cô tự nhận như vậy.

"Anh xem Thơ có vô tích sự không hỉ? Trách gì bà cụ của Thơ chẳng mắng mỏ Thơ hoài. Cụ bảo, con gái có chồng, có con mà chả ý tứ chi hết. May cái là bà nhạc dễ tính. Chứ không thì chỉ nghe cái điệp khúc âu yếm, "Này, mẹ bảo…" đã đủ no cả ngày!"

Tôi thì cười thật:

"Thế mới là… Thơ chứ. Thơ đồng nghĩa với loại văn vần mà hầu như người nào cũng thuộc ít ra là vài bài, vài câu, nhất là với các cô nữ sinh. Nó tượng trưng cho cái gì dịu dàng, nhã ái. 'Nàng-thơ' là danh xưng ấm áp nhất mà các đấng nam nhân, nhất là những người làm văn nghệ, trân trọng dâng tặng cho các đấng nữ lưu của riêng họ. Nó làm êm cuộc sống của ta, là ngõ thoát khi ta hoàn toàn bị bế tắc; nhưng… vài khi ta cũng khá … lao chao với nó."

Cô trề môi (tôi như con ruồi ngoi ngoắc trong chén mật mía):

"Đến anh nữa. Tôi chẳng lạ gì cái cách nói ngoắt ngoéo đầy tình ẩn dụ của anh. Ngọt ngào trước đó chỉ để dụ ruồi sa chân vào sau này. Chẳng ai đồng tình với Thơ. Ngay xưa còn đi học cũng thế. Tiếng là lắm bạn bè, song lúc nào Thơ cũng cảm thấy cô đơn."

Tôi cầm vuông giấy, như cách 'làm lành', nghiêng tới, đưa cho cô. Nước bơ thấm cả ra ngoài lớp bọc. Dính cả vào mấy ngón tay của tôi. Nhớt nhợt.

"Cảm ơn anh. Nào! Alors! Bouffe!" (cách mời rất lạ của cô.)

Cô quay tròn khúc bánh, toạt nửa chiếc bao. Hai khoen cao su bọc ngoài bắn chéo hai góc đối chiều. Chẳng cần dao nĩa, cô xén ngay phần to hơn, nhanh nhẹn xé góc mấy gói cà chua xay, đổ hết vào. Vụn bánh mì rải chấm vàng cả mặt vải đen của chiếc quần dạ, chẳng khác gì nghìn nụ hoa ngâu rơi xuống mặt đất bóng. Rồi, nhoáng chớp như khi lái xe, miệng môi cô động. Hàm răng, với những chiếc to, khỏe, bóng sáng - không còn thứ nào trắng và cứng hơn được - nghiến ngay vào vuông bột.

Cô cao, thẳng. Ngoài thể chất, cả trong tính cách.

Các ngón thẫm tím ống lửa. Đôi môi vấy nước cà chua, lẫy đến phát hỏa, tơ hớ phơi khoe, ngấm ngầm khiêu khích. Tôi nhắm mắt. Hình ảnh sống động quá sức. Nó vượt qua khuôn khổ của cái gọi là lịch sự. Nó bày một sự thật đầy tính bản năng. Dục tình! Khoái lạc! Nơi người khác, ý nghĩa của nó lặn trong cơ phận sinh sản của con người. Với cô, nó trồi lên, bao trùm. Cử chỉ, lời nói, cách ăn uống… Và diễn viên thân cận, gây hiệu quả nhất là đôi môi (… chớ tưởng bở ai đó ơi!, bởi sẽ chưa kịp chấm mút gì là đã bị …ngoạm mất tăm!), và hai hàng giũa răng tham lam, mồi chưa vào, đã chực nghiền ngắt. Và trọn vẹn, nơi, và chính cơ thể thon thả vượt mức của cô.

Cô thì không hề bận tâm đến nó. Cô giống như đứa con nít không biết nó đã qua thời con nít, hồn nhiên bày biện trước mắt người khác gia sản trống trải lúc chào đời của mình. Cô nhai chẳng cần giữ tiếng. Lại còn muốn khuếch đại âm thanh từ tuốt trong vòm họng kia, một cửa động âm thầm mà hung dữ. Cô điềm nhiên nuốt ực nhúm bánh nhũn nước bọt, hỉ hê, đã đời. Lưỡi nhọn lia lên hướng mũi cố liếm sạch hỗn chất huyết dụ. Thứ phong hóa thường thấy trong sinh hoạt và dáng dấp nơi các gia đình cổ kính đã bị thổi phù hết vì cô. Cuộc tuyên chiến, ly khai với nó, nơi cô, hiển định, và dứt khoát. Cử chỉ của cô là bản tuyên ngôn sống, đánh động, trực diện, ngắn gọn, gạt bỏ sự nhúng góp vào lê thê vô bổ của văn tự. Chưa hả lòng, cô đứng lên, tiến đến tủ lạnh (chân bỏ vớ, màu gót êm ái, hồng phấn), khui đánh tách lon Dr. Pepper, không cần ống hút, ngửa cổ tu hơi dài. Nuốt ực. Một đoản tiết kết thúc cho màn đấu tranh sống còn. Thứ nước màu nâu đang làm phôi pha màu da của cô. Mặt cô rửng ráng chiều. Hít vào; và thở ra. Thoa môi bằng nước bọt. Chem chép. Thỏa mãn. Cực cùng thoải mái. Cô bóp vẹo và, với cả thân người gọn nhẹ không khác gì bợn tóc đang được vo cuộn vào mái đầu, phất tay theo hình nửa vòng cầu (uyển chuyển như đang làm ảo thuật!) vúm vỏ nhôm và cùi bánh không ăn hết vào giỏ rác ngay góc nhà, lão luyện, chính xác; tiến lại bàn, cầm tờ giấy gói đã bị rách nửa, lau miệng. Màu gia vị lỏng thôi như lớp sơn lên môi của cô, kéo vẹt một tia dài như vệt bò của một con sâu. [“Vết đỏ em, đường đi của khuya”, tôi nhớ câu thơ nào đó đọc được.] Tôi cúi, vẩy một hạt bụi nảo nào trên nút áo cuối cùng, cố giữ cho cuống cổ thật êm. Gai lưỡi tinh tích như đang nổ bọt sâm-banh. Tiểu cảnh như một đoạn phim ngắn chỉ có thể xem được khi … nằm mê!

Cô no nê, nhưng lại khiến tôi có cảm giác sáng nay mình đã quên cái bữa ăn mà y học vẫn lưu ý con người kia.

Tay gói tròn tấc bánh chưa ăn, miệng cô đầy âm lực:

“Ngôn ngữ mình gọi đó là bữa lót lòng, điểm tâm, ăn qua quýt gọi là, ăn lấy thơm lấy tho, nhưng với Thơ, nó lại là quan trọng. Nó dọn đường cho một ngày sống của Thơ. Những thứ đến sau đó trong ngày có suôn sẻ hay không đều tùy thuộc vào hiệu quả của nó.” (cô đặt tay lên khuy áo bụng, lẩm rẩm như đang tâm sự gì với nó!) “Với cái giới chỉ chuyên làm đẹp cho người, cho đời, như bọn này, ngày đi làm, dầu đã dự trù thời gian đủ cho từng người thay phiên ăn trưa, gặp hôm đông khách, Thơ cùng các bạn phải ‘thông tầm’ luôn, có khi lỡ cả bữa. Miết rồi, ranh giới giữa ăn trưa ăn chiều cũng va chập hài hòa cả vào nhau.”

Trở lại ghế ngồi; quay sang tôi, cô hỏi:

“Anh thức sớm lắm à?”

Bụng tôi lại hóp mất mấy lượt nhồi thắt. Có lẽ phải chục giây sau tôi mới nói ra lời:

“… Thường thì là vậy. Trễ lắm thì chắc cũng chỉ dám … bén áo của Thơ thôi.”

Cô chíp miệng. Có lẽ bột bánh còn dính trong. Chíp miệng lần nữa:

“Anh sung sướng thật… Ít ra là cũng hơn Thơ.” (chắc cô đã nuốt nó vào, miệng sạch, vì giọng ráo, tịnh.)

… “Người nào ngủ sớm, thức sớm, thường có số sung

sướng", cô chấm câu.

Tôi leo chuyền giữa hai hàm răng cô, giả bộ gật gà để được dịp hưởng cái thú rờn rợn của việc nghĩ mình là miếng dưa chuột trong hầm ruột bánh mì sắp bị bẻ gập vào nhau trong một tự trình hóa kiếp:

"Theo tôi, câu nói đó chỉ đúng ở vế thứ nhất. Vế thứ hai, phải nói ngược lại là, người vất vả mới phải thức sớm lo việc. Với họ, thời gian ngủ là khá phí phạm. Nghỉ ngơi chỉ là mơ ước."

Cô lắc đầu, chỉ lật vào giữa tim:

"Tôi chỉ từ sự kiện, rồi bắt hình dong anh mà nói vậy thôi, chứ có sa đà lắm đâu vào cái thuyết số mệnh. Riêng tôi, tôi không thức sớm được, dầu đêm trước có ngon giấc đến mấy. Ngại vào giường. Mà cũng ngại rời giường. Tâm tư bất định, vừa e sẽ phải ê chề với những điều nghịch ý, vừa háo hức, muốn bảo, tệ hại đâu, xung phong chường mặt ra cả đi; ta đang nôn náo đón đầu đánh vật với bọn mi đây."

Cách diễn ý của cô khiến tôi hơi bị bất ngờ bởi không chờ, ngay mấy giây đầu đối thoại, cô đã tỏ dấu sẽ bớt kiệm lời. Điều duy nhất mà tôi từ bấy lâu chỉ có thể nghĩ, và đinh ninh sẽ mãi như vậy, là, sợi khói nào đó trong quá khứ của cô, dầu tinh ranh mấy thì cũng khó mà luồn lách khỏi chiếc miệng (duyên dáng) lúc nào cũng miên man trong giai kỳ 'bế quan' kia.

Để mua thời gian, tôi chậm rãi:

"Đều là thói quen hết, cô à. Chúng ta phần lớn sống còn vì thói quen. Thói quen, ngoài mặt ù lì hóa cuộc sống, ở phương diện khác, lại là tờ giấy thông hành, đưa ta qua được những chặng cửa được kiểm tra kỹ càng."

Tôi nhẹ nhõm như vừa được ngồi xuống khi đôi chân đã bã bời, sau câu nói.

Cô cầm tờ báo lên, che trước mặt. Bàn tay còn lại khuất sau mảnh giấy. (tôi không nghĩ là cô dùng nó để lau miệng, vì nó đã sạch rồi.)

Khá lâu, cô bỏ nó xuống:

"Anh có 'mục' gì sáng nay không? Tuần rồi, không thấy anh ghé chơi. Bé Chouchoute nhắc bác Lãng luôn đến … sốt cả ruột! Hôm nay vẫn là ngày nghỉ của Thơ. Thơ rảnh đến 3 giờ chiều mới phải đón cháu. Đi làm, thèm một ngày nghỉ. Nghỉ, lắm khi không biết tiêu xài thời gian thế nào. Công việc ở cửa hiệu đã rất thuận buồm xuôi gió. Chị Thanh Trúc có thể thay Thơ giải quyết mọi chuyện, thậm chí còn khéo léo và kết quả tốt hơn cả Thơ. Chắc phải bao kiếp trước tu tỉnh bền tâm lắm nên kiếp này Thơ mới may mắn có chị. Chị rất đảm đang, và cũng nhờ chị ấy khuyến khích, giục giã mãi nên Thơ mới yên chí theo học lớp hướng nghiệp này và quen được anh. Và cũng chính nhờ tài vén khéo thu xếp của chị ấy mà Thơ mới có dịp 'lê la' vài nơi, làm một số điều mình thích; và cũng nhờ chị ấy mà chỉ mỗi Thơ mới được 'đặc ân' có đến ba ngày dưỡng sức ở nhà. Thơ dài hơi thế, nhưng chưa đâu, phải mất cả buổi mới kể ra hết công lao của chị."

(như bất bình) "Thiên hạ cứ than là túng thời giờ. Đến lúc được, như tôi đây, lại loay hoay với những thứ chẳng ra sao: nằm ườn đến rạc ruồng cả người; đọc dăm ba bài báo đến long cả đầu óc. Nhìn đâu đâu cũng thấy việc và việc, ám ảnh đến nỗi trong mơ mà vẫn bị chúng bao vây đòi nợ. Vườn tược, nhà cửa… cứ như vắng chủ đã lâu! Anh thử nhìn quanh đây thì biết… Tại sao? Anh giải thích giùm tôi đi! Dis-moi: pourquoi!, Monsieur Lang!"

Việc đổi cách xưng hô của cô như vẽ ra một làn phân cách khiến tôi khá thận trọng. Không muốn, nhưng tôi buộc cô phải hong hóng vài giây rồi mới đáp:

"Tôi chưa ở vào tình huống đó nên khó cho Thơ câu trả lời."

(có thể hơi lạc đề, nhưng tôi cứ tiếp) "Câu hỏi của cô khiến tôi…mất cả định hướng giống như đang đọc một câu ngoại ngữ mà hóc phải một từ hiểm."

(chỉ ra ngoài) "Trời khá đẹp. Mình ra khỏi nhà sẽ tốt hơn đấy. Nắng sáng rất tốt cho sức khỏe, nhất là cho làn da phái nữ. Thơ vẫn xoa xuýt khen nước da hồng hào của các cô gái Đà-lạt thì lại càng nên. Thơ muốn đi đâu? Thư viện? Mua sắm? Tôi sẽ 'hào phóng' tiêu hết với Thơ khoảng thời gian nhàn rỗi hiếm hoi này."

Cô yên lặng hơi lâu. Tôi khá ngần ngừ, nhưng sau cùng, cái ý nẩy sinh sau khi nghe cô nói về công việc của cô hồi nãy khiến tôi can đảm lên. Tôi dứt khoát:

"Hay là… đưa tôi đến… tiệm tóc của Thơ??... Đi!"

Tôi mạnh hơi hơn ở chữ cuối, cố ý nhại lại giọng nói như ra lệnh của cô hồi xưa lúc mượn bài (chắc cô phải nhớ) cho tình hình bớt căng thẳng.

Cô trố mắt. (mặt nước nôn nao sóng!) Với người khác thì rất kịch. Với cô thì quá tự nhiên, quá kích thích. Ở cô, từng cử chỉ, động tác, mục đích của chúng đều không gì khác hơn là xốc người khác đứng dậy, bước về nơi mà cô muốn. Tôi đang thử bước ngược về bên này. Với một chút tự hối, "sao mình dông dài thế!"; và nhiều hơn: không tin lắm sẽ thành công.

"Anh … không đùa chứ? Và tôi không nghe lầm?" Mắt trợn đứng, chìa cho thấy lòng trắng như mặt trăng ở dưới, cô chồm lên từ ghế, khích động như con mèo sắp vồ mồi.

"Tôi không đùa. Thơ vẫn bảo tôi là 'người-nghe-chuyện-tiếu-lâm-không-bao-giờ-cười' mà. Và Thơ cũng không nghe lầm!", tôi hơi run, nhưng cố vớt chút nào thú vị trong trò lia viên sỏi vào mặt kiếng để chờ nhận tiếng cạch khô nứt phản âm, bởi, ngay khởi thủy, kẻ ném đi đã hoàn toàn 'não lòng' trước hình cảnh làm tê dại cả tứ chi, trước mắt.

Cô lắc đầu. Mềm nhũn, như trái bóng bị hở vòi. Cổ áo lụa lỏng trễ xệ như bờ môi bất mãn. Đôi vú mỏn như hai úm chanh tươi non mà ngay mối nịt bằng lụa cũng rất lơ là chẳng buồn vun quén thêm và đỡ đần cho. Tóc cô cắt ngắn, tém, kiểu tóc 'nửa-con-trai' đang bị lục lôi từ quá khứ xuống để trở thành thời trang ở quận hạt ven biển lắm cảnh thiên nhiên và sống bằng du lịch này. Chúng như những vòi bạch tuộc chưa phóng được tới nơi mà kẻ thù đang đứng.

"Không hiểu được anh! Càng lúc tôi càng cảm thấy mình là không thể. Khó còn hơn hái sao trên trời. Anh nói ra ngon ơ như uống vào lon Dr. Pepper ướp lạnh!"

Rồi cũng toáng như lần sáng cắt đôi chai bia, cô giậm chân, gào:

" 'Bên ấy' biết hôm nay còn là ngày phép của tôi mà. Sao lại rủ rê tôi đến nơi mà tôi hết sức vui mừng khi tạm được không phải nghĩ về? Anh nghĩ là tôi chịu 'cày' như người ta sao? Anh có tỉnh táo không đấy, anh Lãng? Anh có nghe tôi nói gì không?"

(lắc đầu) "Ôi, ở xứ sở này cái gì cũng độc đáo; nhất là cái việc sản sinh bao nhiêu là con bệnh mà lịch sử y học chưa từng chứng kiến!"

Cô đang khó chịu. Không phải lần đầu. Đã vài lúc cô khá cấm cẳn với tôi khi cho rằng tôi không chịu "nhận ra sự thật" mà theo cô, "nó rành rành ra đấy". Thường thì tôi thích, vì càng cau có, cô càng gây mê hoặc. Những lúc ấy, tôi lại ước gì mình được là thỏi dưa gang muối chua trong bụng ổ bánh mì, thắc thỏm chờ được chiếc miệng kia ngoạm vào, rồi, hai hàm răng kia, nghiền ngấu; và tức thời được đau đớn khoái cảm chiêm nghiệm tình trạng vật vờ của cái thể tạng đang vỡ toát của mình.

Nhưng chính cái phương thế 'dùng đá chọi đá' (còn cô thì phê phán là "nói chẳng đâu vào đâu") đã được tôi chủ ý, thắc thỏm thử nghiệm với cô đôi khi, lại cho kết quả bất ngờ. Câu chuyện cô kể (không được tôi kỳ vọng gì từ trước), gói gọn trong 20 phút chờ chuyến buýt về nhà - hôm đó, để gọi là "tiễn đông sắp tàn và chào mừng những đọt lá đào đầu tiên nhu nhú", cô nổi hứng, muốn dùng phương tiện công cộng này - tôi chắc, không là thái độ 'quy phục' của cô, mà trái lại, là màn 'cảnh cáo' với tôi về con người thật của cô ('tảng-băng-lửa', ngoại hiệu mà tôi đặt cho cô) qua thái độ dửng dưng, giọng nói gãy gập, mà ở một vài đoạn, còn sàn sạn như vụn vỡ sành sứ:

[Gia đình cô thuộc loại khá thành đạt: nội: trên quan lộ; ngoại: trong thương giới. Nàng út, vừa tuổi vườn trẻ, đã được bố mẹ xin cho vào học tại ngôi trường bề thế um tùm cây cối ngó ra bờ sông.

Học giỏi, mà chơi cũng giỏi.

'Sao' của lớp; 'đinh' của sàn nhảy với không ít 'cúp' vô địch và bằng khen.

Tốt nghiệp trung học … hạng ưu!!

Đang đầu năm học thứ 2 trường Quốc Gia Âm Nhạc (khoa Vũ kịch), trong hội hóa trang, cá cược với lũ bạn, nàng chấp nhận đề nghị 'quái đản' của lão 'thẩm-phán-độc-thân' để được "mua tặng cả thế giới" chỉ với việc đáp ứng ý nguyện đơn giản và … lành mạnh này: hy sinh trọn mỗi chiều thứ bảy, cùng với lão ngồi quán Kim Sơn cùng uống bia Con Cọp 33 nhai đậu phộng rang húng lìu, và ngắm thiên hạ 'bát' phố.

Ghi danh thêm Luật để chiều ý lão ta (nhưng, đôi khi nàng nghĩ, biết đâu lại chẳng nối nghiệp được ông bác - người mà bố rất kính trọng và xem như tri kỷ -, một chức sắc cao cấp trong ngành tư pháp?).

Gợn nhan sắc mong manh đã từng thổi rạp bao nhiêu cội si cổ thụ ấy, nhân chuyến lên thăm cô bạn thân ở Đà-lạt, trong buổi tiệc tất niên tại gia, lại lảo đảo trước 'người-hùng-sơn-cước-quân-báo-râu-tóc-như-cây-rừng' vừa về phép.

Bỏ tất cả, ngay cái bổng lộc du học vào mùa hạ, hành trang lên Xứ Hoa Đào thuê nhà trọ, để hai người được gần nhau…

Trận phục kích sát biên giới Lào cuối mùa mưa ngay năm ấy đã cướp chàng trai đi, trả cô gái về lại thành phố đô hội. Nàng hứa với người thân sẽ tự sửa chữa lỗi lầm bằng cách tạm xa rời ước vọng nghệ thuật, hướng tới tương lai thực tế bên đống sách luật khô khan.

Ra trường với điểm trung bình. Thực tập một thời gian tại văn phòng luật của ông bác; rồi cùng cô chị họ, mở văn phòng… tư vấn hôn nhân! Thành công, do, một phần, dám đi tiên phong trong hình thức kinh doanh quá mới mẻ này; và phần khác, nơi sở trường giao tế, chứ không ở thiên hướng hay đam mê (nàng tự thú nhận).

Tiền nhiều. Tiêu nhiều. "Cuộc sống này éphémère, phù du quá; phải biến nó thành một cuộc lượn chơi": chân lý, và là triết lý, với nàng.

Trong bộ não cô gái này, xạc xào đủ mọi âm thanh, êm đềm thơ mộng, có; đanh thép giáo điều: có.

Nơi quê người, được tẩm bổ bằng hạt hạnh nhân, nước cola, và hoa hướng dương, không như người khác, nàng vẫn gầy thỏn. Nàng bảo đó là phúc. Gọn, nhẹ là phúc. Đôi chân nàng, nàng bảo, vì chúng ngọ nguậy hoài [mỗi ngày chạy bộ; một hoặc hai tuần, vào khu thể dục-giải trí quen (cô là một trong những người sáng lập; là cố vấn (!), và có chân trong ban chấp hành) nhảy nhót cho đỡ "cúm chân"] đã giúp nàng rất hiệu quả đốt hết số chất béo tai hại.

Trong một đêm hoạt náo, nàng quen được một ông. Kết bạn nhanh, cưới vội; hai tuần trăng mật Bắc Âu. Ông chồng kỹ sư đó rồi cũng phải bỏ miền Nam, 'trốn' cô vợ mình hạc cốt ve, nén lòng rời xa đứa con gái vừa vài tháng tuổi, tách thẳng lên vùng Silicon lập nghiệp. Bản sao giấy ly dị, được đóng khung bằng thứ ván ép đen bóng nước, từ miền vịnh kia, ông gửi về cho nàng làm kỷ niệm.

"Ôi, đàn bà, giống sinh vật 'siêu-điện-tử!'" Lá thư với câu kết, viết bằng mực không phai.]

*

Trên cả cau có, mà là cô đang nổi giận. Và nó được phát đi bằng thứ tín điệp đặc thù tương ứng. Cách cô ta gọi tôi 'bên ấy', ngoài nghĩa rất thân mật mà chỉ những lúc hết sức phởn chí cô mới mang ra dùng, còn thêm ngụ ý của một răn đe. Nó buộc tôi hiểu là tôi nên thông minh chút đi mà biết là phải dừng lại ranh 'bên này'. Ngay trước đây, từ các buổi chuyện vãn, hoặc nghiêm trang hơn, các đổi trao chuyện đời, dù khi thì tôi cố ý, khi giả vờ làm nghịch ý cô, trước các 'gây hấn' đó của tôi, cô cũng chỉ cắn răng, im lặng, nhẫn nhục, thậm chí hài lòng với thái độ 'nhường nhịn' của mình. Sự bức tức nơi cô, tôi chỉ mường tượng, như mường tượng lớp sóng đang âm thầm tích tụ hủy lực dưới mặt nước yên bình. Nó nằm tít trong cô, như vết tấy bị bịt dưới miếng băng dán. Tôi không thể bóc nó lên mà không làm mẻ xước làn da. Tôi chưa hề nhác thấy bóng ảnh của nó dù đã cầu cạnh đến mấu cuối cùng của giả tưởng. Dầu vậy, tôi biết, nó cũng sẽ đồng tính chất với con sóng ẩn kia: lồng lộn, đầy dục tính, như người đã cung cấp nơi trú ẩn cho nó.

Hôm nay, biểu hiện bất ưng của cô đã khác. Nó có cường độ. Và nó đang lộ hình, cùng lúc với cá tính của cô. Tôi không chờ miếng giấy dán keo kia bị bóc đi. Nó đã bị, nhưng cái mà nó phủ dưới chỉ mới ló ra một phần. Tít dưới cái chưa thấy được kia là lửa. Là cô. Nó loáng lờ sau hơi băng do cô cố thổi phủ ra bên ngoài. Với người khác, cô chỉ là người phụ nữ ngực mỏn, mông lép. Quyến lực của phái nữ là những đường thừa, thiếu, đúng vị trí sau, trước; là tất cả kiến trúc (núi đồi bình nguyên sông biển…) lớp lang có sẵn trong thiên nhiên. Phái nữ phải là một tiểu vũ trụ. Khuôn mặt không cứu vãn được nhiều. Làn môi khó thay thế được hết. Cần vài thứ khác để nhìn, ngắm, chạm, cảm, ngẫm nghiệm, đánh giá, phụng vụ. Riêng tôi, nơi cô, cái lôi cuốn tôi là cái mà cô không, hoặc sở hữu, rất khiêm nhường. Người khác có thể chớ hề, nhưng tôi thì nhìn thấy âm thanh vỗ chào, rất xác thịt, và tuyệt cùng xác thịt nữa là khác, trong bộ khung ít mỡ mà nhiều xương của cô.

*

Cô kéo chùng dây an toàn, ngồi theo thế ngang, gần như nói chồm vào tai tôi:

"Thơ tức anh lắm. Tức chính mình nhiều hơn. Không hiểu sao Thơ lại 'quy hàng', đang ngồi đây, trong chiếc xe 'đời-Napoléon' của anh trong khi ở nhà còn bao là việc."

Âm ba chỉ là hờn dỗi rất-phụ-nữ của cô khiến tôi nhẹ người. Tôi thong thả nói, chừng nào mà ý tưởng vẫn còn và cần được phép tuôn ra:

"Đã gọi là 'việc' thì chẳng bao giờ hết cả. Nó là cốt cán của cuộc sống của chúng ta. Cứ tuần tự mà làm. Xin lỗi Thơ. Tôi không có ý tạo bất ngờ. Chỉ muốn tìm cớ đưa Thơ ra khỏi nhà để hít thở không khí trong lành vào buổi sáng đẹp đẽ này. Thời tiết đầu mùa hạ là lý tưởng nhất, đặc biệt là cái nắng: chưa bị ảnh hưởng của mùi nóng khô, mà vẫn còn nhiều hơi lạnh ấm của mùa xuân."

Cô không nói gì; và bởi không muốn bì bõm trong cái vũng khí trì trệ trong lòng xe, tôi tiếp:

"Nhưng sao cô cứ bực dọc hoài vậy? Chẳng lẽ đó là một thứ 'diet' mà cô định khởi xướng và hô hào các đấng nữ lưu khác làm theo? Có thể đề nghị rút lại lời tôi đã nói, bây giờ, sẽ giúp cô hạ nhiệt phần nào chăng?"

Tôi muốn giọng điệu đùa cợt tí chút của mình lúc này giúp tôi thêm tịnh hồn lại; nhưng quan trọng hơn: tôi không dám kéo dài mãi sợi thung đang quá căng. Hy vọng, độ còn đàn hồi được của nó sẽ giúp tôi đến gần cô hơn.

Cô cười, rõ lâu, đủ làm thon thót mớ tóc (mà tôi nghĩ) không cần bơm keo vẫn phủ phục ngoan lành trên đầu:

" 'Diet'? Chữ dùng đích đáng đấy. Mà anh cũng khéo đánh trống lảng. Chắc anh định dùng tôi để làm một diễn dịch? Hay anh định nhắc lại cái xu hướng xã hội đương thời mà nhóm vừa thảo luận trong lớp? Nhưng anh Lãng ơi, tôi không hề quen biết nó. Trong cuộc sống, tôi thích gì thì làm nấy. Thích uống ăn gì thì cứ việc. Chẳng cần kiêng khem phiền toái. Còn trong việc học: nó không hiện diện trong từ điển, trong Spelling List của tôi; phải: của tôi!! Tôi không buộc đặt câu với chữ đó." (thở ra) "Nghĩ cũng khôi hài. Ghi tên học Anh ngữ, cốt để luyện giọng, để giao tiếp, để biết cách viết một lá đơn cho đúng quy luật, biết quản lý một doanh nghiệp. Thế mà hàng tuần vẫn phải cong lưng vắt óc xếp sắp mệnh đề chánh, phụ, thảo ra một báo cáo thu chi với những chữ gợi ý phức tạp, chán phèo. Bó buộc còn hơn cả thời trung học."

(nghiêng má, ngó sát tôi) "Thế mà anh lại quá chuyên chút với chúng. Mài gọt, thêm bớt, cứ như thợ kim hoàn ấy. Hình như công việc đó khởi hứng cho anh?"

Đoạn đường thẳng tắp như sợi dây dọi của thợ hồ, và vắng lắm, nhưng tôi vẫn lái chậm lại. Ngó thẳng, tránh đôi mắt hớp vía của cô:

"Đây là khóa đầu tiên áp dụng phương pháp mới trong điều hành, giảng dạy, và chấm điểm. Bởi thế, thời lượng được tăng thêm một tháng để gọi là dự phòng cho các tu chỉnh kịp thời có thể. Vài cái mới của nó mà tôi rất thích là bài tập được chú trọng nhiều (có những thứ xem ra rất vớ vẩn, nhưng rất căn bản và cần thiết), và thỉnh thoảng giáo sư thỉnh giảng được mời đến để cùng học viên thảo luận về sinh hoạt, thời sự. Với tôi, sau khi thoát khỏi cái môn Word Perfect cổ điển để vươn lên hình thức trình bày văn bản mới mẻ, tiện lợi, tôi đã hết ác cảm và bắt đầu thấy thú vị với kỹ thuật số, cùng lúc lại thêm tò mò với loại ngôn ngữ kinh doanh nên việc ghi tên theo học là chọn lựa khá thích hợp và đúng lúc. Với cô, nó có thể là ngớ ngẩn, nhưng tôi lại thấy hay hay. Nó thật sự là món 'khai vị', lạ, có thể khó tiêu hóa, nhưng với những thực khách muộn màng như tôi, tính mời chào của nó rất nhã nhặn, thân ái. Cần nếm ngửi, kết bạn với nó ngay những ngày nhập môn khỏe khoắn. Đó là cách duy nhất. Mai này, khi nhận nó làm hướng đi cho cuộc đời mình, lại càng phải hữu thiện với nó. Tỉ-mỉ, o-bế, và vụng-về, vấp-váp. Tất cả những thuộc từ tương phản đều dùng được để trình bày một-tôi của ngày hôm nay…

… Cô Thơ ơi, dù theo bất cứ môn học nào, cứ được đến lớp, được sống lại phần nào tâm tình của đứa học trò, ngoài sách vở thầy bạn ra thì đầu óc không còn bị chi phối bởi thứ gì khác, nhất là khi tuổi đời đã hơn 'nửa-chừng-xuân' như chúng ta bây giờ, cô không nghĩ nó là cuộc hành trình 'trở về mái nhà xưa' yêu dấu sao?"

Tôi đã nghĩ là sẽ phải đa ngôn đây, nhưng không nghĩ là nói nhiều vậy, càng không tính trước cho giọng nói của mình phải tha thiết đến như vừa mới.

Tôi khá hồi hộp, hơi nghiêng sang phía cô vờ như nhìn đường để lái xe, nhưng chủ ý là liếc xem phản ứng của cô. Và nhẹ hẳn người: cô gật gật đầu. Ánh nhìn dịu xuống. Chắc chắn là trong đó có không ít xúc động mơ mòng.

Thời gian bị nhốt lại trong lưới mơ mòng kia.

Bị nao nao bởi, nhưng không thích gì cái trầm lắng bó khuôn bất ngờ kia, tôi phải tìm cách để làm vỡ nó. Và bất chợt nói lên cái chưa định nói hôm nay:

"Báo trước để Thơ biết nhé: trong bài thi cuối khóa, tôi sẽ đề cập đến mỹ viện của Thơ như một điển hình về sự thành công của những tiểu doanh nghiệp của dân nhập cư đấy. Sẽ cần Thơ cung cấp thêm cho một số chi tiết."

Cô yên lặng, nhưng tôi nghĩ là cô đã nghe hết. Tôi chỉ cần cô không tỏ thái độ phản đối là được.

Chợt cô ngồi thẳng lên. Hạt cười bắn đi từ giữa hai tròng đen của mắt. Móng nhọn quẹt trước kính lái; bằng giọng hết mực tươi vui với âm ba tí tách nắng sáng nhảy múa bên ngoài, cô mở hẳn ra một góc bản đồ:

"Chuyện đó hạ hồi phân giải. Bây giờ, anh lấy đường Jennie trên kia, ngay trạm lưu thông đang đèn đỏ. Xa thêm một đỗi, nhưng đỡ cho anh đánh xe vào hẻm chật chội khó đi. Nó vừa được cho di chuyển cả hai chiều xe. Rất tiện cho anh lúc lái về."

*

Vừa quặt phải, sắp đến tiệm, Thơ chợt đề nghị:

"Thư thư nào. Anh cho xe đến cuối phố, ngay cái cul-de-sac dưới. Chắc anh chưa đến chỗ này bao giờ. Đó là khu đất trống, rất rộng. Mình đi bộ cho máu huyết lưu thông trước đã. Rồi, que sera, sera; nào ai biết ngày sau!"

Cô này đổi ý như đổi giày dép. Tôi không lạ gì, nên cứ làm theo. Lái thẳng, vượt qua cửa hiệu của cô bên phải lấp loáng ánh đèn.

Con đường xinh xắn; mặt lộ mới trải nhựa, êm; xe bon nhanh. Nó dài hơn tôi tưởng. Nhà hai bên toàn là mái nhọn, kiểu châu Âu, tươm, ấm.

Bầu không trước mắt bỗng chập chùng màu xanh già của lá. Trên cao, nhiều quãng dầy kịt khiến trời tối ám, như sắp mưa. Con đường chấm dứt bằng một bùng binh tròn viền bờ xi măng nhuộm hồng. Hoa cỏ lô nhô trong nắng và gió.

Khu bãi như một sân vận động, chỗ có rào sắt, chỗ không. Cây cao, bóng cả, đa số là sồi bách niên, thấp, vạm vỡ. Bên trái chúng tôi, bờ cỏ vuốt ngược lên. Trên đỉnh thoáng trải đều các trò chơi nhi đồng. Kiến trúc lạ, quét sơn màu gạch nung nằm nơi cao nhất, không nhìn thấy biển hiệu, nhưng tôi đoán chắc (cũng như các công viên khác), đó là phòng chứa dụng cụ và tiếp theo, nhà vệ sinh,. Ghế đá nhiều, song ít người ngồi.

Rãnh thoát nước mưa xây thật kiên cố, cong lượn theo đà xuống của con dốc ở bên này, bên phải, nơi chúng tôi bước vào. Trông không rõ lắm, nhưng cứ thoang thoáng cái mô gù tít xa trên chóp bên kia thì hình như bên đó cũng có một rãnh như thế cho cân đối.

Bãi đậu xe mà sức chứa có lẽ hơn trăm vẫn còn thưa thớt.

Một công viên lý tưởng.

Chúng tôi chọn lối nhỏ nhất, chỉ vừa đủ cho hai người đi. Nó đưa lên một khúc ngoặc, như tách hẳn sang một khu khác. Cao hơn; dăm đoạn độn theo chiều ngang như thể bậc thang, dễ lên xuống.

Thơ thả một chân xuống rãnh, nép vào tôi, nhường lối

cho hai khách bộ hành cầm gậy lên tréo chiều.

Rồi cô vượt nhanh lên trước, quay lại, đối mặt với tôi, cử chỉ không biết là khiêu khích hay là nó vẫn thế mà tôi chưa biết hết được, nhưng ý của câu nói thì lại không hề:

"Bây giờ, Thơ thực tình nể anh, rất, rất!"

Cô tròn môi. Hai đường viền cẩn vòng rào thật rõ nét, và thanh tú. Nhờ thế, dầu trang điểm có hơi quá tay, son vẫn khó chệch ra ngoài. Một chút trắng của răng nhâm nhấp hình thoi phía sau. Lò ái ân kia, và phần dẫn truyền, ở dưới hai môi chu chót này. Vô phúc cho anh chàng chuyên viên tin học. Không chết tức tưởi sao được với hai cánh hoa chỉ tốt tươi nhờ thịt sống?

"Hình như cô Thơ lại thơ… thẩn rồi?", tôi nói theo ý nghĩ của mình, vì thật sự chưa hiểu ý định của cô.

"Có thể. Nhưng không phải lúc này. Thơ muốn đá động về cái thói chăm làm bài tập của anh kia", cô trả lời ngay.

Tôi càng chưa hiểu nên chỉ có thể nói lại cái vừa nói:

"Tôi thấy đó là ưu điểm của nền giáo dục bên đây, và việc làm bài tập sẽ giúp cho học viên dễ nhớ lâu hơn. Nếu tôi có chăm chỉ hơn người khác một chút cũng là bởi tôi muốn bù vớt lại cho sự bỡ ngỡ của cậu học trò xứ lạ, và muốn gia tăng cho mình độ hứng thú tiếp thu."

Cô búng hai ngón tay vào nhau thật mạnh, làm nên tiếng bật mở đường cho cả tràng khẩu ngữ mà cô như đang thả tuột dốc:

"Hứng thú? Không sai! Với anh, pour toi seul. Bằng chứng là từ cái danh sách ngữ vựng thống kê khô khan, anh nắn nót được cả mấy đoạn thơ tình ướt át tán khéo cô giáo 'single-mom'. Chỉ không may cho cậu học trò là gặp phải cô giáo quá tinh quái: 'thi phẩm' được cô mang ra bình luận là "ý tưởng hay, nhưng nếu dành cho đề tài nào khác thì đúng chỗ hơn", và 'tuyên dương' trước lớp! Chỉ thiếu một 'giải thưởng văn học' be bé dành cho nó nữa là trọn vẹn."

Tôi hơi ngớ, …bước lên lề, chỉ vào trán cô:

"Bộ óc kỳ diệu! Thơ nhớ dai thật! Tôi quên rồi!" (tiếp ngay) "Quên là phải. Vui gì đâu khi cứ dung dưỡng 'thành tích' khờ dại của mình!"

Và thấy cô không có vẻ ở thế chuẩn bị 'phản pháo', tôi xuê xoa tự biện hộ :

"Nhưng, nếu khách quan một chút, ắt Thơ cũng phải công nhận với tôi rằng, cô giáo thật dễ thương; và giọng nói của cô đầy âm điệu? Chính những cung bậc trầm bổng kia đã giúp biến những giờ góc gai nhất của khóa học của cô thành những buổi … tập hát? Riêng tôi, ngay buổi tiếp xúc đầu tiên với cô, tôi có thể khẳng định với chính mình: cô giáo Jacqueline này là người bản xứ có giọng nói cuốn hút nhất, và dễ nghe nhất mà mình từng gặp."

Cô đưa cao tay định vin xuống một cành thông; nghĩ sao, lại thôi; phủi tay; rồi, rẽ rọt:

"Tôi không phản bác bài tụng ca này của anh, nhưng với cái việc tự nhận mình là 'khờ dại' trên kia của anh thì, theo tôi, dại hay không; tốt hay không, cũng là một phần trong tính cách của ta, ở đoạn đời nào đó. Nó là chiếc nhãn dán lên quyển sổ sống của mỗi chúng ta mà kích thước và màu sắc được lượng định theo cảm nhận rất chủ quan của chủ nhân của nó. Dầu thế nào, theo tôi, nó không trầm trọng đến độ khiến ta phải tung hô hay kết án chính mình."

(gằn gừ…) (sao cô ta đổi giọng nhanh thế? tôi tự hỏi) "Mà tôi nữa? Anh biết đấy. Chân tôi bước không nhanh bằng người; da thịt tôi không chịu đau được như kẻ khác; tâm tình tôi không đủ độ stoïque, … ơ…ơ… cái gì hỉ, anh Lãng? [tôi nhắc, "khắc kỷ", cô ờ..ờ… khắc.. kỷ, tôi cứ nhớ là .. khắc.. khổ] nhưng tôi ít khi chịu "đánh vòng quanh bụi rậm." (ôi, cái thành ngữ thật dễ thương!)"

(bức bối) "Ngay thể trạng hình hài của tôi, anh biết đó, mấp mé mức suy dinh dưỡng, cân nặng, lúc … potente, dương cường lắm, sung mãn lắm, mới vươn tới 3 con số, nhưng vẫn thẳng băng như tính nết của chủ nó."

Với cô này, lui cũng chết; chỉ còn nước liều. Tôi vặn lại:

"Thơ nghĩ mình đáng 'ngưỡng mộ' đến thế kia à?"

Cô nhè dẻo kẹo cao su ra đầu lưỡi, đa đá, cuốn nó vào lại, nuốt; đều giọng, chữ trơn trên bánh quay nước bọt:

"Không đáng được thế, nhưng tôi không lạc quan hão. Cái gì ta cho là thực, dầu có nổi gai trong mắt thiên hạ, vẫn cần canh giữ với nhiều thận trọng hơn. Ấy là Thơ… nói với anh."

(lại nuốt)

"Kể ra, nói được với người khác, một quý ông, một honnête homme chính hiệu, dầu chỉ ba điều bốn lẽ 'chẳng-đâu-vào-đâu' mà không lo bị vặt lại, cũng an ủi ít nhiều."

Tôi vui, vui dần lên đủ để biến niềm vui đó thành lời khi cô mang cái 'tước hiệu' rất hữu hảo đã gán cho tôi hôm nào ra dùng lại:

"Với bạn, thực là bạn, phải tin nhau. Không khác hơn được. Cái khác đó, tôi tạm gọi là phỉnh phờ. Nhưng Thơ để cao tôi quá rồi đấy."

Cô lại ngoắt tóc. Đàn rắn muốn ngóc cổ mổ người đứng cạnh. Chân cô lên trái hướng với chỏ gập của con lộ:

"Tôi khá thận trọng, đến độ keo kiệt khi mang ra tiêu xài cái vốn lời khen của mình bởi không ít lần chúng gây tác dụng ngược hẳn, có khi khiến dở khóc dở cười. Nhưng anh đã vào đúng chủ đề. Phải phóng tay thôi: cho chàng học viên này điểm A. Lần này là điểm thật đấy."

(bước xuống; hai cánh tay xoãi ngang, quay nửa vòng kiểu thể dục học sinh. Giọng thăng, nhưng mềm)

"Anh Lãng hướng đạo cho Thơ hết khúc đường trước mặt đi." (vỗ hai gối) "Thơ sẽ theo anh, lên bằng hai dùi trống này này. Thử gõ xem có lay động được chút gì khối đúc tịch mịch của trời đất chăng. Trên kia có công viên be bé. Lắm thông xanh. Nhiều phấn vàng. Một ít gió. Chục tiếng chim hót. Anh sẽ được dịp nhớ về cái paradis perdu - thị xã cao nguyên sương mù tít tắp bên kia đại dương của anh."

2

Con đường đá độn bò giữa trông như thân của chiếc bình sứ mà dạng hai quai mượn hình của mấy chõm xanh. Bãi cỏ cườm dấu hỏi. Nơi tròn nhất của dấu hỏi phía trái (thoảng khi được màu xanh của cây cối làm nền, lại giống viền tai của... Thơ, không đeo bông) nằm ngoắc trên sườn đồi. Nhà cửa và xe loáng nhoáng. Lối hẹp, và hẹp nhất là ngay nơi bắt đầu. Nó như tụ điểm của hai bàn tay giao nhau. Tận thóp của rẽ bên trái là một khoảng lũng ụp òa lô nhô mấy ụ bê-tông (dáng dấp giống như của cơ quan Nguyên Tử Lực Cuộc gần Viện Đại-học Đà-lạt, nhưng sao có vẻ tự tin và ngạo mạn… đáng ghét… quá!), thuộc chi thủy cục của thành phố. Dấu hỏi bên phải hơi sụm nghiêng, để cách vành của nó độ hơn thước xa là lại khụm thêm xuống bãi hụt. Đất thịt pha sét đỏ khướt. Hơi nóng lùa trên cỏ dại lập lờn như rươi mưa. Chỉ mới đầu hè nên màu cỏ vẫn còn xanh nguyên. Tận điểm là xa lộ. Xám ngoẹt, đanh đá, gân guốc, trần trụi, thô lỗ. Nhìn: lợn cợn của cát biển, xốn mắt, chán phèo, buồn ngủ. Rào rạo theo gió trôn, cũng cảm giác trờn trợn dưới vòm lưỡi. Nắp mui xe áng lóa của tôi đổ phượt lũ nắng loi nhoi đang thi nhau leo lên theo mũi cắm cúi của lề vuột.

Được mươi phút, con đường bậm má phồng phao hai phía: một vằn vọc lên một vát đồi khác, một núng nẩy xéo vào dãy nhà ngang mà một trong đó là văn phòng điều hành công viên. Tấm biển gỗ niền sắt, vẽ tên của công viên, cạnh của nó, trông từ đây xuống, như cán lao đang vút tới, tuyệt cùng dũng mãnh.

Khoanh phố này: nhà thưa; cùng kiểu cách: mái vừa, vòm cong trước cửa, cổ kính; nhà để xe nằm phía sau. Dài theo hai khung cửa sổ của mặt tiền nhà là phần gạch xây thêm, trồng hoa. Sân, vườn: rộng. Vun vén công phu. Đẹp. Và quạnh. Chắc là của giới trên trung lưu. Không khác một ốc đảo lọt tõm giữa bốn nhánh sông cuồn cuộn của hàng, quán, phố sá, và người.

Càng đi, càng dốc. Có lẽ còn dốc hơn khu Hải Thượng Đà-lạt, nhưng mặt đá kém gồ ghề hơn. Mặt trời chấp chổm trên kia. Thông chòm rậm, mướt, ăn chận gần hết nắng. Gió ngay thắt lưng, lả lơi từ vạt cây lá dài màu lục thẫm (không thấy hoa) giống như mimosa sướt bên phải. Điểm nhịp tiếng chim (lảnh lót nhất là bọn sáo lông xám, vá khoang trắng dưới đôi cánh) từ đồi thông sát bên, và trên đỉnh đầu. Và bóng người nhàn tản, hay chạy bộ, như những hình nhân nhá nhoạng, đến nhiều hơn từ bên đó.

Ở đây, chỉ có lá và rải rác trái thông nâu khô nổi gù trên cỏ và nhiều nhất, dưới các rãnh dẫn nước mưa ẻo lượn ắng au cưng cứng khó chịu.

Lối ngoặt. Như chào lùi lát phồn hoa sau lưng.

Phía trước tịnh, ráo. Thông chụm ngọn hai bên đường. Trời mát và dịu bất chợt, như thể chiều đang xuống. Cảm giác y hệt như khi mới bỏ phố thị vào đến công viên. Và bất chợt, rất bất chợt, chẳng khác chi đang đọc sách thiếu nhi, như trong tâm hồn trẻ thơ thần thoại: trồng lại một bụi xanh hình ảnh cũ: cái vòm màu nước biển trên kia, chỉ cao hơn chút tầm mắt khi nhướng lên, và con đường nhỏ tròn ngọt chạy thon thon dưới cánh tay hầm be bé là cái nửa cầu vồng mướt mát đó, tức thì, và tuyệt cùng, chính là được bứng gốc nguyên si Vườn Bích Câu bên hồ Xuân Hương đâm tát từ trên lò Nguyên Tử xuống viền song song với bờ hồ của cái thị xã thanh bình bị đánh mất của tôi!!!

Có thể thế chăng? Không là mơ, vì tôi cảm thấy gót giày tưng tức như đang dẫm lên cái gì nhọn xóc. Tôi đứng lại. Xúc động đến ngưng thở. Chân như đang mọc rễ xuống đá. Cái nhọn xóc đang cặm mô nhanh trong ngực. Các vòi của nó đang bó lấy tim tôi. Nghẹn ngào như chưa từng thế bao giờ khi trông thấy lại cõi Thiên Thai vốn vĩnh viễn ngỡ là kỷ niệm!

Nhìn sang Thơ như muốn độ dài của tia mắt dát mỏng bớt nỗi xúc động mà tôi cảm thấy quá nặng đến bể khó kham nổi, và đồng thời cũng để cảm ơn cô. Cô cũng đang nhìn tôi. Cô gật khẽ; tôi hiểu. Mắt cô như đang có sương che.

Chúng tôi như hai hình nhân, đứa này là phóng ảnh của đứa kia, đang cùng đăm đắm về một hướng. Và rồi, cái trông thấy trước mắt không phải rõ dần, mà nhòa nhoẹt theo từng cuốn nhẹ đi của hơi thở.

Những bàn tay của thảo và mộc đang thả nổi. Nhờ gió. Đong đòng. Nhạc, và vũ, lúc này, tôi không định được là chúng đã sống về từ cõi hoang hoặc kia hay đang mở lời từ động lay của nhóm thông đồi chung quanh.

Chỉ chắc chắn là, với cử dáng nhuyễn thể thế kia, chúng đang ngỏ mời hai chúng tôi.

Đoạn dốc ngắn cuối cùng, không biết tôi lên bằng sức

của hai chân hay nhờ lực đẩy của ký ức tái sinh đó.

*

Thơ đi chân đất bao giờ?: có lẽ từ lúc tôi đứng chờ cô trên đỉnh. Tôi hơi ngượng và hối khi bị kỷ niệm lôi vút lên đỉnh dốc, để cô bạn đồng hành rất có nhã ý kia bơ vơ lưng chừng.

Cô đang lần lên từng nửa bước. Ngoài đôi nửa giày nửa dép kẹp thòng trên bàn tay trái, chiếc quần cao-bồi của cô cũng đã được xắn cao đến mấy khấc trông như chiếc short dài chơi biển. Cặp đùi mảnh dẻ nhưng khỏe khoắn. Bắp chân trắng, chạy gân xanh. Đôi thớt thịt pha xương khuyu khuỷu như hai càng của chiếc xe trợt băng, song song vụt lên, hội tụ nơi một hốc cây non, cộm, tỏa khói đến lúng lính cả khuôn mặt và lẵng tóc trên cùng đang được ánh trời vừa lọt qua chòm lá xuống đính thành chiếc kẹp bạch kim. Và, lại thế nữa cho chứ, nắng dưới kia, nơi cô đứng, rất vừa vặn, vừa tự nó thắp sáng những cái chung quanh, vừa tăng cường độ chính xác cho tia mắt của tôi: lông chân cô không cạo! Tuy chúng có màu hoe nâu (!) nhưng nhờ bọng chân quá trắng nên trông vẫn rõ. Tôi chợt hả hơi, thất vọng, bởi, nếu tôi có chờ, và nếu nó xuất hiện, cũng không phải là cái trước mắt. Tóc cô dầy, óng, đen nhánh, đen đến cứ nghĩ là do thuốc nhuộm. Cơ hữu cùng loại, tuy khác chỗ, lý ra cũng phải cùng màu. Nhưng không. Tự dưng tôi nóng mặt. Tôi nhớ cô Mễ có 'đôi mắt xanh Tây ban nha', trưởng phòng tư liệu - sếp-trực-tiếp của tôi. Tóc cô ta màu râu bắp. Lông chân cô ta cũng màu râu bắp, rầm rậm không kém gì tóc, quện xoăn xoắn. Cô ta bảo cứ vài ngày là phải cạo, nếu không thì... oh, terrible, chẳng bao giờ dám mặc váy! Có hôm, đang cặm cụi tỉa tót, tôi vào. Cô ngẩng lên, "hi, Lang", rồi tỉnh bơ tay dao tay kéo. Ả không to lớn lắm, nhưng hai vòng trên dưới đều siêu hạng, thế mà cũng chẳng khêu gọi tôi nhiều. Còn Thơ? Cô gái mềm oặt như tên người. Nhẹ như bấc (có thể rơi xuống nước mà... vẫn nổi!) sao chợt khiến tôi lao đao? Tôi lại nghĩ, tại sao lông chân và tóc của cô lại không đồng màu như của cô Mễ kia, như đáng lẽ chúng phải là? Và rồi, cái màu của kho tàng cùng loại, khác vùng... thun thút nào lưng chừng nơi ngả ba trên kia nữa của cô, nó sẽ như thế nào, thuận, hay nghịch? (Ồ. [vỗ trán] Tại sao lúc nào nhìn cô, sợi dây vô hình nào đó từ cô đều khều lôi tôi về chiếc giường; và chỉ với cô, ác thần và thiện thần đồng thời ngào nặn trên đó?)

Cô gái này, giáo dục, tính nết tây phương, đã làm thay đổi cả bản chất của màu sắc đông phương của một phần thân thể? Tôi lẩm cẩm nghĩ thế; và cũng lẩm cẩm tự kết luận: biết đâu lại chẳng đúng?... Tâm lý đã chẳng từng được chứng minh rằng có thể thay đổi cả một phần thể lý đó sao?

"Anh đi đâu mà như trốn nợ thế kia? Theo anh đến vỡ tim!"

Lồng ngực chim sẻ cố ý nhiều hơn thực tình, hộc tốc. Tóc cô quắn. Sợi dầy, dai; từng lọn bện thừng dấu hỏi ngửa, bám vào da đầu. Lúc này, ngắm từ dốc cao, tôi mới nhận ra vẻ 'sỗ sàng' của nó. Nhịp động ngụy tạo dường như đang là cây đũa khêu lên những chiếc vòi sứa ngứa.

Tôi định nói vài chữ xin lỗi, nhưng khi cô hiện ra trong trạng thái đó của con mắt mình, tôi lại im lặng.

Không gian thật nhỏ. Và êm đềm. Cứ y thể trang tiểu thuyết diễm tình của thế kỷ nào xưa vừa được lật ra, và cứ mở, im, lười nhác một cách đáng yêu, thế. Và dường như nhả mùi thơm (không là của thông, tôi chắc), không hiểu từ đâu của thiên nhiên. Nó thu vừa khít hai đầu vú múm míp của người-đàn-bà-chưa-tới với lông chân chưa cạo. Tôi thầm thán phục khi nghĩ cô đã rất tinh tế khi bơm lên da thịt mình thứ nước hoa nào đó thật nhu nhã, kín đáo.

Tôi chợt nặng lòng. Móng dĩa nào (của cô?) đang nạy khó tim tôi.

"Thời giờ, với anh, là bảo vật. Thế mà vẫn chịu đi chơi với Thơ. Anh có khi nào tiếc rẻ?"

Tôi không quen giọng nói có vẻ 'ăn-năn-cảm-tạ' đại loại, đặc biệt là vào lúc này khi mà tôi vừa sống trong cái liên tưởng vị kỷ đến như quên bẵng cả cô. Giọng điệu đó không phải của Thơ. Nó cóp nhặt từ người. Thơ của tôi phải xương xẩu cứng cáp, làm đau điếng đến không thể nhớ gì và ai khác. Thơ của tôi phải là loại hoa xương rồng, đẹp khác thường, và được bảo vệ bởi hạng gai to bén khác thường.

Tôi cố ý làm cho đoạn nói sẽ lòng vòng hơn để cảm giác

không thích kia nhạt dần theo; và thấy lưỡi dinh dính y thể lần đầu tiên khi hai bàn tay đang vọc bột làm ổ pizza to bằng cái bánh xe đạp của con gái tôi trong dự trình hội nhập trên đất người :

"Bạn hữu là kết quả của giai đoạn đánh giá cuối cùng. Một chấm hết. Một chung thẩm! Đúng đấy, cô luật sư bé nhỏ của tôi ơi! Chẳng phải là do rất khoan dung với mình, tôi đã tự rút ngắn lại thời lượng của các giai đoạn trước đó, để mau đến cái sau rốt. Sao tôi lại không thể, trong lúc này, tự cho phép nghĩ rằng, đã là cuối cùng thì còn gì câu thúc khiến phải tất tả mà chẳng thể ung dung lấy vài giây nhâm nhi hương vị của cái trái vừa hái được?"

Cô móc túi quần lấy ra vuông giấy lụa thấm mồ hôi trán. Nghiêng, đưa tay cao, chùi lâu lâu là hai hốc dưới hai cánh tay. Vo viên, ném vào sọt giấy móc vào cột gỗ gần đấy (động tác cũng mềm dẻo y như ở nhà lúc sáng cô vất đi lon nước ngọt). Quay lại, cô trĩu môi:

"Con người anh, ấy là tôi nói bề ngoài, ở gương mặt, lầm lì, cổ lỗ còn hơn cội đa gốc đề đầu làng. Cái lý luận, cái quan niệm anh vừa cho nghe, quả thật, nếu không là từ anh mà là từ người nào khác, tôi sẽ nghĩ nó được trả bài, chắp vá cách buồn cười, hoặc tệ hơn, có ý mỉa mai. Nhưng dầu sao cũng cảm ơn anh đã cho tôi đứng chung, và đi cùng, trong giai đoạn cuối cùng đó. Hai chữ "cuối cùng", bình thường, nghe thảng thốt, hãi hùng sao là! Nhưng, trường hợp này, vang vọng của nó lại rất dịu dàng."

Quả cầu giấy lọt vào, vang tiếng ức, rồi nẩy lên, rơi xuống đất: giỏ đã đầy.

Tôi nghe như hơi nóng từ cô đang thở sang tôi. Tôi ấm hẳn (tiết trời đã rất ấm rồi), và khá bồi hồi:

"Thành thật với nhau đâu mất gì. Nó là vốn liếng chúng mình đều sẵn. Tại sao lại tìm mua thứ khác, thứ mình phải trả giá quá cao mà lúc mang ra dùng vẫn bị chính mình cười nhạo vì sự tự tin thái quá, vì sự dễ tin người khác, rồi để bị phát bẵng? … Như… 'đôi dép nợ đời' nhập cảng kia của Thơ đấy."

Cô ngồi phệt xuống mép cỏ. Với lấy, lật úp mặt tấm gỗ có hàng chữ "Please do not step on grass". Phẩy má bằng mấy ngón tay:

"Cho lương tâm ta được yên. Không thấy, không tội. Tội không từ tâm, mà từ nhãn. Ai có phàn nàn, cứ bảo, làm sao tôi biết dưới tấm báo này là sự cấm đoán? Có ai trông thấy sự thật, cái mà người đời cho là sự thật, ở mặt kia của cái giả hình nhởn nha trước mắt?"

Mấy hạt lựu trời trắng vừa lẻn qua được hàng rào lá. Một lưỡi dài phệt lên làm da mặt cô bị bôi loang như kem thoa bị ẩm.

" "Hạnh phúc!...", khoảng chục giây sau, cô tiếp, "không rõ nét như tấm biển kẻ mấy chữ sơn này. Không có gợi ý hay bảng hiệu nào hướng dẫn chúng ta đến đó. Chỉ giống chăng là khi nó, tấm biển, bị (ai? số mệnh?) lật chổng lưng lên. Đương nhiên cái quý hiếm thì không dễ chường mặt. Kho báu, muốn rờ tận tay nhay tận mắt thì phải bò, trườn, rách da tróc thịt, chứ không phải nhởn nhơ cưỡi ngựa xem hoa mà được. Chúng ta không sinh ra để được hạnh phúc. Chúng ta phải đi tìm. Án lệnh từ péché originel, nguyên tội, là lời phán hợp lý. Hái quả trên cành, uống nước trong mội. No bụng, thông cổ. Anh bảo đó là hạnh phúc? Cầu mong cho mọi sự được đơn thuần như vậy. Ainsi soit-il! Nếu thế thì chú chim tít trên mây kìa vẫn là, và có thể hơn nữa là, cứ gì anh, tôi? Hạnh phúc, như vậy, vượt qua bản năng tính. Nó chỉ được 'biết', và do đó, 'có', cho con người, những con người tỉnh táo. Người mất trí không biết, và phần đông chúng ta cũng cho là, không có hạnh phúc. Hắn chỉ 'được' hạnh phúc, trong một lúc nào đấy, với cái thứ mà người bình thường đã mửa mứa, chán chê, rộng lòng ban sớt cho, và chỉ hạnh phúc trong cái nhìn của những con người đó. Mà tuyệt cùng thì, ngay sự có mặt của họ đã bị hầu hết những con người bình thường tước đoạt, hư hóa rồi, thì hạnh phúc kia chắc sẽ cùng chung số phận."(mắt rực, dữ) "Mà gẫm xem, đời còn bao thứ phải lo, phải sống, phải hưởng, có mấy ai chịu tiêu hao thời giờ vàng ngọc cho những con-người-nạn-nhân như vậy? Cái chủ đề này sẽ dắt ta loanh quanh, chỉ làm ta mệt óc; thôi, trở lại với những con người bình thường-bình thường, tỉnh táo thực sự, như anh và tôi; phải, tôi, tôi nữa, một-tôi normalement normale; tôi, không phải lúc khác, nơi khác, mà tôi của lúc này, nơi này (cô nhẵn nhừ mấy chữ cuối bằng tiếng la-tinh - tôi đoán -). Nhưng, với phạm trù con-người-tỉnh-táo kia, phỏng mấy phần trăm, phần ngàn trong họ, mó được nó? Hạnh phúc, không là ý niệm. Không như lớp sương khói, lãng đãng cũng đúng, mà lãng mạn cũng không hẳn sai, mà chúng ta nhìn thấy qua lưới hơi bủa trên những mái nhà, nơi những giáo đường, chùa miếu, trên bao nhiêu lộ giới mà chúng ta băng qua, săm soi, buổi mai, chiều, tối, hoặc, giữa trưa, vào thời khắc này (đưa tay xem đồng hồ) 9 giờ 48 phút 5..6 giây, sáng thứ Năm, tháng 6, tháng sinh nhật của tôi, năm…. Tôi cho nó có tầm vóc, có hình thù; là một thực thể, entité, một cái gì đó … réellement réelle, tựa như đôi nửa giày nửa dép tôi vừa xách lên, đâu rồi, kìa, kìa, vất gần bụi cỏ sau lưng anh. Cầm lên, mình thấy chúng nặng; và mình mỏi tay, mình sướng-sượng, hẳn hoi.

Cái sướng-mỏi, không chỉ là tâm lý, là tưởng tượng, mà láy động tế bào mình, như đuôi cá quẫy, một vây sống, một que điện. Cụ thể hơn, và đơn giản nhất, là như khi anh đang nhóp nhép bánh mì; và sau đó, hả hê, vì đã làm tròn nhiệm vụ đối với bao tử của mình, với cái bản năng sinh tồn. Lắm người khuyên tôi, bằng tắp lự triết lý, bằng sát sao cuộc sống, bằng vô cùng thiện ý, lúc chúng tôi còn bên nhau, dầu sau cơm bữa tranh cãi, rằng-thì-là: giận dỗi, mắng mỏ nhau là thứ gia vị cho món hạnh phúc, giúp chúng ta biết trân trọng nó; rằng 'après la pluie, le beau…' (chắc chứ? Ai biết đâu sau đó sẽ lại là một cơn mưa khác, dữ dội hơn?) Dieu seul le sait. Vậy nên: chị cứ hạnh phúc đi; cứ nghĩ là mình hạnh phúc đi! Mất gì kia chứ? Sao lại không chịu cho là mình hạnh phúc? Sao không nghĩ theo hướng tích cực, xây dựng? Bướng bỉnh mãi ư? Dầu gì thì phe ta vẫn được tônvinh là beau sexe, mỹ miều quá mà. Thùy mị chút nhé, phái đẹp ơi! Cứ ám thị, tương tư tưởng tơ hoài, bô lô ba la phù phép hoài, ắt có ngày nó hiển linh. Biến mộng thành thực!.. Ôi chao!..."

NGUYỄN - HÒA -TRƯỚC

(còn tiếp theo kỳ 2 là hết)

TRẦN HẠ VI
EM TƯỜNG VI ANH

Em tường vi anh anh cội tùng em
em tầm gửi anh từng con chữ
từng cảm xúc
thánh thiện
ngây ngô

em tầm gửi anh đêm mưa
đạn pháo nổ dồn cắt ngang cơn ngủ
em tầm gửi anh trại tị nạn
viên thuốc tránh thai trước giờ xuống tàu
vượt biển

em tường vi anh anh cội tùng em
anh nhả ngọc phun châu
em sẵn sàng đi nhặt
rơi vụn gì
cũng là báu vật của riêng em

em tầm gửi mượn anh từ liên miên
hoa tường vi hồng hôn lớp vỏ tùng già cỗi
trong rừng anh đứng thẳng nhất
em yếu mềm dịu nhiễu quấn quanh

em tường vi anh anh cội tùng em
ngày ngày
tháng tháng
năm năm
TRẦN HẠ VI
28.01.2024

TRẦN HẠ VI
CÁ VOI XANH VÀ ANH

ngày cuối năm 1999
khi anh đứng lớ ngớ
ở một phi trường Bắc Mỹ
chờ đón thiên niên kỷ
với một khởi đầu
cũng là khi em nhìn vào mắt
một người
lạc đi một nụ cười
chìm vào mối tình thứ nhất
ở Châu Đại Dương

đàn cá voi xanh bị đánh bắt
sắp tuyệt chủng ở các đại dương
hai mươi năm kiên cường
phục dựng
em rũ áo nghê thường
tìm lại những niềm tin bị đánh cắp
tự dưỡng linh hồn mình resurrect
anh
hình bóng mối tình đầu tiên
hai mươi năm sau

cá voi xanh sống ở khắp nơi
trừ biển Nam cực
linh hồn em được sinh ra và lưu luyến mãi
vùng biển ấm
Thái Bình Dương
hôm nay đọc nhật ký anh
em nhìn thấy
pháo hoa chói sáng cầu cảng Sydney
và dòng chữ 'eternity'
ngày đầu thiên niên kỷ

TRẦN HẠ VI

LÊ HỮU MINH TOÁN
SƯƠNG CHIỀU

Em,
mắt buồn
tóc hương trầm gọi
Giữa
sương chiều
mây xám giăng cao
Đời
dung dị
xanh dần gió mới
Ta
mơ hồ
lạc giữa chiêm bao

Từng
Giọt sương
mượt mà nguồn cội
Đời
luân lưu
mặn ngọt giấc ngà
Soi
trần thế
câu cười mở ngõ
Vệt
sương chiều
rạng rỡ trăm hoa …!

@ LÊ HỮU MINH TOÁN
- Houston- 2:15AM - Khuya 26/ 1 / 2024.

XUÂN THỦY
NHẬT KÝ CHO NGÀY DÀI

Ngồi nói chuyện với Anh về
Mà như nước mắt khô quanh
Vầng mắt tôi ngồi lại cố

Ngồi lại cho lòng tĩnh tâm
Cho lòng hỏi xem có còn
Dư chút bình an nào không

Câu chuyện nghìn lẻ một đêm
Này dường như ai ai cũng
Có phận bạc của riêng mình

Mà dường như xã hội dù
Có phát triển đến đâu con
Người vẫn như loài thú hoang

Sơ kia cứ muốn giành lấy
Cái phận bọt bèo của mình
Cho đỡ tủi phận trong đời

Hay thể lấy cái ví dụ
Này thì ai cũng hiểu được
Những con tinh trùng bán sống

Bán chết để không phải chết
Đói trước khi chui tọt được
Vào quả trứng sung túc như

Bầu sữa mẹ có uống một
Đời cũng không hết và biết
Đâu đấy có uống mấy đời

Cũng không sao hết được hết
Được ấy chứ nói gì đến
Hai chữ Nhân Dân cao sang

Làm gì kia chứ hay như
Tiếng hát từ cổ xưa biết
Đâu ta cũng chỉ là người

Lính xưa tử trận trên sa
Trường Mông Cổ, thời Xuân Thu
Tam Quốc, Bắc Thuộc, rồi

Pháp Thuộc Mỹ Thuộc nói chi
Đến tận chân trời nào ngay
Trong lòng nước Mỹ ngay trong

Mỗi phận người Việt Nam sao
Đến bây giờ vẫn không thấy
Ánh sáng Cách Mạng Tháng Tám

Không thấy Cách Mạng Tháng Mười
Giải phóng con người trước Phát-xít
Đức, đỉnh cao của thực dân

Anh, đế quốc Mỹ,... Những đỉnh
Cao không bao giờ dừng lại
Dừng lại không bao giờ không
Bao giờ dừng lại đâu vì
Phát-xít ở trong chúng ta

Trong mỗi phận người chúng ta
Dư biết cả rồi mà không
Sao hiểu nổi một buổi sáng
Bất cẩn để cho té xe

Vì vấp phải ổ gà một
Buổi chiều về anh thợ xây
Đụng xe hơi lổ cả đầu

Mà mình đi ngang bất lực,...
Biết đến bao giờ Nhân Dân
Hết khổ đau hai tiếng Thiêng

Liêng liêng thiêng cho một ngày
Dài chợp mắt cho đúng lịch
Bác sĩ dặn rồi cũng tỉnh

Dậy thật sớm vẫn còn bao
Nhiêu việc ngổn ngang nợ nần
Mà lực bất tòng tâm mà

Lòng người rối ren quanh ta
Chẳng có ai là không ren
Rối cả mà thôi xin Hai

Chữ thương nhau nhau thương thì
Thương nhau cùng vì Bầu sữa
Mẹ là nước non chúng mình

XUÂN THỦY
22/4/2022

NGUYỄN NGUYÊN PHƯỢNG
SÀI GÒN NHỮNG CHIỀU TRÔI

Chiều trôi, chiều không trôi
Giọt thơm đắng gọi mời
Sài Gòn một thời nhớ
Đường lá me chơi vơi.

Chiều nghiêng như không nghiêng
Hồ Rùa xanh ưu phiền
Chút trầm tư cùng gió
Bản tình ca du miên.

Chiều xanh, chiều lang thang
Dấu mơ vương làn hương
Chưa phai cơn mưa bụi
Lá chao niềm bâng khuâng.

Chiều tan, chiều không tan
Lối về lịm cung đàn
Nhặt câu thơ tri ngộ
Thả nỗi sầu mang mang...

Bể dâu chao chát đời
Én lạc mây ngàn khơi
Tình yêu em còn mãi
Lúng liêng hạt ngọc trời.
Ta ngu ngơ tìm thuở
Sài Gòn những chiều trôi....

NGUYỄN NGUYÊN PHƯỢNG

Sài Gòn, 14/1/2024

NGUYỄN NGUYÊN PHƯỢNG
GIÓ CHIỀU CUỐI NĂM

(Gởi Trung Sơn, Việt Cường, Quang Khiêm – bạn Văn Khoa SG)

Bất chợt ngọn gió chiều thổi qua. Xao xác từng cơn nhẹ. Dăm chiếc lá vàng chao nghiêng mình thả rơ

Gió. Ơi gió!

Nhớ câu thơ của Nguyễn Đình Thi. Những phố dài xao xác hơi may. Chỉ là cơn chấn động không gian. Và gió nổi lên.

Lang thang thả bước theo những con phố, dưới những hàng cây. Phố vẫn đông người, xe hối hả, giục giã cuộn theo dòng đời. Gió vờn áo, tóc bay.Những tòa nhà cao ngất, cửa hiệu , nhà hàng phô trương hết cỡ. Gió loáng qua. Những mẹ, những chị cố sức đẩy xe hàng, oằn vai quang gánh . Gió như người bạn quạt mát, vỗ về. Gió đưa tiếng rao mời khách xa hơn âm vọng hơn. Những cơn gió có gì khác với mỗi ngày đâu. Vậy mà đượm mấy bâng khuâng.Và gió chiều cuối năm càng khó ngăn ai ngẫm nghĩ miên man.

Đi. Ừ thì đi. Không nhiều, tôi và vài người bạn rủ nhau đi café cuối năm. Nắng chiều vừa dịu bóng. Mấy chiếc ghế con, dưới bóng râm của tàn me cổ thụ vỉa hè Trung tâm sinh hoạt Thanh niên Thành phố. Giọt đen rơi đều, từng giọt sóng sánh. Lá me thả rơi theo cơn gió thoảng se se lạnh…Nhìn phố, nhìn người nhưng chủ tâm là nghe gió để lắng hồn trong những khoảnh khắc đang trôi, đang trôi của chiều cuối năm. Cái vòng nhân sinh cứ quay, nhịp đời cứ chảy. Ai nói đó, có những phút giây ta tính sổ đời minh. Ta đã làm gì cuộc đời của mình? Quyển sách nào không có trang cuối. Đời người như một quyển sách, ta đang ở dòng nào trang nào? Những ngày cuối năm là điểm dừng, lắng mình suy tư, nhìn lại. Cát bụi lại trở về cát bụi.? Bỗng dưng mà tràn xao xuyến. Vọng từ nhà ai đó khúc nhạc của Trịnh Hạt bụi nào hóa kiếp thân tôi/ Để một mai tôi về làm cát bụi…Đang bâng quơ câu chuyện đời, cả bọn đột nhiên im phắc. Khói thuốc thả những dòng xanh lãng đãng. Ca từ như khơi, như gợi nỗi niềm riêng tư. Ào những chuyến xe qua , nhiều thứ chất chồng hàng gói đón Tết cùng người hối hả hòa vào dòng người, xe cuộn chảy. Gió từ đâu thổi lốc mấy chiếc lá vàng chao đảo, trượt dài trên mặt đường. Mấy cánh sao khô từ những cành cao thả xoay xoay trong gió…Tiếng chổi sàn sát của bác công nhân cần mẫn quét dọn giữa chiều thinh vắng như những nhát cứa ngọt ray rứt. Chợt ngỡ ngàng khi nhìn thấy ở vách thùng xe ngập rác một cành mai xanh nụ, vài nụ đã nhú vàng chờ trỗi mình chào Xuân mới

Kết thúc để có khởi đầu trong nhịp vần xoay của đất trời luân chuyển hồi sinh. Phận người trong cõi người cũng cần thời khắc nhìn lại mình, thời khắc của ngày cùng, tháng tận. Ta đã làm gì cho đời? Bởi Đời đang tính sổ với mỗi chúng ta.

Mang hình hài cát bụi. Kết thúc phận người, xóa tên trong sổ Đời cũng như hàng triệu, triệu hạt bụi nhỏ nhoi, nhưng phải là hạt bụi lấp lánh, hạt bụi nở hoa. Một ngụm cafe loãng tan. Gió mơn hàng cây hè phố. Bạn đọc một câu thơ cổ giọng bùi ngùi Tiền bất kiến cổ nhân/ Hậu bất kiến lai giả/ Niệm thiên địa chi du du…Phận người trong cõi mênh mang thiên địa sao mà bé nhỏ nhưng cũng mạnh mẽ vô cùng. Bởi tồn tại không chỉ để tồn tại mà bằng sự sống, chất lượng sống của mỗi con người góp tài, tâm tận sinh lực đời mình làm nên cuộc đời, làm đẹp cuộc đời này. Bao thứ phù vân con người đánh đổi, rượt đuổi đến mệt nhoài, ngã ngựa tang thương. Tiền tài, địa vị, hạnh phúc, đấu tranh, hoài bão, ước mơ cả lý tưởng …tận cùng của lẽ đời khác gì mây nổi, chiêm bao. Để không là phù vân thì chính tận sinh lực đời của mỗi phận người sẽ không là hạt bụi tan loãng vào hư vô trong nhiệm kì trần gian (chữ của Trịnh Công Sơn khi tiễn biệt Nguyễn Tuân về cõi vĩnh hằng).

Con phố như hút dài theo ngọn gió. Ánh nhìn như ngỡ chiêm bao cuối chiều. Giữa ngã tư dẫn vào trung tâm Thành phố dưới những tàn cây sao cao vời, đứa bé thả chiếc bong bóng màu xanh lơ để dang đôi bàn tay hoa với đón cánh sao sao đang xoay trong gió. Một khát vọng đuổi bắt không thành. Bóng xanh bay lên, bay lên. Người mẹ cùng chạy, cùng với tay theo con. Hối hả, reo vui theo tràng cười bé thơ. Bóng bay mất trên trời cao, tay cũng nắm được cánh sao. Ném lên để sao rơi xoay …chạy theo đuổi bắt….Lại tung lên – đuổi bắt sao rơi trong tiếng cười giòn tan trong gió….

Hết cữ cafe chiều. Chia tay.

Tôi khoác túi nhảy xe buýt ra bến đón xe về quê ăn Tết. Bạn ở lại Thành phố chờ năm mới sang…Lại những chuyến xe, lại những chuyến đi, về với đời. Con phố mênh mang như dài hơn theo mỗi bước chân. Vài chiếc lá vàng lại thả rơi trên những đường phố mới vừa tinh tươm. Và bụi lại bốc lên theo gió. Mai nở sớm trước hiên nhà con phố tôi qua vàng rực rỡ. Vết mực nào xóa bỏ không hay. Ca khúc tuyệt vời của Trịnh ngân nga ngẫu nhiên đầy thú vị trong chiều cuối năm. Sinh ra từ bụi cát nhưng hãy là hạt bụi nở hoa, về lại với cát bụi nhưng không là cát bụi…

Gió chiều cuối năm đưa đẩy nỗi niềm không thôi…

Sài Gòn, chiều cuối năm 2013
Núi, viết lại tháng 12/2023
NGUYỄN NGUYÊN PHƯỢNG

Danh ngôn:
Ba điều không bao giờ trở lại:
- *Thời gian*
- *Lời Nói*
- *Và cơ hội ...*

Do đó :
- Đừng lãng phí thời gian
- Hãy chọn lựa lời để nói
- Và đừng bỏ lỡ cơ hội

(Khổng Tử - Nhà Triết Học Trung Quốc - 55- 1479 TCN)

HOÀI VŨ
MẸ TÔI...CÕNG NẮNG MỘT ĐỜI

Mẹ tôi cõng nắng bến đông
Tiếng gà lác đác sương hồng bóng trơi

Đôi vai mẹ gánh chợ đời
Bán sương, bán gió mua đời tóc mây

Mẹ tôi cõng nắng đằng tây
Cõng mưa, cõng gió thân gầy liêu xiêu

Lưng còng tóc đã bạc nhiều
Hai sương một nắng...trời chiều...sao hôm

Mẹ tôi quạnh vắng sớm hôm
Cõng một đời nắng, cõng khòm đôi vai

Con thương mẹ lắm...canh dài...!
Ngày mai nắng có sầu ai...thương tình

Mẹ tôi cõng nắng một mình
Lặng thinh mơ giấc bình minh...! Chiều vàng !

HOÀI VŨ

HOÀI VŨ
MÙA XUÂN TÌNH YÊU

Xuân đã về khắp Bản anh ơi !
Nắng hồng đôi má gợi…mai đào
Khoe hương sắc vương tà áo
Gọi màu kỉ niệm…xuân nào chia tay

Chiếc khăn piêu reo bay trong gió
Nhớ mùa xuân lối nhỏ chờ em
Choàng vai anh đắp mi rèm
Chiếc khăn piêu nhớ lòng em nghẹn ngào

Chiếc áo xuân hoa đào cúc bướm
Rạo rực lòng em ướm môi anh
Hương nồng, môi thắm trao anh
Nụ hôn tạm biệt, em dành người thương

Xuân này đảo xa vương tình nhớ
Chiếc khăn piêu màu sợi chỉ hồng
Xuân về đảo nhớ em trông
Tình xuân em giữ mãi, không nhạt nhòa

Thung lũng xuân về hoa ban nở
Đẹp lắm anh ! Tình ở trong em
Chiếc khăn piêu sợi chỉ rèm
Em thêu đôi én thêm rèm hoa mai

Chờ anh ! Xuân tới mai lại nở
Và rừng mơ rực rỡ nắng hồng
Thẹn thùng, em thỏa chờ mong
Đẹp tình Tổ quốc, thắm nồng tình ta !

HOÀI VŨ

NGUYỄN ĐÌNH TỪ LAM

NGẮN NGỦI CHUYỆN TÌNH và CHUYẾN VƯỢT BIÊN SÓNG GIÓ

Gởi Ph. & B.

(Tiếp Theo và hết)

Đêm ấy nhằm ngày 25 âm lịch, lúc gần một giờ khuya bầu trời không trăng, không một vì sao, cảnh vật tối mò. Toán vượt biên bí mật tập họp đầy đủ tại điểm hẹn ở một bãi khuất vắng, kín đáo thuộc làng chài Vạn Giã. Mọi người ẩn núp ngồi chờ, mong cho nước thủy triều lên, dâng cao trên mặt bãi sình lầy sát bờ biển, để hai chiếc ghe mành có thể chở bà con vượt biên ra tàu đang đậu ngoài xa.

Quân ngồi bên anh Phan nhưng lòng dạ gởi hết cho Xuyến Bình. Mới đó mới đây, hai đứa vừa chia tay, giờ sao nhớ Xuyến Bình lắm thế. Quân thầm nhủ, đấy là lần đầu tiên với một sự tình cờ, mình gặp người con gái trong khoảnh khắc; nhưng nàng đã gieo vào lòng Quân nổi yêu thương sâu lắng. Có lúc Quân ngẫm nghĩ sinh ra hoài nghi, rằng mình có yêu nàng thật lòng chăng hay chỉ vì vài giờ phút say đắm sắc diện, lời lẽ đường mật của nàng khiến con tim mù lòa. "Chắc chắn là không!" Quân quả quyết. Quân yêu nàng bằng cả tấm lòng chân tình, bởi vì nàng đối đãi với Quân chẳng hề đãi bôi mà chân chất từ cử chỉ, từ lời nói dịu dàng cảm động, đến sự chăm chút Quân hết mực chu đáo, tỉ mỉ. Không dễ gì, một người con gái khóc với người con trai trong khi lòng nàng vẫn dửng dưng. Điều đó minh chứng Xuyến Bình yêu Trần Quân này thật lòng thành, nếu không nói là yêu thương bằng non bằng nước như thể mình yêu thương nàng vậy. Thế mới biết chắc, lòng Quân đã lụy vì Xuyến Bình, lụy vì mối tình quý hiếm và đặc thù nhất trên đời mà nàng dành trao trọn cho Quân. Đang miên man nghĩ suy tới Xuyến Bình, bỗng Quân giật mình, anh Phan đập nhẹ vai Quân, nói thầm:

"Thủy Triều đã lên, ta mau cẩn thận xuống ghe để ra tàu."

Đến năm giờ sáng hôm ấy, tàu đến được hải phận Quốc tế. Mọi người trên tàu vui mừng khôn tả. Nhiều người quỳ xuống, ngước mặt lên trời, chắp tay cảm tạ và cầu nguyện Phật Bà Quan âm độ trì tất thảy mọi người đi đến nơi được an toàn.

Ngày thứ hai, khoản giữa trưa, tàu đang êm đềm cứ nhắm hướng Đông-Nam lướt phăng phăng. Trên tàu có mấy người lo xem xét lại cột buồm, một người châm dầu nhớt vào máy tàu, mấy người lo tát hết nước biển ra khỏi hầm tàu, một số nữa xúm nhau vội lo nấu nướng sửa soạn cho bữa cơm chiều, phải ăn uống xong xuôi trước khi trời tối. Bỗng nhiên, trên trời những tảng mây đen ùn ùn, từ đâu kéo về hướng con tàu. Một lúc sau, mây dừng lại, rồi vần vũ xoay tròn, xoắn ốc. Thấy hiện tượng lạ, mọi người đều hốt hoảng, ai nấy ngước mắt lên nhìn, có người hớt hãi la lên:

"Trời ơi! Bà con ơ! Nguy to rồi, chúng ta sắp sửa gặp sóng thần"

Sau đó không lâu, hai trận gió lớn ngược chiều ập đến. Trận gió Nồm theo hướng Đông Bắc thổi ào xuống và trận gió Nam theo hướng Đông-Nam thổi thốc lên. Hai trận Nồm-Nam đụng nhau đan chéo, rồi hung bạo quấn quýt như hai con khổng xà đang quần thảo đánh nhau. Bao tiếng ào ào, rì rạt nổi dậy. Những cú sét đánh ầm ầm, những lằn chớp ngoằn ngoèo. Cả trời biển khi lóe lên sáng rực, lúc vụt tắt tối mò. Tiếp đến trận mưa giông trút nước xối xả lấp đầy mặt biển. Bao tiếng ì ì…ầm ầm… liên hồi nổ vang dội của những đợt sóng to bằng những dãy nhà lớn, từ đâu dưới lòng biển trồi lên, dựng đứng tới tận trời, rồi vội vàng lao xuống, đâm sầm, ngọn sóng như thấu sâu tận đáy biển. Con tàu nhỏ nhoi tựa như đồ chơi của trẻ con, bị sóng dữ cuốn hút, tung lên, rớt xuống. Mọi người tức tốc rúc vào khoan tàu trú ẩn. Họ liên tiếp bị vật vã, mấy người bị hộc máu miệng máu mũi nằm bẹp trên sàn tàu bất tỉnh. Trần Quân và một số thanh niên trai tráng còn chút sức lực, gắng cởi hết áo quần dài, đem quấn dày quanh đầu và cổ, rồi đút đầu vào những khoản hở của vách ván gần mũi và đuôi tàu, kèm chặt đầu cổ vào đấy, hòng tránh bớt thương tích mỗi khi bị sóng dồi đập. Giữa lúc này, hầu như ai cũng chẳng có một chút hy vọng sống còn. Họ cho rằng, con tàu khi đã lọt vào vòng sóng thần là cùng đường sống nên đành bó tay, phó mặc trước sự hung bạo của trời đất giông tố. Anh Sáng, tài công, người điều khiển tay lái con tàu, vội vàng bỏ cabin chui xuống sàn tàu, cùng anh em nằm chịu trận. Ngoài trời, phong ba gào thét dữ dội, Sáng ráng gân cổ nói một cách tuyệt vọng:

"Chuyến đi này ta khó có thể sống sót."

Ở ngoài, nước biển bắt đầu chảy từ hông, từ mũi tàu, đuôi tàu vào khoang tàu. Tất cả đều ướt dầm. Nhiều người hiểu ra mình sắp chết, sợ điếng hồn. Trái hẳn với thói thường, lúc nầy đây Quân vẫn tỉnh táo, biết một lát nữa đây sẽ bị vùi thây giữa lòng biển cả. Quân tự nhủ, việc hung dữ nào tất phải xảy đến với mình mà sức người không cách chống chọi để thoát hiểm thì tốt hơn chấp nhận, chẳng thèm khiên cưỡng, dù hậu quả đưa đến cái chết, thì trước khi ra đi mình vẫn được thanh thản. Quân nằm tưởng nhớ đến gia đình, thương xót cho cha mẹ, anh chị em ở nhà; biết họ có sống nổi không khi nghe tin anh em Quân chết bỏ xác.

Ở một góc khoan tàu, có một giọng yếu ớt, vừa nói vừa rên:

"Ô ô ôi… thôi! Chúng mình đều khó thoát chết thật rồi, anh em ơi! Chuyến đi nầy, lúc sống ta cùng bên nhau. Rủi sau này khi chết đi, chúng ta hãy chết gần nhau."

Im lặng một lúc, anh ta vừa thở hổn hển vừa nói tiếp:

"Chi bằng, bây giờ hãy mau tìm cách tháo dây ở cột buồm, đem cột hết thảy chúng ta lại với nhau cho chắc ăn. Anh em nghĩ sao?"

Hầu như mọi người trên tàu lặng thinh, chẳng còn hơi sức đâu để lên tiếng. Chỉ có anh Phan lắc đầu tỏ thái độ không đồng ý. Anh chờ cho những đợt sóng ngưng dồi đập trong giây lát, rồi Phan gắng sức nói cho mọi người nghe suy nghĩ của mình:

"Đến giờ, chúng ta vẫn chưa chết, vẫn còn hy vọng sống sót. Theo kinh nghiệm của cha tôi và bà con làng chài giã khơi Vạn Giã quê tôi cho biết khi đang đánh cá ngoài biển gặp trận bão xoáy như vầy, trên biển sóng thần sẽ dậy lên. Nếu ta rủi ro lọt vào giữa luồng sóng thần hay còn gọi giữa thung lũng sóng, thì chỉ trong thời gian gang tấc cột sóng dựng lên, nuốt chửng và nhận chìm mọi người trên tàu xuống đáy biển sâu, chết tức tưởi không kịp thở…"

Bên ngoài, trời sấm chớp nổ đùng, sáng lóe; sóng gió gào thét ì ầm. Anh Phan phải im bặt một đỗi lâu, đến khi trời đất bớt cơn thịnh nộ, anh nói tiếp:

"…Còn ở đây, chúng ta đã chịu đựng được bão sóng khá lâu. Tôi quả quyết rằng chúng ta đang ở ngoài rìa hoặc bên ngoài hông sóng thần. Thế là chúng ta vẫn còn cơ may đó bà con! Ta hãy mau tìm mọi cách hướng dẫn con tàu chạy thế nào để tránh lọt vào giữa thung lũng sóng. Ta chờ. Rồi bão tố sẽ lặng là ta thoát nạn."

Trên sàn tàu, bà con nằm thiêm thiếp, hai tay cố bám chặt những miếng ván, chịu đựng, chẳng nói chẳng rằng. Ngoài trời sấm chớp lại nổi lên liên hồi, những trận cuồng phong ào ào gào thét, những đợt sóng cao hơn nóc nhà, khi xoay tròn lúc xoắn ốc. Sóng dộng vào hông, vào đầu, vào đuôi tàu. Con tàu cứ liên tục đổi hướng, xoay tròn. Những cột sóng thần lúc chạy vòng, khi quấn riết bấu xé nhau. Chúng liên tiếp lia con tàu cưỡi sóng vút lên cao đến tận trời; rồi nhanh như chớp, sóng sụt xuống chìm sâu tận đáy biển; con tàu hết chỗ dựa, một mình lơ lửng giữa trời, tàu khựng lại trong tích tắc, rồi như một tảng sắt vụt trút xuống hết sức nhanh, đâm đầu đánh rầm thấu mặt biển, phát ra tiếng nổ dữ dội như súng đại bác nã. Bà con bị dồi lên vật xuống quá mạnh, không ít người bị thương, miệng lại ói ra máu tươi.

"Các anh chị thấy chưa. Có Phật, Thánh cũng chẳng thể cứu được ta." Anh Sáng, người lái tàu vừa nói vừa rên hừ hừ.

Ngoài trời, sấm chớp vẫn cứ liên hồi dậy lên nổ vang, sáng rực cả bầu trời. Hai luồng bão ngược chiều càng lúc càng quét hung bạo. Luồng chớp xuyên qua kẻ ván trên đầu mọi người, lọt xuống chiếu sáng. Giữa sàn tàu, có anh Chuẩn người cùng làng Vạn Giã với anh Phan, lên tiếng:

"Anh Phan hoặc anh chị em nào, ai có cách giúp tàu thoát nạn. Xin nói nghe coi?"

Anh Phan gắng sức gào lên, giọng quả quyết:

"Tôi chỉ cần anh Sáng biết lái tàu giúp tôi là mọi chuyện sẽ êm.

Nghe Phan nói cần mình, Sáng liền lên tiếng:

"Tôi đã nói rồi, chúng ta hết cách, cùng đường…Tôi chỉ biết nằm đây, phó mặc…"

Anh Phan thất vọng, nghe như trời đất sắp sụp đổ. Một đổi, sau khi anh Sáng dứt lời, ở cuối khoang tàu có ai đó lên tiếng:

"Này anh Phan! Anh cần người lái tàu, em cũng lái được vậy. Em có thể giúp được gì cho anh không?"

Phan nhìn ra thấy thằng Mẫn, mới sực nhớ, nó là lái phụ tàu cho Sáng. Phan mừng khuấn, vội vàng ra sức ráng gân cổ nói to:

"Được quá đi chứ em. Qúy lắm rồi. Bây giờ, anh em mình bò lên cabin, hai ta sẽ có cách, lẹ lẹ lên em!"

Khi Mẫn đã vào được phòng lái, ngồi gồng người cố trụ chắc, hai tay siết chặt tay lái tàu. Phan ở ngoài, vội nằm xuống sàn tàu, vừa xoay trở người hai tay vừa cởi hết quần áo ngoài, đem nối lại làm dây để cột thân mình vào trụ ống khói. Cột xong, Phan lấy hai tay và hai chân choàng chéo vào cột ống khói ghì chặt. Nhờ hơi ấm của ống khói truyền vào cơ thể, nên Phan bớt lạnh cóng, đầu óc có phần tỉnh táo, và có thể chịu đựng được giữa giông tố bão bùng, mưa dầm sóng dữ. Khi thế đứng đã tạm vững, Phan liền quay mặt hướng vào buồng lái tàu, gào lên:

"Anh đang nói đây, em có nghe rõ được không?"

"Em nghe rõ." Mẫn gào lại."

"Thế là ổn rồi. Từ giờ, em cố sức lái tàu theo sự chỉ dẫn của anh, em nghe chứ?"

"Em nghe anh.

Hai anh em thật nhỏ nhoi giữa mênh mông trời biển, đang hết sức xoay trở liều mạng chống cự với thiên nhiên cuồng nộ để cứu sống mọi người đang gặp nạn. Cứ mỗi lần, bão đánh ập vào phía sau lưng Phan, anh gào to lên với Mẫn:

"Mẫn ơi! Nghe đây, em hãy nhắm hướng trước mặt anh mà lái cho con tàu bám dựa theo sóng mà tiến." Phan vừa nói vừa đưa tay chỉ hướng…

Con tàu chòng chành chạy xuôi theo chiều bão thổi, lặn ngụp trong sóng nước, trong mưa dập bão dồn.

Cứ thế, nếu bão đổi chiều đập vào hông bên trái của Phan, anh bảo Mẫn lái về phía hông mặt, hay khi bão táp vào phía trước mặt, tàu phải đổi hướng đi phía sau lưng anh. Nhờ phương cách như thế, người này chỉ đường, người kia lái tàu. Bão thổi chiều nào, con tàu chạy nương theo chiều bão táp, nên tàu không bị sóng đánh tan nát hoặc bị nhận chìm.

Trong khoang tàu, nhiều người nằm ngổn ngang, một số ít đã gắng sức ngồi dậy được. Lúc này Quân thấy người tỉnh táo, dễ chịu đôi chút. Con tàu bớt bị sóng dồi, không còn bị sóng ném từ trên cao xuống lòng biển. Quân vẫn nằm bẹp dưới sàn khoang tàu, mũi lòng thương cha mẹ và anh chị em ở nhà. Đêm nay, chắc ai nấy đều thức trắng, sốt ruột, lo lắng cho anh em Quân đang trôi nổi giữa trời biển mông quạnh, chắc là cả nhà đều khấn vái cầu xin Ơn Trên phò trợ cho chuyến vượt biên trót lọt. Và, ôi thôi! Nếu biết anh em Quân đang lâm nạn bão táp, sóng thần vây hãm ngoài khơi, cả nhà điếng người, đau đớn biết dường nào. Còn em, Xuyến Bình của anh, chắc hẳn đêm nay em thật vui vầy, êm ấm trong nhung lụa gia đình, có lúc nào em nghĩ đến anh không? và, chắc chắn em chẳng hề biết anh đang gặp tai nạn chết người giữa biển khơi như vầy; thế là sắp hết rồi, không có ngày hẹn gặp lại em đâu, Xuyến Bình ơi! …

Như một phép lạ, khoản nữa đêm, trận bão từ hướng Nam yếu dần, yếu dần… rồi ngưng hẳn. Trận gió Nồm Theo hướng Đông-Bắc thổi xuống vẫn còn mạnh nên bão vẫn còn cuồng nộ. Con tàu cứ trồi lên, trụt xuống liên tục, khó nhọc nương sóng cứ nhắm phương Nam chìm nổi bươn bả. Phan cảm giác toàn thân mình đau nhừ tử, tê buốt, đầu óc xây xẩm quay cuồng; anh gục đầu vào cột ống khói, không bao lâu, thấy người nhẹ tênh, rồi thiếp đi lúc nào không hay biết.

Lúc Phan mở mắt ra, thấy mình đang nằm trên sàn trong khoang tàu, vây quanh anh bà con kẻ đứng người ngồi, mấy người đỡ anh dậy, kẻ lấy dầu xoa bóp chân tay đầu cổ cho Phan, người lấy tấm mền quấn thêm vào người anh để ủ ấm. Ở ngoài, giờ ngày trận gió nồm cũng ngưng hẳn. Bão yên sóng lặng, biển trời im phăng phắc. Ít lâu sau Phan tỉnh hẳn. Anh nhìn khắp mọi người, chẳng tìm thấy Mẫn đâu, liền hỏi:

"Mẫn đâu rồi?"

Có người lên tiếng thều thào:

"Mẫn chết rồi, anh Phan ơi!"

"Ôi! Sao Mẫn lại chết được, hỡi trời!?" Phan kêu lên thảng thốt.

Có người đứng lên kể lể:

"Khi đó, một số bà con trên tàu tĩnh lại, mới hay mình vừa mới qua khỏi hoạn nạn, thoát khỏi bàn tay thần chết, thấy dưới sàn khoan tàu thiếu anh Phan và Mẫn thì nhớ ra rằng hai người đã liều mạng cứu sống được bà con, nên anh em tôi liền gắng sức đứng dậy, trèo lên boong tàu tìm kiếm; thấy anh bất tỉnh, hai tay còn ôm khư khư cột ống khói; còn Mẫn vẫn ngồi bất động trên ghế cabin, đầu kê trên vòng tay lái tàu, hai tay Mẫn buông thõng, cả thân người lạnh ngắt. Chúng tôi chia nhau, gấp rút đem cả hai người xuống đây; tìm mọi cách có thể để cấp cứu. Nhưng rồi chỉ có mình anh Phan tĩnh lại còn Mẫn thì đi luôn. Thật là trời đất, tạo hóa sao khéo cơ cầu, nỡ nào cướp đi một con người nhân ái như Mẫn. Mẫn đã vì chúng ta mà quên thân mình, lăn xả giữa bão to sóng lớn cứu sống mấy chục mạng trên tàu. Giờ đây, Mẫn bỏ ra đi, để lại cho ta một cái tang đau xót, suốt đời khó mà nguôi ngoai nỗi…

Nói đến đây, anh ta ngưng bặt, chỉ còn nghe mấy tiếng nấc nghèn nghẹn từ trong cổ họng anh. Mọi người đang sụt sùi, bỗng nhiên nổi lên khóc òa, nhiều người liền tới ôm xác Mẫn, nước mắt dàn dụa, miệng kêu than trách móc trời đất, sao nỡ đày đọa người hiền lương như Mẫn,…

Xác Mẫn vẫn còn để nằm trên sàn khoang tàu, mong tìm thấy một hòn đảo hay một cù lao để có đất chôn cất, cho Mẫn có mộ phần yên ổn. Nhưng mãi đến ba ngày sau, con tàu trên đường xuôi Nam vẫn đi giữa mênh mông trời nước. Thân xác Mẫn đã bốc mùi hôi tanh. Mọi người bàn nhau, người chết giờ đây đã yên bề phần số, có tiếc thương đau buồn mà lưu giữ xác lại chẳng được gì, chi bằng tiễn đưa Mẫn ra đi bằng thủy tán, chứ không còn có cách nào khác hơn.

Xác Mẫn được gói bằng những khăn, mền, quần áo… của mỗi người một thứ chung lại. Đến lúc Mẫn được đặt nằm trên boong tàu; ai nấy, kẻ ngồi người qùy, kẻ đứng vây quanh, chắp tay vái lạy, niệm phật, đọc kinh. Khi mọi người vừa dứt lời bài kinh cầu siêu, bốn người dùng dây cột buồm choàng vào xác Mẫn, rồi hạ thòng từ từ xuống mặt nước, đến khi xác truột khỏi dây buồm, Mẫn chìm xuống, đi vào lòng biển sâu thẳm. Tiếng than khóc dậy lên áo não thương đau bời bời. Ngay chỗ vùng nước Mẫn vừa mất tăm, một vòng nước bọt trồi lên; rồi những vòng bong bóng nước trắng xóa, hết đợt này tan đi, đợt nữa, đợt nữa… khắc hiện. Con tàu chầm chậm chạy quanh vùng nước xác Mẫn vừa khuất dạng, tiếng cầu kinh niệm phật không ngớt. Mãi đến lúc mặt nước nơi thủy táng trở lại phẳng lặng, con tàu mới chịu rời đi về hướng Nam. Trên tàu, ai nấy đều ngồi hết trên boong, im lặng đờ đẫn, mặt mày buồn xo.

Quá nửa đêm ngày thứ tư, trời không trăng sao. Con tàu đang chạy ngon trớn, bỗng nhiên cả thân tàu mấy lần rung giật rồi chạy chậm lại, chậm dần. Một lúc sau tàu đứng hẳn. Phan lo lắng nói với người thợ máy:

“Anh Tâm chịu khó đi xem,tại sao tàu chết máy.”

Một lúc sau, có tiếng Tâm trả lời:

“Máy tàu vẫn còn rất tốt, máy thủy lợi 10 có tiếng chịu nước và hết sức bền, chẳng hư hao chi cả. Ngặt nỗi, bình chứa dầu chẳng còn một giọt. Ba can dầu dự trữ bị bể, dầu thoát ra, chảy hết xuống biển”

Con tàu như chiếc bè gỗ không người chèo lái, nổi trên mặt nước phẳng phiu. Bà con vượt biên lại thêm một phen lo buồn, thêm phần đói khát, cóng lạnh. Có mấy người quá thất vọng, đòi nhảy biển chết; ai nấy xúm lại can ngăn, canh giữ,…

Ở ngoài xa, ngã hướng Đông thấy ánh đèn, thỉnh thoảng có những luồng đèn pha quét sáng trên mặt biển. Dự biết, có tàu lớn đang đậu ngoài khơi. Mừng quá. Mọi người bàn nhau, họ chỉ để mặc mỗi quần đùi áo lót, còn cởi hết quần áo ngoài, đem quấn lại làm được bốn cây đuốc lớn; lấy mấy chai dầu lửa dùng để đun nấu ra, thấm ướt, đốt đuốc cháy sáng lên để làm hiệu.

Chưa đầy một giờ sau, một đoàn canô năm chiếc có trang bị súng ống tấp vào vây quanh tàu vượt biên, vướt tất cả trở về tàu thủy lớn. Thời gian sau, hai anh em Quân được đi định cư ở

Mỹ, sống tại thành phố Nữu Ước (New York), một trong những thành phố tầm cỡ thế giới.

Trong mấy tháng đầu, anh em Quân mới sinh sống ở Mỹ, nhờ vào sự giúp đỡ của cơ quan an sinh xã hội, mọi thứ thiết yếu cho đời sống thường ngày xem như tạm ổn định. Sau khi hết hạn được trợ cấp chính phủ, anh em Quân phải bằng mọi cách tìm việc làm, có đồng tiền lương để tiêu dùng.

Ước mong đến được vùng đất mới đã thành hiện thực. Giờ đây anh em Quân sống trong một xã hội tân tiến và nhiều khác lạ, lạ cảnh lạ quê, lạ người, khác phong tục tập quán, khác phong cách sống lại không cùng ngôn ngữ… Thêm phần ở trong một đất nước gồm nhiều sắc dân đến từ bốn phương trên trái đất, nên nạn phân biệt chủng tộc, bè phái khó mà tránh khỏi… Thế mới biết, để hội nhập vào xã hội mới anh em Quân phải vượt qua không ít chướng ngại, rào cản. Cũng vì tuổi đời còn trẻ, sự bền chí, chịu đựng nghịch cảnh còn hạn hẹp nên cả hai đâm ra nghĩ quẩn, thôi đành nhắm mắt đưa chân mặc cho hoàn cảnh đưa đẩy ta đi đến đâu thì buông theo đến đó vậy. Có khi Quân lại tự trách, tại sao mình chọn con đường bỏ nước ra đi là trên hết, sao mình không ở lại quê nhà, ráng chịu đựng những bất ổn mà được gần gũi cha mẹ, chị em, và được yêu thương Xuyến Bình vẫn có được an ủi, đầm ấm hơn là sống cô quạnh nơi xứ lạ, quê người. Mỗi khi nghĩ về Xuyến Bình, Quân luôn đặt hết niềm tin rằng suốt đời nàng giữ một dạ một lòng với người nàng đã nói lên lời yêu thương, và chắc chắn rằng suốt đời nàng chỉ một lần thốt lên lời yêu đương gởi gắm cho một người, chỉ một người duy nhất, người ấy là chàng, là Trần Quân nầy. Còn về phần Quân đối với Xuyến Bình thì sao? - Nhiều lần Quân tự hỏi lòng, và biết chắc mình yêu thương Xuyến với tấm lòng thật thà ngay từ khi mới gặp nàng. Vì lẽ đó, chỉ có một Xuyến Bình là người đem hạnh phúc cho đời Quân. Quân đã xác quyết như thế nên giờ đây lòng Quân phấn chấn, rộn lên niềm tin yêu vô bờ bến. Quân tự hứa với lòng, kiên tâm tạo dựng một đời sống mới vững vàng ở đất nước hiệp Chủng Quốc này, nơi luôn dành cho mọi người dân chăm chỉ, lương thiện nhiều cơ hội tiến thân. Ngày Quân thành đạt ý nguyện sẽ đến. Ngày ấy, Quân như con phượng hoàng sải cánh, vượt đại dương về lại Việt Nam đoàn tụ cùng người thân, hội ngộ Xuyến Bình. Ngày ấy, Quân và Xuyến Bình chính thức là vợ chồng, tận hưởng đời sống lứa đôi sum vầy, tâm đầu ý hợp đến hết đời người.

Để thực hiện ước mơ thành đạt ở xứ người, Quân gấp rút bắt tay ngay vào việc học tập để có bằng cấp, có công ăn việc làm, có đồng lương hằng tháng, ổn định đời sống. Rồi Quân tìm cách về lại quê hương tìm em. Quân đăng ký đi học tiếng Anh, vừa học lên đại học. Ở Việt Nam Quân có bằng tốt nghiệp cấp ba trung học và đang học ở trường cao đẳng sư phạm, nên chỉ xin vào học được ở một trường đại học cộng đồng thuộc quận Bronx, thành phố Nữu Ước (New York).

Ngày ngày Quân đi học có xe bus nhà trường đưa rước. Mỗi lúc ngồi trong xe, nghe tiếng sinh viên nói chuyện, tiếng máy xe nổ, tiếng bánh xe lăng trên đường nhựa, kể cả tiếng gió thổi bên ngoài đập vào thành xe…làm Quân nhớ lại chuyến xe đò quê nhà mấy năm trước, nhất là nhớ Xuyến Bình quay quắt. Chuyến xe đò năm ấy là chuyến xe tình yêu. Hai đứa tỏ tình với nhau thật đột ngột nhưng chân thành, đằm thắm, chẳng hề cần thời gian mới hiểu lòng nhau. Xuyến Bình nói lời yêu thương Trần Quân trên chuyến xe đò không hẹn, nhưng Quân biết chắc một điều, nàng yêu mình bằng cả tấm lòng trong trắng, thiết tha. Chính tấm lòng ấy, lúc ấy đã cảm hóa, thuyết phục con người Quân sa ngã vào vòng yêu đương của Xuyến Bình. Chính tấm lòng ấy, lúc ấy đã khiến Trần Quân, những lúc nầy, đau khổ dằn vặt khôn tả. Vì Quân đã chọn con đường vượt biên là lẽ sống, là tất cả, là trên hết thảy. Bây giờ ước vọng đời mình đã đạt, nhưng đành đánh đổi sự xa cách người mình yêu, xa trăm ngàn dặm. Thế nên, giờ đây Trần Quân nhớ nàng thắt cả ruột gan là vậy. Một lần nữa, quân thầm quyết tâm, ta sẽ về tìm em, Xuyến Bình ơi! Chờ anh nghe em!

Từ chỗ nuôi kỳ vọng đời mình rồi sẽ thăng hoa lẫn niềm tin sẽ được về thăm quê, gặp lại người mình thương yêu, khiến lòng Quân trở nên yêu đời và tràn đầy sức sống. Trần Quân cố công học tập. Sau hơn hai năm miệt mài ở trường đại học cộng đồng, Quân tốt nghiệp cao đẳng, xong chuyển sang trường City

College of New York học tập thêm hai năm nữa. Khi ra trường Quân lấy được bằng cử nhân ngành điện, rồi làm chuyên viên kỹ thuật cho hãng tái chế TOMRA, Na UY (Norway), có chi nhánh tại Mỹ. Bấy giờ đời sống vật chất Quân ổn định, có việc làm, có đồng lương khấm khá. Hai anh em Quân đã mua được ngôi nhà trả góp khang trang tiện lợi, tậu được xe hơi đời mới…

Một hôm, nhân ngày lễ Tạ Ơn (Thanks Giving), được nghỉ việc mấy ngày, Trần Quân một mình lái xe hơn nữa tiếng đồng hồ ra ngoại ô thành Nữu Ước, đến dạo chơi ở Dãy Núi Gấu (Bear Mountain), một thắng cảnh ở cạnh thành phố. Quân thấy trong đám người đi chơi núi hôm ấy có người con gái, mới nhìn thoáng qua Quân đã bàng hoàng, tim đập liên hồi. Cô ấy giống Xuyến Bình, giống từ mái tóc, vóc dáng đến điệu bộ đi đứng. Quân thầm nghĩ, biết đâu Xuyến Bình cũng sang được Mỹ, nên vội vàng đến gần cô ta, lân la tìm cách bắt chuyện để thăm dò. Người con gái ấy chẳng phải Xuyến Bình mà là người Phi Luật Tân, một du học sinh đang theo học tại Viện Đại Học Nữu Ước (New York University). Buồn quá, nửa chừng bỏ buổi dạo chơi. Quân vội lái xe trở về nhà. Đêm hôm ấy, Quân không tài nào chợp mắt ngủ được, nằm thao thức trăn trở nhớ người yêu… “Phải tìm cách gặp lại Xuyến Bình.” Trần Quân nhứt quyết.

Trong lúc nầy, nhà nước Việt Nam đã có cách nhìn tử tế với những người Việt vượt biên bất hợp pháp đang sống ở nước ngoài, không coi họ là những tội phạm như trước, mà như bao người dân lương thiện sống xa tổ quốc, là khúc ruột ngàn dặm của dân tộc Việt. Chính quyền khuyến khích, động viên họ về nước đóng góp tài lực hoặc gởi ngoại tệ về nước để xây dựng quê hương. Thế là vào dịp có bốn tuần lễ nghỉ phép thường niên, Trần Quân liền bay về Việt Nam thăm gia đình cha mẹ và ước ao gặp lại Xuyến Bình.

Quân vào Sài Gòn, đến đại lộ Trần Hưng Đạo, đi khắp, chú tâm kiếm tiệm bán tranh sơn mài của mạ Xuyến Bình, nhưng chẳng thấy đâu. Cả thành phố này, bây giờ đổi thay quá, thật lạ lẫm. Chẳng thiết nghỉ ngơi ăn uống, Quân khẩn cấp mua vé máy bay tốc hành ra Huế ngay; dò la tìm kiếm nàng, nhưng không gặp. Phải chi tấm thiệp có ghi địa chỉ và số điện thoại Xuyến

Bình đã trao cho Quân, không mất trong cơn bão xoáy cùng trận sóng thần năm xưa thì việc tìm nàng chắc không khó như bây giờ. Không gặp được người yêu khiến Quân buồn phiền, tâm tư bị dày vò; nhưng vẫn còn nuôi hy vọng, sớm muộn thế nào hai đứa cũng nhìn thấy nhau. Vì, với tấm lòng tha thiết yêu thương Xuyến Bình thì dù nàng có ở chân trời góc bể xa xôi diệu vợi đâu đâu, rồi Quân cũng có lúc tìm được. Quân nghĩ, trời đất sẽ không lẽ nào phụ rẫy hai kẻ yêu nhau tha thiết, chẳng nỡ chia lìa mãi mãi mối tình của Quân với Bính. "Còn sống, anh còn hơi thở, nhất quyết hai đứa sẽ gặp nhau, chờ anh em nhé!" Quân tự nhủ.

Sau lần đầu tiên trở về, cứ mỗi năm một lần, Quân trở lại Sài Gòn và Huế, hết lòng tìm Xuyến Bình mà chẳng thấy nàng đâu cả. Nhiều năm tháng qua đi, ngọn lửa hy vọng hai đứa có ngày sum họp vẫn còn nhen nhóm lòng Quân. Nhưng cuộc sống trong một xã hội văn minh, Quân phải chạy đua với thiên hạ từng giờ từng phút để bắt kịp nhịp độ tiến bộ phát chóng mặt của nền khoa học kỹ nghệ tân tiến. Thêm phần nhớ mong Xuyến Bình khiến tâm tư Quân khắc khoải, phiền muộn đeo đẳng.

Những năm, những năm dài đi qua cuộc đời; hiện giờ Quân đã bước vào hạng người trung niên. Quân già đi trước tuổi, tóc bắt đầu rụng và đốm bạc đi quá nửa, người Quân béo mập, mất đi dáng mảnh khảnh thư sinh ngày nào. Quân bước đi nặng nề chậm chạp như gánh đeo những nỗi lo toan âu sầu đằng đẵng.

Cuộc đời Quân đã xế bóng, vợ con chưa có, vẫn sống thui thủi một mình. Cha mẹ, anh chị em hết sức lo buồn. Họ khuyên Quân nên lấy vợ, lập gia đình để ổn định cuộc sống và tin yêu cuộc đời. Về phần Quân cũng từng băn khoăn suy nghĩ, rằng đời người ai cũng đi qua lẹ làng chóng vánh. Chẳng lẽ suốt đời, mình sống chỉ cho bản thân, chỉ biết đi tìm mãi hình bóng Xuyến Bình một cách vô vọng. Đã qua đi bao nhiêu năm tháng, nàng còn đâu kiên nhẫn chờ ta. Giờ đây chắc nàng đã có chồng con đề huề. Nàng có chồng! Người đàn ông nào có được diễm phúc là chồng nàng , là kẻ may mắn nhất trên đời. Nghĩ đến thế, Quân thấy lòng cay đắng xót xa vô cùng.

Qua sự giới thiệu của người chị ruột, Quân quen cô giáo

trẻ Phạm Thị Qúy Tâm, dạy cấp ba trung học, quê thành phố Quy Nhơn Bình Định. Biết nhau không bao lâu, Trần Quân và Qúy Tâm đồng ý tiến đến hôn nhân. Đám cưới của hai người được tổ chức vội vàng nhưng chẳng kém phần chu đáo và sang trọng. Sau khi cử hành hôn lễ theo nghi thức tôn giáo tại nhà thờ Chánh Tòa Quy Nhơn, bắt đầu từ năm giờ chiều hôm ấy là tiệc ăn mừng đãi đằng bạn bè hai bên. Bạn của Quân trước kia khá đông, nhưng bây giờ thất tán nhiều phương, không biết đâu đâu mời gọi nên chỉ có một số ít đếm đủ trên đầu ngón tay, đến chung vui với hai vợ chồng. Trái lại, Qúy Tâm lớn lên, học hành, dạy học ở tại thành phố quê nhà nên bạn bè thật đông đủ. Theo ý ưng của nàng, tiệc đãi bạn là tại một nhà hàng nổi tiếng sang trọng nhất nhì thành phố. Giúp điều hành buổi tiệc là cặp MC xinh xắn, cô Huyền Như và cậu Triều Dương. Với lối diễn đạt hết sức mạch lạc và giọng nói mật ngọt, họ giới thiệu đôi vợ chồng trai tài gái sắc, Trần Quân- Phạm Thị Quý Tâm ra diện kiến mọi người. Sau khi Quân phát biểu đôi lời bày tỏ sự vui mừng và vinh dự được các bạn đến dự tiệc chung vui cùng hai vợ chồng, tiệc ăn mừng tân hôn bắt đầu. Mọi người vừa chuyện trò vừa thưởng thức những thức ăn tuyệt ngon do các đầu bếp Hồng Kông đảm trách, uống bia rượu ngoại hảo hạng. Ban nhạc và các ca sĩ nổi tiếng, thuê từ Sài Gòn ra, họ thi nhau trình diễn những bản tình ca mượt mà, những bản nhạc thính phòng êm dịu, những bản hòa tấu vui nhộn, rôm rả. Dàn ánh sáng phòng tiệc, đèn điện, đèn pha… luôn thay đổi tông màu, tạo hình tạo cảnh chiều theo âm hưởng của ý nhạc, lời ca tiếng hát. Không khí buổi tiệc lúc vui nhộn, khi trầm lắng. Bạn bè, lúc dậy lên tiếng nói cười vui tươi hào hứng, khi lắng xuống như bao ấp ủ trầm tư…

Thời gian buổi tiệc không còn bao lâu nữa là kết thúc, như hợp đồng với nhà hàng Mỹ Cảnh. Trần Quân và Qúy Tâm dìu nhau đi đến từng bàn tiệc để cùng uống ly rượu mừng tân hôn và phát biểu đôi lời cảm tạ bạn bè có mặt trong bàn tiệc. Tiếng nói, tiếng cười, tiếng vỗ tay, tiếng mời rượu dzô dzô…vang dậy; tiếng lắc cắc của máy chụp hình, máy quay phim sáng lóe lên, lóe lên liên tục. Hai cô cậu phụ dâu phụ rể cứ thủ sẵn ly nước lọc, len lén đưa cho vợ chồng uống thay rượu để còn tỉnh táo tiếp tục vui với bạn bè đến mãn tiệc.

Khi vợ chồng Quân tới bàn ở giữa phòng tiệc, đây là bàn đông nhất và là bàn cuối cùng, gồm ba mươi hai cô thầy là các bạn đồng nghiệp của Qúy Tâm. Họ đồng loạt vỗ tay… Một cô giáo đứng lên; nhìn thoáng qua, Quân giật mình, nhủ thầm: Cô ấy, chẳng lẽ là Xuyến Bình!!! Tim Quân thắt lại, quặn đau từng hồi. Phần cô ta, nàng vẫn đứng lặng, mặt biến sắc, một cô giáo ngồi cạnh nói nhỏ: "Phát biểu lẹ lên, Xuyến Bình!" Xuyến Bình hai tay chống đỡ lên bàn, nói ngập ngừng:

"Tôi xin đại diện thầy cô, bạn đồng nghiệp có mặt hôm nay, ở đây, rất hoan hỷ chúc vợ chồng Qúy Tâm và anh… anh…"

Nàng lại nghẹn lời. Cô bạn ngồi cạnh lại nhắc: "Trần Quân." Xuyến Bình nói tiếp:

"…Anh Quân, Trần Quân suốt đời hạnh phúc. Mừng bạn tôi, Qúy Tâm có được một tấm chồng lý tưởng, chúc mừng anh Trần Quân kết duyên được người vợ tâm đầu ý hợp."

Vừa dứt lời, Xuyến Bình ngồi sụp xuống. Bia rượu, nàng chẳng uống một giọt nào; thế sao, lúc nẫy cả tiệc cưới quay cuồng chao đảo. Cố lấy hết sức bình tĩnh, nàng tự nhủ: "Mình nên mừng cho người mình yêu thương, đã tìm được hạnh phúc lứa đôi mới là điều phải, chứ sao lại thế này…" Nghĩ là nghĩ thế, nhưng lòng dạ sao lại quặn thắt khôn lường, mặt mày xây xẩm, đất trời nghiêng ngả quay cuồng…

Hai vợ chồng Quân đi đến từng chỗ ngồi mỗi một người bạn của Qúy Tâm. Ai nấy đều bắt tay chúc tụng và mời hai người cùng uống chung một ly rượu mừng. Chưa đi khắp bàn tiệc, Quân đã ngã say quá đỗi. Trung, thằng bạn thân, phụ rể và Qúy Tâm phải dìu Quân vào nghỉ ở phòng trong. Trước khi rời bàn tiệc, Quân đưa tay chới với về phía Xuyến Bình, nói:

"Mong qúy bạn thầy cô thứ lỗi cho. Tôi say quá. Tôi có lỗi… có lỗi…"

Bước chân Quân chập choạng, người Quân choáng váng xoay vòng; mọi vật chung quanh nhập nhòa mờ ảo, chỉ riêng mỗi một hình bóng Xuyến Bình hiển hiện rõ nét trong Quân. (Hết)

NGUYỄN ĐÌNH TỪ LAM

NP PHAN
những thông điệp u hoài

một điều rất đỗi bình thường
trở nên không bình thường
một điều không bình thường
bỗng nhiên
trở nên bình thường

bình thường không phải là bình thường
chủ nhật không là chủ nhật
tôi không phải là tôi
trái đất đang trượt lên đà quay của chính nó
tôi trượt lên tôi

thế giới khạc ra miếng to miếng nhỏ
âm thanh lộng óc
tôi mồi chài tôi tham gia vào một canh bạc do tôi bày ra
tôi sát phạt tôi
bằng chính tôi

có một cơn gió thổi ra ngoài quỹ đạo
không thể hình thành bão giông
có một tia sáng lạc loài
không thành sấm chớp
nhưng gió vẫn thổi
tia sáng vẫn lóe lên
rất đỗi bình thường

tôi gửi cho tôi một thông điệp u hoài
như một bằng chứng về thời gian đã có lúc ngừng trôi
và không gian đã có lúc tưởng như bùng nổ
tôi hà hơi tiếp sức cho tôi
để có thể nói lời cám ơn
cho một điều bình thường là bình thường

NP PHAN

NGÔ NGUYÊN NGHIỄM
GIẤC MƠ TIỀN KIẾP CỦA MỘT DU TĂNG

Trên bồ đoàn, hình tượng bất động của nhà sư dù thế nào cũng không lay động theo bóng trăng. Không hiểu, đối với khách thập phương tình cờ trong lần viếng ngôi cổ tự, nếu bất chợt chiêm bái được thần thái thiền tịnh nầy, có ý niệm hoang tưởng là một vị bồ tát không? Nhưng chú tiểu thị giả hầu chuông trước điện thờ tam bảo, thì trăm lần như một nhìn sư phụ cung kính ngang hàng các thánh tượng trên đại điện.

Có lần dứt tiếng ngân nga của đại hồng chung , chú tiểu thị giả lom khom nhặt những chiếc lá bồ đề lượn lờ từ ngoài sân cổ tự, theo cơn gió thoảng bay nhẹ vào gác chuông. Chú đứng nghiêng nghiêng lọn tóc một vá, nhặt chiếc lá bồ đề rồi bỗng tiệt nhiên lén nhìn xuyên qua chiếc bồ đoàn có nhà sư đang trầm du trong cơn thiền tịnh. Chú tiểu bỗng nhiên có ý nghĩ bất chợt lóe lên trong ý thức, cơn gió và chiếc lá bồ đề là một thực thể có thực, thì sao trong cõi thiền tịnh quá khứ- hiện tại- tương lai đẳng đẵng lại là sác-na tính không? Sư ông vẫn ngồi tĩnh lặng miên viễn trong thần thức. Chú tiểu thị giả thì cứ nghiêng lọn tóc một vá , vẫn tò mò nhìn hình tượng bất động của tôn sư đang thiền tịnh...

Buổi sáng bình minh vửa lố dạng, thời gian như được khắc ghi đúng vạch cố định trên đồng hồ, nên tiếng hồng chung trong ngôi chùa cổ lại thanh thoát ngận nga. Bát hương trầm trên chánh điện lan tỏa thanh khí từ bi, và ngoài sân vẫn rơi từ giọt nắng tinh sương bên những chiếc lá rụng đêm qua. Không có gì thay đổi , nếu chú tiểu nhỏ không còn ghi nhớ lại những ý niệm vừa bất chợt nẩy nở trong đầu trong đêm qua chứng kiến. Ý thức trong ngần của tuổi mới lớn, mà chú thấy kỳ lạ cứ vương vấn không nguôi, về tính không và thiền tịnh , cũng như tính hủy diệt và đời sống. Ngày bước vào đời đến nay, chú chỉ biết cội nguồn mơ hồ. Vào một đêm đoan ngọ, có người thiếu phụ kiệt sức ôm đứa con sơ sinh chạy loạn, nằm ngất trước cổng chùa . Một ngôi thiền tự vắng lặng giữa khu đầm lầy, đầy hoang lạnh tận góc rừng biên giới. Người mẹ thì trong hoàn cảnh hủy diệt vì đã bước cuối đường trần. Đứa trẻ thì được hồi sinh, vì duyên nghiệp sẽ bước tới trong đời dưới mái cổ tự tiền định. Và câu chuyện hạnh ngộ giữa canh ba, cánh rừng, đêm trăng và con sông ... khởi dựng lại tiền kiếp một du tăng .

Dĩ nhiên, dù ngôi chùa vẫn nằm trong cư địa hoang sơ, ít người lai vãng. Trước cổng tam qua, bằng tre nứa đơn sơ, treo một tấm danh tự bằng gỗ thô kệch ghi nét thảo **Hư Không Cổ Tự**. Ngôi chùa bao đời vẫn nằm trong một địa thế khiêm tốn, nhỏ nhoi giữa biên cương . Chung quanh đầm lầy, cũng là địa thế an bình cho các thiền sư dưỡng tu hành đạo. Đến nay, không hiểu chùa đã trải qua bao nhiêu vị chủ chùa, chỉ biết hiện giờ Hư Không cổ tự đang là nơi hành pháp của vị sư già và một chú tiểu đang tuổi thiếu niên. Ngôi chùa cũng nhiều phen trống vắng, quanh năm chỉ quen thuộc với tiếng chim , hoa cỏ, đầm lầy... Bên kia là một con sông nhỏ, cây rừng biên giới xao xác chạy dài xuyên suốt qua những ngọn núi, ngọn đồi đầy hoang khí giữa biên cương.

Khi còn nhỏ, chú tiểu và nhà sư già là người thân thích duy nhất trên cuộc đời. Tất cả mọi tư hướng và đạo vị hình như rập khuôn từ kinh điển và đạo hạnh từ vị thiền sư.Tất cả như vậy, ngày qua tháng lại, viễn cảnh trong đời đều theo khuôn mẫu như nhau. Bình minh tụng niệm, chuông mõ trống đều đều nhịp gõ với đôi tay nhuần nhuyễn của chú tiểu thiếu niên. Nhà sư vẫn im lặng thiền tịnh , bước vào hư không với thần thức kiên định , trụ định như một bức tượng Phật trên chánh điện. Mỗi ngày qua,không biết vị thiền sư tâm có bất biến giây phút nào không, nhưng chú tiểu càng lớn lên vẫn vén búi tóc một vá nghiêng nghiêng nhìn nhà sư bất động trong thiền định. Có lẽ, chú tiểu càng lúc tuổi nhiều thêm , chú cũng có những nét nhìn nghiêng nghiêng ngày càng khác lạ trước bóng dáng thiền định của sư thầy.Tuy nhiên, chú cũng chẳng hiểu gì nhiều thêm trước những bước hạnh ngộ trôi vào càn khôn của nhà sư.

Một đêm trăng tịch mịch, khu rừng có đầm lầy và ngôi cổ tự , tiếng chim từ quy vọng chảy tha thiết trên hàng cây cổ thụ . Vị sư bất chợt trăn trở, xoay nhìn đứa trẻ trong chiếc nâu sòng thản nhiên trong giấc ngủ ngây thơ. Ông thở dài nghiêng mình , lót nhẹ bàn tay dưới gương mặt , tư thế như đức Thích Ca Mâu Ni nằm tịnh dưỡng trong đêm. Tâm thể hình như vẫn trụ trong dòng nhân thế, cái thở dài khiến bóng đêm hoang cũng thoang thoảng rung động mơ hồ....

... Cũng canh ba, hơn ba mươi năm trước, khách trung niên một người một ngựa vai đeo chiếc đãy chứa đựng y bát tuyệt mật và nghi binh bằng những pho kinh điển thừa truyền. Băng rừng vượt suối, tâm nguyện cho mai sau còn lưu truyền được pháp báu. Trên đường lưu lạc, người trung niên chưa bao giờ nghĩ được rằng vẫn còn nghiệp chướng khi chưa tẩy hết trần ai, chàng cứ ôm trong người một hoài bão với cứu cánh đạo vị chân pháp. Sơn lâm chướng khí vẫn thấm đẫm trên những thời gian, xuyên sâu trrong núi cao rừng thẩm . Một đêm mưa gió bão bùng phủ chụp một cách khốc liệt, cơn sốt vật ngả chàng tuổi trẻ nằm mê man trước sân hoang đình làng..

Trong cơn mơ, chàng thoáng thấy một bóng thiếu nữ và vài người dân làng đưa mình trở qua một con sông nhỏ . Thấp thoáng đã trôi qua một tuần trăng, người tuổi trẻ trung niên dần hồi phục. Ở nơi khỉ ho cò gáy, vẫn không thiếu những tình người, bạt ngàn trên từng hơi thở, ân nặng nghĩa sâu. Trên bước đường lỡ vận cô đơn, lại mang trong thân một trách nhiệm bảo vệ những báu vật và pho kinh mật pháp, chàng bằng lòng ở lại định cư với dân làng, đền đáp ân nghĩa sống còn .Con sông vắt ngang khu rừng ,từ đây trở thành quê hương mới trên đường lưu lạc.Bên kia con sông, là cánh rừng đầy dãy núi đá và những ngọn đồi nơi sinh sống nhiều dã thú sơn lâm. Rừng tràn ngập những oán khí hoang vu, thôn làng lẻ loi vài mái nhà tranh và vài mươi người dân nghèo lưu lạc tứ phương , trong đó có người trẻ tuổi , đã là một trong đàn dân bản xứ mới.Một ngày, chàng tuổi trẻ qua sông vào vùng núi thẩm biên thùy tra đồ bản khai hoang. Ở làng quê, có tin theo vó ngựa bay về, hàng trăm thổ phỉ từ biên giới vượt sông tràn qua cướp bóc giết hại, hủy diệt đốt phá thôn làng. và truy tìm mật pháp.

Người tuổi trẻ bước sang con sông tang tóc, hồn vô định thẫn thờ tìm nơi chốn ẩn náo an cư. Những khóm lau trắng xóa chạy dài tăm tắp, phất phơ trên ngọn gió bạc đầu của núi rừng sơn dã. Chàng bước vội qua đầm lầy,.ghé ngồi bên cạnh bia đá cụt đầu hoang sơ, vương vấn đầy bụi thời gian. Đãy hành trang hình như nặng trĩu lời nguyền. Báu vật y bát và kinh sách như đang thầm thì kêu gọi chàng trai trải lòng trong màu nắng hồng thanh khí. Bên góc phải đầm lầy nho nhỏ, một ngôi chùa xưa hiu hắt buồn tênh dưới tàng cổ thụ bồ đề cho mùa thu đầy bóng lá. Nhà sư mĩm cười vò vò đầu chú tiểu chùa Hư Không, như vội truyền tâm ấn hoan hỉ vô lượng, cho một giấc chiêm bao của một du tăng tiền kiếp...

NGÔ NGUYÊN NGHIỄM
Nhuận sắc tháng 04 / 2021

NGÔ NGUYÊN NGHIỄM

ĐÊM GIAO THỪA, CÓ TIẾNG CHIM VỪA HÓT…

Giữa khuya, ngồi an tịnh
Chợt thoáng nghe ngoài sân
Có chim gì vừa hót
Như nhả từng giọt Kinh…

Kinh Vàng chuyền trên lá
Chim tha mùa xuân sang?
Gọi chi tha thiết vậy
Khiến chập chùng thời gian!

Nghe hòa âm trong gió
Từng kiếp người hóa thân
Ngọn cổ đăng quạnh quẽ
Âm thầm soi không gian.

Bóng đời nghiêng trước ngõ
Chập chờn bước vi sinh
Tiền thân vừa ẩn hiện
Như bụi hồng bay ngang…

Ẩn mặc bên sơn lộ
Trốn vầng trăng dạ hành
Vừa nghiêng theo bóng núi
Khiến gió vướng cây xanh

Lòng cố nhân chớm động
Lệ hồng tràn quanh mi
(Báo nghiệp nhiều gốc rễ
Lao xao giữa cơn mê) …

Tiếp nối trăm tiền kiếp
Trăm đời vừa khai sinh
(Trăm hình nhân ảo giác
Đong kín cả tâm linh!)

Khuya nay bỗng chợt thấy
Gió lạnh đọng mơ hồ
Bóng hình thiên thu trước
Theo trăng lạc vô hư…

NGÔ NGUYÊN NGHIỄM
(Giao thừa, khuya 09 và 10.02.2024)

UDUMBALA, HOA NGÀN NĂM ĐÃ NỞ

Thời gian như giấc mộng
Vừa Đông, chợt Xuân phân
Vô tình quanh Sáu Cửa
Vằng vặc bóng trăng nghiêng…

Cả Mười Phương khí tượng
Tinh tú cứ xoay vầng
Biết bao lời muốn nói
Lời nào cũng vô âm!

Báo nghiệp như phún thạch
Tràn suốt đời nhân sinh
Cỏ cây và thời tiết
Đời người cứ phân vân!

Mỗi bước quanh tiền kiếp
Xuân Hạ Thu Đông, tàn…
Chợt nghe tinh tú rụng
Đời nặng nghiệp tiền thân .

Tràng giang cơn mộng ảo
Mới hay bờ còn xa…
Giọt Kinh từ kiếp trước
Từng giọt giọt niêm hoa?

Đêm nay, hoa chợt nở
Ngàn năm sắc Như Lai
Hoa Ưu Đàm thiên cổ
Dưới ánh sáng trăng bay…

NGÔ NGUYÊN NGHIỄM
Thư trang Quang Hạnh
Ngày 08.12.2023

VIÊN DUNG
BƯỚC QUA GIAO THỪA

Rước hương trời trác tuyệt
đi qua là bỏ lại khoảng đời niêm yết
trời ban nhịp mới tư riêng thiết bày
dấn thân đánh đổi

hay đời sắp đặt thứ ngôi
có khi nhầm nước đôi, biết đâu
bước qua giao thừa
hòng tầm thịnh vượng, vượt mức

dục vọng thúc: nắm cho bằng được
e sóng đời thác đổ
ngước trông lên, kỳ vọng
mù mờ nghiệp duyên

cũng đành bước qua
tiếp theo tiền kiếp vạn duyên
phiền danh bất chính, ngôn bất thuận
tưởng lầm đã quen

đinh ninh mình biết
tròng trành luyến mộ mà đi

đi trong sương khói hồng trần
thế gian hấp dẫn dấn th

tháng ngày chứa chấp mộ phần
giữa bức tường hệ tộc phân ly, khó gỡ
nhận ra đầy ắp ngỡ ngàng
muội lòng đối mặt trở trăn

bước qua giao thừa
ai hay đâu vừa thêm nợ
lo âu khắp ngõ chực hờ
che mắt nhau chúc mừng ờ năm mới
nào biết mình bia chắn phơi
xun xoe thế giới ngợi chào

bước qua giao thừa
chạm thế giới nghiêng
ấp úng bộn bàng sau trước
cuối ngày nguyên đán đời khua trống
hư vô khẽ động
thinh không khuất tuổi mộng khi nào

VIÊN DUNG

15012024

VIÊN DUNG
THUỞ "TAO ĐÀN" XUÂN

tiếng"tao đàn»khuya mơ tìm buổi nhớ
vườn xanh ngõ vắng, trời mở tầm xuân
chuỗi hành người cũng nghỉ đi dịp Tết
được thế, tệ gánh đời đầy, nhẹ tênh

từ thất thủ trùng trùng mơ, cánh gãy
người vô truông, kẻ vênh mặt tự kiêu
tiếng đồng bào đổ hỗn hào, kiệt sức
ngộ ra chinh chiến, sực hoá nhục nhằn

thế hệ trên tiếc xuân xưa, hoài niệm
người tiếp đời lên, cố quận nào thăm
hoa đào năm ấy đương thì, xuân ngậm
thơ bến khác, cầm thuở"tao đàn»ngân

lạnh lùa buổi nhớ chừng mùa xuân thở
"tao đàn" thuở trước ngân vần hân hạnh
ngõ trời xuân mở, sao vườn vắng tanh
khoát màn gọi lớn, đâu bóng xuân hành

VIÊN DUNG
27012024

PHẠM QUỐC BẢO
Tiễn Người

Hòa thượng Thích Tuệ Sỹ
[1943-2023].

Hơi lạnh đâu lén ùa về
Ngoài hiên tối đã tràn trề từ lâu...
Nghe tin tịch mịch chìm sâu
Mấy ngày nay cũng lao đao nổi chìm:
Trong dòng tiểu sử triền miên
giữa nơi trần thế chông chênh đạo - đời.

Tám mươi rũ áo xa người
bao duyên đèn sách - đạo ngời nhân gian
Thế thôi - số kiếp miên man,
rồi ra nhẹ gánh thênh thang cõi trần.

28/11/2023

PHẠM QUỐC BẢO
Sức sống của một ý thơ.

Mấy tháng đầu năm 2023 này sao mà mưa bão liên miên... Làm như thiên nhiên muốn bù đắp cho tình trạng hạn hán kéo dài cả thập niên trước đây ở tiểu bang Cali ?

Dường như không hẳn thế mà xem ra còn ngược lại: Đợt biến động khí hậu này liên tiếp cũng đã và đang gây nên quá nhiều thiệt hại trên hầu hết các vùng của lãnh thổ Hoa Kỳ, đe dọa nặng nề đến môi trường sống của toàn thể dân cư nữa!

Riêng cá nhân tôi thì phải thú nhận, sức khỏe rõ rệt đã bết bát rồi. Vì đủ mọi thứ, mà chắc hẳn rõ rệt và gần gũi nhất vẫn là tuổi tác: Năm nay tôi thực sự đã bước vào lớp tuổi tám mươi. Thêm nữa, mấy năm vừa qua, bạn hữu thân thuộc của tôi, họ rủ nhau đi vào cõi vô cùng khá là nhiều; nhiều đến độ chưa bao giờ tôi cảm thấy chóng mặt ...Nói chung, cụ thể là tôi bị cảm cúm, không nặng lắm nhưng lại dây dưa kéo dài hai ba tuần lễ mới khỏi. Và dĩ nhiên là tôi bắt buộc phải ở nhà dưỡng sức, thưa hẳn đi các dịp ra ngoài gặp gỡ bè bạn.

Trong lúc rảnh rỗi ấy, tôi nhẩn nha mò vào Google và kiếm ra được đoạn Cổ phong [bài thứ 39] của Lý Bạch (1), do GS Dương Anh Sơn biên soạn và dịch (2).

Nguyên bản và thơ dịch:

Tiện thể tôi xin phép được chép ra đây:

Đăng cao vọng tứ hải, 登高望四海，

Thiên địa hà man man ! 天地何漫漫！

Sương bị quần vật thu , 霜被群物秋，
Phong phiêu đại hoang hàn. 風飄大荒寒。
Vinh hoa đông lưu thủy, 榮華東流水，
Vạn sự giai ba lan . 萬事皆波瀾。
Bạch nhật yểm tồ huy , 白日掩徂輝，
Phù vân vô định đoan . 浮雲無定端。

Ngô đồng sào yến tước , 梧桐巢燕雀，
Chỉ cức thê uyên loan . 枳棘栖鵷鸞。
Thả phục quy khứ lai , 且復歸去來，
Kiếm ca hành lộ nan . 劍歌行路難。
Lý Bạch 李白

Chú thích:

- Cổ phong 古風 : hay còn gọi là "Cổ thể" là một thể thơ có từ những thời đại trước nhà Đường, gồm hai loại thơ năm chữ và bảy chữ. Tinh thần của thơ cổ phong rất phóng khoáng. Thơ chỉ chú ý vần điệu chứ không cần theo đúng luật bằng trắc. Thơ có thể làm ngắn hoặc dài cũng như số chữ có thể tăng nhiều hơn. Vần có thể độc vận hoặc hoán vận (một vần hoặc đổi vần...). Những bài như "Tương tiến tửu" của Lý Bạch hay "Tỳ bà hành" của Bạch Cư Dị là những bài tiêu biểu .

- Hà 何: câu hỏi nghi vấn: sao, cớ sao.

- Man man 漫漫: rộng lớn, mênh mông, xa thăm thẳm.

- Bị 被: che phủ, đắp lên, khoác áo, cái mền, chịu, bị, mang vác...

- Quần 群: quây quần, tụ lại, đám đông...

- Phong phiêu 風飄: gió cuồn cuộn, gió cuốn thổi mạnh...

- Ba lan 波瀾: sóng lan tràn, đợt sóng lớn...

- Bạch nhật 白日: ban ngày, mặt trời

- Yểm tổ huy 掩 徂 輝 : Che khuất ánh sáng mặt trời còn lại (yểm: che lấp,khuất lấp, che chắn; tổ: còn lại, đến, đi, mới đầu; huy: ánh sáng, sáng sủa, rực rỡ, soi chiếu) .

- Đoan 端: đầu mối, bắt đầu, nguyên nhân...

- Thê 栖: đậu lại, nghỉ ngơi.

- Chỉ cức 枳 棘: cây gai nhọn kết thành bụi cây rậm rạp. (chỉ: loại cây có gai, lá hình răng cưa trái như cây quất thường mọc hoang; cức: loài cây có gai nhọn mọc thành bụi rậm).

- Thả phục 且 復: Thôi hãy quay về lại (thả: huống chi, hãy tạm, thôi hãy; phục: quay về , trở lại).

Dịch nghĩa:

Lên cao, trông vời bốn biển. Cớ chi trời đất rộng mênh mông! Sương mùa thu che phủ khắp mọi vật. Vùng hoang rộng lớn gió cuồn cuộn thổi lạnh lùng. Chuyện sang giàu như nước trôi chảy về phương đông .Muôn việc đều như những đợt sóng lớn tràn bờ. Ánh sáng ban ngày bị che khuất! Đám mây trôi nổi không biết dừng nơi nao! Con chim én, chim sẻ làm tổ nơi cây ngô đồng; con chim uyên, chim loan đậu nghỉ nơi bụi gai. Thôi thì hãy quay trở về chốn cũ. Cùng thanh kiếm hát bài" đường đi bao khó khăn"!

Tạm chuyển sang thể lục bát:

Cổ phong (Bài thứ 39)

Lên cao bốn biển vời trông
Cớ sao trời đất mênh mông không lường!
Mùa thu mọi vật phủ sương,
Gió cuồn cuộn lạnh khắp vùng rộng hoang.
Về đông xuôi chảy giàu sang,
Biết bao nhiêu chuyện sóng tràn cuốn bay!
Khuất che ánh sáng ban ngày,
Không sao đoán được mây trôi bềnh bồng!
Tổ chim én, sẻ, ngô đồng,
Uyên, loan gai góc cũng dừng nghỉ ngơi.

Hãy về quê cũ hỡi người!

Cùng thanh kiếm hát: đường đời khó khăn!

* GS Dương Anh Sơn.

Tác động từ cảm nhận thơ cổ:

Nội dung bài thơ Cổ phong nêu trên của Lý Bạch (2) đã khiến tôi liên tưởng nhớ lại cách đây trên nửa thế kỷ. Khoảng độ năm 1967, tôi sống bằng nghề dậy học trong xã hội Miền Nam Việt Nam bấy giờ đang dần dần nhấm sâu vào hoàn cảnh bức bách, với một tương lai mỗi lúc một đen tối thêm. Quay quắt bí lối, tự nhốt mình vào không khí Thơ Đường, trong ba năm trời tôi miệt mài đọc những cuốn sách mà đến giờ còn nhớ được. Như Tản Đà Vận Văn toàn tập của Tản Đà Nguyễn Khắc Hiếu; như Đường Thi do cụ Trần Trọng Kim tuyển dịch, nhà xuất bản Tân Việt- 1950; hay Cổ Văn Trung Quốc của Nguyễn Hiến Lê ... Hồi ấy, tôi đã nhẩn nha đọc, thấm thía và tiện thể phóng dịch, cứ thế độ trên hai trăm bài của nhiều tác giả, suốt từ đời Tùy xuống đến triều đại nhà Thanh, tất cả theo thể lục bát. Dĩ nhiên trong ấy có bài Cổ phong này.

Và nếu tôi còn nhớ không lầm thì hồi ấy tôi đã tự diễn nghĩa ra theo phương thức tôi hiểu bài thơ này một cách hợp lý và đồng thời sử dụng từ ngữ của thời đại hiện tôi đang sống, đương nhiên là cụ thể và khẳng định hơn thời xưa nhiều. Chẳng hạn tôi muốn dẫn giải như sau:

Lên lầu cao, nhìn ra bốn phương tám hướng. (Thấy) trời đất sao mà rộng đến thế! Sương thu che phủ khắp mọi vật. Ngoài bãi hoang rộng lớn mênh mông, gió cuồn cuộn thổi lạnh lùng. (Mà tự nghiệm thấy) chuyện vinh hoa phú quý trong đời người (thì lúc còn lúc mất) giống như nước trôi xuôi rồi cũng chảy (mất hút) về (biển) đông (mà thôi). Muôn sự việc (ở đời) cũng đều như những đợt sóng lớn tràn bờ. Ban ngày nắng sáng rồi cũng bị che khuất! (Trên bầu trời) mây luôn luôn trôi nổi vô định. Chim én, chim sẻ làm tổ nơi cây ngô đồng; chim uyên, chim loan đậu nghỉ nơi bụi gai. Thôi thì hãy quay trở về chốn xưa. Cùng thanh kiếm (mà) hát " đường đi gian nan"!

Dẫn giải đây có nghĩa là tôi muốn trình bày theo những gì tôi hiểu nội dung bài thơ của người xưa theo như nguyên trạng như vậy. Nhưng đồng thời tôi lại thấy phần đoạn thơ ở giữa (từ câu thứ hai đến câu thứ chín), nhà thơ Lý Bạch đã diễn giải lan man từ những hiện tượng - cảnh sắc thiên nhiên - sang đến cảm nhận được biến đổi hoàn cảnh sống của đời người lẫn vũ trụ vạn vật; nhưng trong những đổi rời miên man ấy, vạn vật cũng như con người luôn tìm cách để được ổn định- an bình.

Phần diễn tả thực tại này hiện diện từ thời đại của Lý Bạch, nghĩa là xưa đến cả trên dưới một ngàn rưỡi năm, xem ra so với giai đoạn 1967-1975, hoàn cảnh tôi đang ngụp lặn hồi ấy đã phức tạp và gay gắt hơn rất nhiều rồi. Khác biệt đến độ tôi thấy đoạn thơ này được tác giả Lý Bạch diễn đạt khá đơn giản và đã không đủ sức kích thích để tôi phóng dịch đầy đủ ra thành cả bài. Và cuối cùng tôi đã chỉ có thể diễn đạt qua bốn câu lục bát, qua 2 câu đầu và hai câu cuối nguyên của bài thơ Cổ phong ấy, để chỉ muốn diễn tả cảm xúc của cá nhân tôi hồi đó.

Cảm tác, mỗi thời mỗi khác:

Trình bày một cách rành mạch hơn: Sự kiện mà tôi tiếp cận

với bài cổ phong này của Lý Bạch lại đã cách nay cả trên nửa thế kỷ nữa rồi, tôi không chắc là mình nhớ đúng nguyên văn như vậy. Nhưng cụ thể thì lục ra những gì còn ghi lại, tôi chỉ tìm thấy có bốn câu cảm tác bài Cổ phong ấy như sau:

" Một hôm lên được lầu cao
Nhìn ra bốn phía, cảnh trào ý dâng...
Thôi ta về quách cho xong
Vỗ gươm mà hát rằng đường gian nan"

Bình tâm mà nghiệm lại, tôi thấy hoàn cảnh tại Sài Gòn, với những biến động như Tết Mậu Thân (1968), đã khiến cá nhân tôi phải nỗ lực bươn trải tranh đấu gay gắt để được sống sót từng ngày trước một tương lai mù mịt. Hoàn cảnh lúc ấy cũng đã quá sôi động, hơn hẳn khung cảnh mà Lý Bạch diễn đạt trong nguyên tác bài thơ của ông.

Huống chi bây giờ, giữa lúc tâm trí tôi đang bấn bíu bởi những sự kiện đang biến động gay gắt trong xã hội: Chẳng hạn như đại dịch Covid-19 ba năm rồi vẫn dây dưa và chưa dứt khoát biết được nguyên do(3), cũng như sinh hoạt xã hội - chính trị hiện quá nhiều bế tắc đang cần phải điều chỉnh cấp thời (4)... Và nhất là hiện trạng ở Việt Nam đang diễn biến sau gần nửa thế kỷ nay:

- Một mặt chính quyền mỗi lúc một lộ rõ chủ trương nô lệ hóa chính dân cư của mình! (5)

- Trong khi ấy thì dân chúng mỗi lúc một cam go trong nỗ lực sống còn bằng diễn trình thực thi quyền làm người nói chung, mà phải lặn ngụp qua những gian khổ để mong tạo cho được nếp sống xã hội dân sự của nền dân chủ phôi thai (6)...

Và tôi thấy cũng nên ngẫm lại từ kinh nghiệm sống của cá nhân mình:

- Cách đây trên nửa thế kỷ, sau sự kiện Tết Mậu Thân 1968, tôi đã phải ngụp lặn trong hàng loạt những gian khổ triền miên bên bờ vực tử sinh cả trên một thập niên sau đó.

- Còn hiện tại, con đường trở về với cái tâm trong sáng của từng cá nhân mỗi người trong chúng ta chắc chắn là vẫn cứ phải phấn đấu sống còn ở tương lai trước mặt.

Từ đấy, tôi bật ra ý định rằng mình tự nhiên muốn viết lại bốn câu thơ chót, thành:

" Một hôm lên được lầu cao
Nhìn ra bốn phía, cảnh trào ý dâng...
Thôi ta về quách cho xong
Dẫu tâm đã rõ rằng đường gian nan" (2023) ./.

Chú thích:

(1) Lý Bạch (701 - 762) là một trong những nhà thơ (..) nổi tiếng nhất thời Thịnh Đường nói riêng và Trung Hoa nói chung. Ông được tán dương là một thiên tài về thơ ca, người đã mở ra một giai đoạn hưng thịnh của thơ Đường.[trích "Lý Bạch – Wikipedia tiếng Việt: wikipedia.org;"]

(2)Trích:https://nguyenhuehaingoai.blogspot.com/2021/03/chuyen-dich-tho-ly-bach-bai-2-3.html;

(3) Đại dịch COVID-19: Các ca đầu tiên được ghi nhận tại Trung Quốc tháng 12 năm 2019.Cho đến nay, tổng số tử vong cả thế giới đã trên dưới 8 triệu.[Trích nguồn: https://vi.wikipedia.orgwiki/%C4%90%E1%BA%A1i_d%E1%BB%8Bch_COVID-19_theo_qu%E1%BB%91c_gia_v%C3%A0_v%C3%B9ng_l%C3%A3nh_th%E1%BB%95]

(4) - Chính trị cụ thể như "Vụ truy tố cựu TT Trump cho thấy một vấn đề lớn hơn nhiều" John Wahl; : Nhã Đan dịch [Nguồn: Báo Mai, ngày đăng: 2023-04-12]

- xã hội như: * bạo lực súng đạn ở trường học:- "Trong 4 tháng đầu năm 2023 đã có ít nhất 42 vụ tấn công bằng súng vào trường học, unfire on school grounds, khiến 17 tử thương và 32 nạn nhân bị thương trên toàn Hoa Kỳ".[Nguồn: https://everytownresearch.org/maps/gunfire-on-school-grounds/]

* tội phạm gia tăng đột biến: "Theo đài ABC 7, có đến ba vụ đâm xảy ra trong một tuần trên xe của Metro. Hai người bị đâm chỉ cách nhau vài giờ hôm Thứ Năm, 6 Tháng Tư, và thêm một người bị đâm hôm Thứ Tư, 12 Tháng Tư. Các giới chức của Metro cho biết tội phạm, chẳng hạn như đánh đập và cướp giật, trong năm 2022 tăng 24% so với năm 2021. Một điều làm nhiều người lo sợ là chỉ mới bốn tháng đầu năm 2023 đã có 21 người chết trên xe của Metro, con số này bằng cả năm 2022." [trích:https://www.nguoi-viet.com/hoa-ky/toi-pham-gia-tang-hanh-khach-di-xe-cua-metro-o-los-angeles-lo-so/?utm_

PHẠM QUỐC BẢO

NAM GIAO
MỘT CHUYẾN ĐI VỀ.

(Lời tâm sự đau buồn sau ngày 30/4/1975)

Hải nghe lời vợ và gật đầu bằng lòng với gợi ý về lại xứ dừa - quê hương của vợ - sẵn có ruộng đồng, sẵn có vườn trái cây - cùng vợ làm lại đời sống mới ở quê nhà. Nơi đó cũng như trên cả nước - không còn phải nghe tiếng súng nổ ran, tiếng đạn đại bác nổ gầm thét từng đêm - từng đêm. Tương lai của những ngày tháng sắp tới sao mà đẹp quá - và êm đềm quá trong tâm hồn của Hải. Phải rồi - Sau ngày 30 tháng Tư năm 1975 chết tiệt ấy, ngày miền Nam VNCH rơi vào tay cộng Sản Bắc Việt. Hải cùng quân, dân, cán chính miền Nam chưa biết phải sinh sống như thế nào. Nhưng trong tâm tư của người miền Nam VN lúc bấy giờ đều mong ước gần giống nhau - nghĩa là được ổn định trong cuộc sống.

Những ngày đầu tháng Năm vẫn nóng âm ỉ và không khí vẫn ngột ngạt - mặc dù tiếng loa phóng thanh của uỷ ban quân quản thành phố Sai Gon vẫn dịu ngọt trấn an nhân dân khắp hang cùng, ngõ hẹp. Thực ra đối với Hải - vẫn còn những xao động - những băn khoăn và nuối tiếc cho một thể chế dân chủ của VNCH. Bao nhiêu chuyện kể về những hành động tàn ác, vô lương tâm của người Cộng sản như vẫn còn gắn chặt trong tâm trí anh. Đó là sự trả thù mà chính anh cũng không thể ngờ được đối với miệng lưỡi vô thần của những kẻ chiến thắng đầy sát khí. Hải chưa biết được những hiểm nguy đang giăng lưới bắt anh khi anh đặt chân về sống nơi quê hương của vợ mình.

Lần đầu tiên trong cuộc đời của Hải, Hải mới chân ướt, chân ráo đến vùng đất trù phú nầy. Chiếc xe đò đầy ấp bụi đỏ dừng lại ở ngả ba Cái Lức - thuộc Xã Đại Điền, huyện Thạnh Phú. Trời buổi trưa nắng thật nóng gắt - nắng làm đổ mồ hôi ướt cả lưng áo anh. Khuôn mặt mọi người trên chuyến xe trông như đã già đi sau lớp bụi đỏ bám vào. Con đường đi vào Ấp B quanh co và xa tít giữa những rừng dừa xanh thẳm bao bọc chung quanh. Hải tay xách, tay mang hành lý - còn vợ của anh, một tay ẵm đứa con lên hai, một tay dắt đứa con vừa lên bốn. Đấy, cả một gia đình nhỏ của Hải sau 30 tháng Tư năm 1975. Và chỉ có thế đấy, bốn thành viên trong gia đình chân ướt, chân ráo về quê bỏ lại sau lưng thành phố ồn ào, náo nhiệt, tấp nập xe cộ và đầy dẫy những kẻ theo thời, theo thế, tay đeo băng đỏ, mang súng AK với nét mặt lạnh lùng, hiểm ác lùng sục, bức hiếp nhà phố dân chúng ngày đêm.

Qua khỏi chiếc cầu tre ba nhịp bắc qua con kênh xáng, nước chảy đục ngầu, Vợ Hải để đứa con nhỏ hai tuổi đang bồng trên tay đứng xuống đất và đến ngồi xuống chiếc cầu ván - được kê bằng bốn đoạn thân cây đủng đỉnh.

- " Anh à, anh đến đây rửa mặt cho mát và nghỉ mệt một chút rồi hãy đi tiếp."

Hải nhìn theo cử chỉ của vợ mình, đến một mương nước đầy, nước trong vắt và lấy tay vốc nước rửa mặt: -" Mát thật chứ." Vườn dừa nơi đây nhiều quá, nhiều đến nỗi Hải không thể tưởng tượng ra. Đối với anh, vùng quê hương của Mai - vợ anh - sao mà mát mẻ đến thế. Nhìn đâu đâu cũng chỉ thấy toàn là dừa với dừa. Trái dừa đơm đầy buồng - treo lơ lửng. Đó đây, những trái dừa bị chuột dừa đục khoét, rơi rụng nằm lăn lốc trên mặt đất đen xạm. Dòng nước kênh, không biết xuất phát từ đâu chảy luồn lách hiền hòa và uốn lượn giữa hai bờ dừa nước. Đọt dừa nước vươn thẳng đứng giống như mũi kiếm đang chọc thẳng lên trời xanh..

-" Em à, có phải lá dừa nước là lá dừa mà người dân dùng để lợp trên mái nhà và để dựng vách nhà, che nắng, che mưa, phải vậy không em?"

Vợ Hải nhìn Hải rồi cười và nói: " Lá dừa nước ở những miền quê như quê Ngoại của em, người dân lấy lá đó đan thành từng tấm dài khoảng 2 mét để lợp mái nhà, gọi đó là lá chằm đốp.

Đôi khi người dân không chầm lá mà lại xé đôi tàu lá dừa nước và xếp ngay ngắn phơi nắng, rồi mới lợp lên mái nhà trông rất đẹp mắt, gọi là lá xé."

Hải lướt nhìn lên những mái nhà lợp bằng lá chung quanh anh. Thật đơn sơ và dễ chiếm được cảm tình của con người. Thế rồi, cả gia đình Hải lại tiếp tục bước đi. Hải không biết được một vùng quê xinh đẹp như thế nầy, những người dân cần cù lao động như thế nầy mà lại sống được trong cơn dầu sôi, lửa bỏng dưới ách đe dọa của Cộng sản. Và chính bản thân Hải, khi về quê hương của vợ có sống được qua những tháng ngày an bình hay không?.

Đầu óc Hải mơ mơ, màng màng. Một vùng quê lạ lẫm với anh - mà kể như từ lúc cưới được Mai tại thành phố Saigon. Đây là lần đầu tiên Hải mới đến quê hương nầy. Có phải là một thiếu sót lớn lao cho Hải không? Chắc chắn là không. Bởi vì theo anh biết, Cha Mẹ của Mai khi sanh ra Mai thì đã sống tại thành phố SaiGon rồi.

Con đường đất ngoằn ngoèo có khi đi xuyên qua những vườn dừa rợp nắng, xanh lá. Có khi lại băng qua những thửa ruộng đầy sũng nước còn trơ những gốc rạ vàng úa. Hải đi qua mấy cây cầu khỉ thật khó khăn. Có những cây cầu chỉ là một thân cây dừa, thân cây còng, cây đủng đỉnh dài khoảng 2 mét hoặc 3 mét mà lại không có tay vịn được bắc ngang qua những con mương dẫn nước vào ruộng. Nguồn nước dẫn vào thì lấy từ nước con kênh đào. Hải nhìn nét mặt vợ anh rất vui khi được trở về quê. Có lẽ Hải cũng biết trong tâm tư của Mai là từ đây về sau sẽ không còn những ngày tháng xa anh nữa, không còn những phập phòng lo sợ mỗi khi nghe tiếng súng lớn vọng về thành phố mỗi đêm. Vợ Hải, tuy là người con gái có học thức, nhưng những nếp sống ở một vùng quê cổ kính hình như vẫn còn ẩn hiện trong tâm hồn nàng. Nàng sống không đua đòi xa hoa, phung phí. Đối với nàng, ngoài cái hạnh phúc được sống bên Hải, lo cho Hải và các con, đủ để nàng an phận làm vợ và làm Mẹ. Cho nên trở về quê cuốc cày, cấy lúa, vun trồng vườn tược sống trọn vẹn những ngày tháng còn lại an bình là nàng cảm thấy vui rồi.

Một vài người cùng xóm ấp đi qua, nàng gật đầu chào thân thiện, dễ cảm thông, sau đó là vài tên du kích với áo bà ba đen trang bị súng AK, đeo băng vải đỏ bên tay trái đi tới nói cười to tiếng: -" Ủa, chị Năm từ thành phố về đó hả? Ai có phải anh Năm không, hở chị?"

Mai giật mình, nhưng cố gượng cười: -" Ừa, Cậu Chín đi đâu vậy? Đây là anh Năm, ảnh về thăm quê mình đấy."

-" Tụi em đi ra Xã chị à. Chị về lần nẫy chắc là bà Bảy mừng vui lắm." Nói xong đám du kích em út ấy tất bật bước đi. Nhưng cũng có vài đứa nhìn Hải như muốn ăn tươi, nuốt sống anh.

Thực ra ở những vùng quê như quê của Mai, những thanh niên trong hầu hết các gia đình đều đứng hai chân, nghĩa là ban ngày theo chính phủ VNCH, nhưng ban đêm thì ngã theo Việt Cộng. Vì vậy những gia đình đó có đứa con là đi lính VNCH và có đứa thì theo Việt Cộng nằm vùng để phá hoại chế độ và gieo nỗi sợ hãi cho người dân trong xóm ấp.. Bây giờ Việt Cộng đã thành công trong việc giải thể chế độ VNCH, họ lại còn lộ ra vẻ hống hách ngang tàng và kém học thức đối xử với người dân, nhất là đối với những gia đình có con em ở quân đội, hay dính dáng làm việc cho chính quyền VNCH. Tự dưng Hải cũng phập phồng lo lắng. Cái lo lắng không được sống bình yên như mơ ước của chính vợ Hải và với Hải

-" Em à, đã gần tới nhà dì Bảy của em chưa? Hải hỏi nhỏ vợ anh.

-" Sắp tới rồi anh à. Mình sẽ đi qua chiếc cầu khỉ trước mắt đó rồi quẹo phải đi trong vườn dừa khoảng 200 mét là tới nhà."

Nhà dì Bảy là nhà lợp ngói đỏ âm dương, ba gian và hai chái thật rộng rãi. Sân nhà trồng nhiều hoa kiểng đẹp. Và khoảng sân bên trái được tráng xi măng - dùng để làm sân phơi lúa. Sâu trong vườn phía bên phải là những ngôi mộ đá tàng ong màu đỏ nhạt, cổ kính và rêu phong đã bám xanh vào phần mộ. Những tán lá dừa che phủ cả một khung trời xanh bên trên. Đúng thế. Ở đây là xứ sở của cây dừa. Lần đầu tiên, Hải mới biết được quê vợ của mình. Trong những năm - tháng chiến đấu, Hải chỉ hành quân ở vùng 3 chiến thuật, từ Bình Dương, Bình Long, Phước Long và rất quen thuộc từng rừng cây, khóm lá khô cằn, từng rừng cao su xanh thẳm mát mắt. Cho nên khi về quê vợ, Hải có cảm giác lạ lẫm với sông nước, cây lá hữu tình. Nhưng giờ đây có một cái gì đó khó hiểu và làm cho Hải rất lo sợ. Không phải người dân quê nào ở đây cũng theo Việt Cộng và cũng không phải gia đình nào cũng có con em theo Việt Cộng. Dì Bảy trông già đi trước tuổi. Căn nhà nầy chỉ có một mình Dì và đứa cháu gái còn nhỏ, con của người anh trai theo Việt cộng và đã chết trong trận càn quét của Sư Đoàn 7 Bộ Binh/ QL/VNCH. Nhưng chẳng ai dám nói ra trước năm 1975.

Buổi chiều dưới tán lá dừa bên bờ kênh xáng buồn tẻ. Hải ngồi nơi gốc cây me già nhìn con nước đang chảy ròng. Con nước đục ngầu kéo theo những đám lục bình xanh xanh lá với bông màu tim tím trôi dật dờ - như đời Hải - từ nay cũng trôi theo những đám lục bình dật dờ, mê mỏi. Vài chiếc ghe nhỏ chở những bao gạo, những củi khô, lá dừa đi qua đời Hải, người chèo ghe là những cô gái quê với chiếc áo bà ba đen, tay đeo băng vải đỏ, đã làm cho tâm hồn Hải tan biến đi mất. Ở đây, ở xứ quê tận cùng sâu thẳm, nhiều nhà lá xác xơ, nghèo nàn cũng xây dựng được những hình thức "trồng người" để phục vụ cho những mưu sâu, kế bẩn của một chế độ mà khi nghe qua, ai nấy cũng đều sợ hãi và ghê tởm.

-" Ủa, anh ngồi ngắm cảnh à? " Mai hỏi Hải với giọng vui vui.

- " Anh thấy ở đây cái gì cũng lạ lẫm với anh, em à. Từ những cây cầu khỉ đến dòng kênh, thửa đất ruộng, vườn dừa xanh sai trái và những rừng dừa nước chen chút vươn lên cao vút, dọc hai bên bờ kênh xáng. Anh rất thích. Nhưng.." Hải bỏ lửng câu nói.

- " Anh nói...nhưng...cái gì?" Mai hỏi nhanh với chồng.

- " Anh thấy hình như có một số ít người ở đây xem ra có nhiều mặc cảm đối với những người cộng tác với chính quyền VNCH."

Nét mặt đang vui của Mai - bỗng chốc buồn buồn. Mai rất thương chồng, nên mới để nghị Hải về sống vùng quê hương của nàng. Nàng cũng nghĩ ra được, ở nơi người chồng có một điều gì đó bất ổn. Nếu chuyện buồn nào đó xảy ra đúng nơi gia đình nàng thì sao? Lúc mới vừa về tới nhà, Dì Bảy mừng lắm và trong lúc soạn áo quần đem cất vào tủ, Dì Bảy hỏi nhỏ Mai: " Cháu à, chồng cháu lúc trước, nó là sĩ quan, có nhiều người ở đây họ biết, cho nên Dì hơi lo lắng cho nó. Sao cháu lại dẫn nó sớm về nơi đây chi vậy?"

Mai ngỡ ngàng trả lời: -"Thưa Dì, Vậy chớ ở quê mình chưa được yên ổn hay sao?"

-" Yên làm sao cho được. Ai mà dính vào chế độ cũ là nó bắt đi ngay. Nửa đêm, nửa hôm nó kêu cửa rồi dẫn đi. Tội nặng thì nó bắn bỏ. Thù cá nhân, nó cũng bắn bỏ. Nhất cử, nhất động là nó bắn ngay. Không kể gì đến bà con lối xóm. Cháu thấy đó, ông Ba Hù trước đây chỉ là thư ký Hộ Tịch làm giấy tờ Khai sinh cho dân ở Xã, trong đó có cả gia đình con cháu của tụi nó, ấy thế mà tụi nó nói ổng là CIA của Mỹ - Dì cũng không rõ lắm. Cách đây vài bgày, tụi nó bắn ổng chết ngay tại cửa nhà của ổng. Bắn nát đầu, nát bụng. Thật ghê tởm và ác độc. Còn chú Chín Cò thì bị nó đánh tơi tả, bầm giập cả mặt mày và vẫn còn nhốt tại Xã, chưa biết tình hình ra sao nữa. Mới thành công chưa được 10 ngày là người dân ở mấy xóm ấp lân cận cũng bị tụi nó bắn chết rất nhiều." Dì Bảy hạ thấp giọng nói tiếp: -" À, mà còn chuyện nầy nữa - cháu còn nhớ chú Tám Ban hay không? Cái nhà ở bên kia kênh xáng đó, mới hôm kia đây thôi, Tụi nó nói ổng giựt súng của tụi nó - cho nên ổng bị bắn nát bụng, chết rồi mà đôi mắt vẫn mở trừng trừng nhìn tụi nó. Thật ra ổng thường uống rượu chung vui với bạn bè và có những lời qua, tiếng lại nói xấu tụi nó. Cho nên tụi nó viện dẫn câu chuyện nầy lại thêm thắt hành động giựt súng cách mạng, mà đem ổng ra xử bắn."

Mai cảm thấy lòng nàng bâng khuâng khó tả. Nàng bước ra hiên sau nhà tìm Hải. Hải vẫn ngồi bất động đối mặt với dòng Kênh xáng. Buổi chiều xuống thật nhanh, chưa tới 6 giờ mà không còn thấy ánh nắng của mặt trời. Những tán lá dừa nước mọc chen chút ven bờ Kênh, những tán lá dừa ăn trái cao cao che khuất mặt trời. Bên kia dòng Kênh, đèn dầu nhà ai mới thắp với ánh sáng leo lét, vàng úa.

-" Vào nhà đi anh. Chiều tối ở quê có rất nhiều muỗi." Hải nắm lấy tay Mai kéo chàng đứng dậy quay vào nhà. Hải nghĩ rằng ở quê xứ dừa thường mau tối hơn và người dân quê đi lại thăm hỏi nhau thì họ thường dùng cây đuốc bó bằng lá dừa khô. Cây đuốc cháy gần hết tới đâu thì họ nhặt lá dừa khô tại nơi đó để bó tiếp cây đuốc khác và tiếp tục bước đi.. Cho nên cây dừa rất tiện lợi, người dân tận dụng hết, không bỏ đi bất cứ thứ gì của một cây dừa.

Nhà Dì Bảy bây giờ đã có Cậu Tư, Cậu Năm tới chơi. Đây là hai người anh ruột thịt của Dì Bảy.. Nhà hai Cậu cách nhà Dì Bảy ba, bốn cây cầu khỉ nhỏ. Cậu Tư và Cậu Năm hình như có uống rượu đế trắng, hình như hơi ngà ngà say Dưới ánh sáng của ngọn đèn dầu đặt giữa bàn ăn sau nhà, nét mặt hai Cậu đỏ ửng lên như cháy nắng. " Vui quá, hòa bình rồi, ta hát hò cho vui nha." Hai Cậu lớn tiếng nói cười.

-" Hai anh hôm nay ra Xã có chuyện gì lạ không , hai anh?" Dì Bảy nhanh miệng hỏi.

-" Có chứ.Trời ơi. Quân, cán, chính của chế độ cũ ra trình diện nhiều lắm. Họ ra hạn định 20 ngày thôi. Thằng Tám Tèo, con Hai Can, ra trình diện được Ủy Ban Xã mời vô làm phó Công An Xã rồi. Sướng thật. Nó đi hai hàng đấy, vừa làm cho chế độ cũ, vừa làm cho mấy thằng Việt Cộng. Tao thấy nó vênh cái mặt lên và la hét vang trời. Hình như ai thấy nó thì cũng đều khiếp sợ muốn té đái ra quần." Rồi Cậu Tư nhanh miệng hỏi Dì Bảy : -" Ủa bây. Nghe nói vợ chồng con Mai về đây rồi à?"

- " Dạ thưa anh, vợ chồng nó mới về chiều nay và đang nghỉ ở nhà trên."

- " Đâu, bây kêu nó xuống cho anh em tao nhìn mặt nó coi." Dì Bảy "Dạ" rồi lên gọi vợ chồng Mai.

-" Dạ, vợ chồng cháu chào hai Cậu đến chơi." Hải lí nhí nói.

- " Chơi sao được mậy? Tới cho tụi bây hay. Sáng mai

biểu con Mai dẫn thằng chồng nó ra trình diện ở Xã đi, kẽo trễ thì khổ thân đó."

Dì Bảy như nhớ ra điều gì, vội nói: " Được rồi, Con Mai ở nhà thu xếp cho hai đứa con nhỏ, còn thằng chồng nó, sẵn có thằng Đậu - con chú Mười Nhỏ cũng đi trình diện ở Xã, thì chồng con Mai đi theo luôn." Rồi Dì thở dài: -" Thiệt tội cho nó. Về đây chân ướt, chân ráo, lạ nước, lạ cái, chưa quen được thứ gì hết."

Hai Cậu luôn miệng hỏi Hải đủ thứ chuyện dài trước năm 75 và sau nẩy. Và Hải cũng thành thật trả lời cho hai Cậu hiểu, tâm sự cũng gần nửa đêm mới được hai Cậu tha cho đi ngủ. Thật ra những chuyện xảy ra hôm nay với Hải đã làm cho Hải khó ngủ quá. Chàng thao thức nằm bên vợ con mà rối rắm như tơ vò. Không biết ngày mai đi trình diện ở Xã sẽ ra sao nữa? Bên Hải, vợ con của chàng đã trôi vào giấc ngủ ngon sau một ngày dài vật vã với bao nhiêu nắng, gió trên tuyến đường xe về lại quê nhà.

Buổi cơm sáng lót dạ là cơm gạo trắng với cá lóc kho tiêu..Hải ăn thật ngon miệng. Vì đây là món ăn quen thuộc mà Mai đã làm cho cả nhà ăn trước đây. Dì bảy vui vẻ nhìn Hải ăn và dặn dò: "Chút nữa có thằng Đậu đến đây để cùng cháu đi trình diện. Nó nhỏ tuổi hơn cháu. Nó mới 20 tuổi đi lính Sư Đoàn 7/ Bộ Binh. Mọi việc đi lại, nó quen thuộc hết. Đường ra Xã khoảng 3 cây số. Cháu và nó đi bộ cho giống với người dân ở nơi nẩy."

-" Dạ." Hải gật đầu hiểu ý của Dì Bảy. Hải thấy vợ mình nói cũng đúng. Chàng nhớ cách đây vài năm, Mai đã nói rõ tường tận phong cảnh và sinh hoạt của người dân ở quê của nàng. Hình như ở vùng quê nào cũng vậy, đa số những người dân sống thật thà, chất phát, đi chân đất từ nhà đến chợ Xã, chợ Huyện. Có khi từ nhà bơi ghe theo dòng kênh xáng ra đến lộ đá, cột ghe vào gốc cây mọc ven theo con kênh, rồi đi chân đất ra chợ. Sau đó chờ con nước lớn mới bơi ghe về lại nhà. Đa số người già, trẻ, lớn, bé đều đi chân đất hằng ngày.. Khoảng 7 giờ sáng thì thằng Đậu đến nhà. Nó cười giả lả với Dì Bảy và làm quen ngay với Hải. " Nó kể cho Hải nghe về cuộc đời 2 năm lính tráng của nó và nó rất tự hào. Nó kể 2 đêm rồi, du kích Ấp có đến trò chuyện với nó, vui có, buồn có, cũng là những thằng nhóc tì ở Xã, ở Ấp nẩy thôi. Tụi nó mang súng AK trông rất hống hách không khác gì với Thầy Lý, Cai Tổng của thời xa xưa. Thấy mà phát ớn. Còn những gia đình hùa theo Việt Cộng thì cũng lên mặt, lên mày. Em đếch có sợ thằng nào hết đó."

Con đường đê lớn theo dọc dài nhiều cánh đồng đang ngập nước. Tháng Năm, người dân ở đây chuẩn bị gieo mạ cho lúa mùa, nên họ khai mương nhỏ cho nước ngập đầy đồng để cày, bừa cho dễ. Thằng Đậu nói: " À, mà anh Năm ở SaiGon , anh làm gì?"

-" Trước ngày nhập ngũ vào lính, anh là giáo viên. Bây giờ theo chị Năm về quê để nhập tịch ở luôn nơi nầy rồi." Hải cười và thằng Đậu cũng cười. Qua gần 8 cây cầu khỉ dài, ngắn tùy theo bề rộng của những con mương, Hải nhớ lại hôm qua chàng cùng gia đình cũng đi trên con đường nầy rất vắng người. Nhưng hôm nay lại có đông người cũng đi bộ ra chợ. Kẻ bưng thúng, người bưng giỏ, rổ đầy cá, tép hoặc rau sống đủ loại.

-" Chú Đậu à." Hải hỏi Đậu và đưa mắt chỉ cho Đậu . "Mấy người dân ở đây họ đánh bắt cá, tép đêm qua và đem ra chợ để bán à?"

-" Có người còn đi sớm hơn nữa anh Năm à - Đậu gọi Hải theo bên vợ của anh - Họ đổ nò, đánh gió, đổ bung, đóng đáy, đặt lộp... Chỗ nào có nước là có cá tép, có tôm lóng và họ chọn những cá, tép, tôm ngon, to để bán . Còn những con cá, tép nhỏ sứt đầu, gãy càng thì để ở nhà rim, kho, hoặc luộc cho cả gia đình ăn. Thỉnh thoảng họ cũng thảy ra cho gà vịt ăn. Vì vậy ở đây không sợ thiếu thức ăn, thiếu củi nấu bếp, mà chỉ sợ thiếu cơm gạo, dầu lửa đốt đèn, thiếu nước mắm thế thôi. Câu chuyện qua lại đã làm vui cho những bước chân người đỡ mỏi. Con đường trải đá có từ thời Pháp thuộc, lổm chổm lổ hang. Trên đường ra chợ, nhiều xe đạp chạy qua cùng với những chiếc xe ngựa vừa chở người, vừa thồ hàng. xuôi ngược. Phố xá, nhà cửa hai bên đường vẫn còn phảng phất nét nghèo túng và mệt mỏi. Còn những Đình, Chùa thì vẫn cổ kính hình như đã trải qua hơn 60 năm.

- " Đã tới rồi, anh Năm. kia...kìa." Hải nhìn theo tay chỉ

của thằng Đậu, chàng thấy mọi người đang đứng lố nhố trước sân của một dảy nhà lợp ngói âm dương đã cũ.

-" Toàn là dân, quân, cán chính như bọn mình phải không Đậu?"

- " Ừ, đó là những người của chế độ VNCH đi trình diện đấy."

Chiếc loa phóng thanh chốc chốc lại vang lên nhắc nhở những gia đình có con em đi lính hoặc có làm việc với chế độ cũ phải "động viên" họ ra trình diện để hưởng "sự khoan hồng" của cách mạng. Hải đứng sát hiên nhà đối diện với văn phòng làm việc. Trên ngạch cửa ra vào, có giăng tấm biểu ngữ viết nguệch ngoạc dòng chữ" Không có gì quý hơn độc lập tự do."

- " Đề nghị các anh ổn định. Đề nghị các anh ổn định." Tiếng la hét chát chúa như bể màn nhĩ vang lên. Giọng nói của một nữ cán bộ VC. Sao mà chẳng nghe êm tai chút nào. -" Dân hàng cá đấy anh Năm." Tiếng của thằng Đậu nói chỉ để cho Hải nghe. và chỉ cho Hải thấy cô gái tay đeo băng vải đỏ đang hạch hỏi người đứng trước mặt nó. Hải thấy nét mặt non choẹt của cô gái. - " Bộ chú Đậu có quen nó à?"

- " Sao lại không. Gia đình nó ở trên xóm mình đấy. Nó bán cá ở chợ nầy lúc còn 8 tuổi. Miệng lưỡi của nó, ai mà không biết."

Hải thấy mọi người lúc nầy không đồng tình với những lời nói, cử chỉ của những cán bộ VC như con bé nầy.. Cho dù có bất mãn, những người đến trước cũng đã ghi tên tuổi, ghi lý lịch xong. Rồi tới phiên Hải, Hải mỉm cười thân thiện với nó. Nhưng nó nghiêm mặt lại nhìn Hải đăm đăm từ mặt đến chân.

- " Anh làm ơn đứng ra xa xa một chút được không?" Hải lùi lại vài bước sau tiếng hét của con bé.

- " Ai cho anh mặc đồ lính ngụy nầy mà đi trình diện??

-" Thưa cán bộ, Tôi đã nhuộm đen bộ đồ nầy rồi."

- " Nhuộm gì thì nhuộm. Nó vẫn còn là bộ quần áo lính, anh biết chưa?"

- " Tôi thấy vải chắc và rất tốt, nên nhuộm đen lại để mặc đi làm ruộng."

-" Tôi không cần biết anh làm gì, làm ở đâu và dùng nó

làm việc gì. Anh cởi cái áo ra và ném bỏ nó ra ngoài sân kia cho tôi."

Hải vẫn còn lúng túng. Nét mặt anh đanh lại sau câu nói của con bé đáng tuổi em út anh. Hải thấy tự ái của mình dâng lên cao. Chưa có ai trong đám học trò của Hải và bè bạn của Hải lại dám ra lệnh như thế. Hải vẫn đứng thẳng và nhìn những người bạn đứng quanh chàng. Hải nghe họ xầm xì và nghe cả tiếng nói của thằng Đậu:" Thôi, anh cởi bỏ phức cái áo đi cho xong việc, anh Năm à. Đù me. cái con bé nầy ác thật. Có ngày nó biết tay tôi."

- " Anh kia, anh lải nhải cái gì? Ai hỏi đến anh? Có im cái miệng đi không nào." Con bé hất mặt hỏi thằng Đậu. Thằng Đậu trề môi ngó qua chỗ khác..

-" Cởi ra. Tôi không muốn thấy cái áo lính Ngụy nầy, anh biết chưa?"

Hải cố dằn cơn nóng giận như đang thiêu đốt thân thể anh, thì Hải nghe tiếng nói thật nhỏ của ai đó, hình như của người lớn tuổi có râu dài đứng sau lưng Hải" Tránh voi không xấu mặt nào, cậu trai à." Ngay tức thì, Hải cởi phăng chiếc áo ra - không còn do dự gì nữa. Hải quăng áo ra xa tận gốc cây thông già ngoài kia. Như vẫn còn bực bội vì thái độ của Hải, con bé gằn lớn giọng: - " Còn cái nón trên đầu anh nữa. Tôi không muốn thấy nó." Hải đưa tay gở chiếc nón lưỡi trai và cũng quăng nón ra xa phía ngoài sân lát gạch.. Con bé bây giờ mới hỏi: -" Anh ở ấp nào??

- " Ấp B."

- " Còn trước kia?"

- " Tôi ở SaiGon."

- " Ở SaiGon sao lại trốn xuống đây trình diện??

- " Tôi theo gia đình bên vợ ở đây. Không làm gì mà phải trốn tránh.?"

- " Anh có làm việc cho CIA không?"

- " Không."

- " Anh có biết, anh có tội với cách mạng và nhân dân hay không?"

- " Thưa không. Bởi vì tôi đi lính là bảo vệ quê hương và bảo vệ cho người dân của tôi được sống bình an."

- " Anh vẫn còn bố láo đấy nhé. Trước đây nghề nghiệp của anh là gì?"

- " Là Giáo sư dạy học và bị động viên vào lính."

- " Vậy anh có biết đọc và biết viết hay không?"

- " Có, biết."

- " Anh đứng qua một góc phòng bên kia, chờ thủ trưởng làm việc. "

Hải đứng tần ngần trong thoáng chốc rồi bước vào góc phòng trong. Ở đây cũng có vài người đồng cảnh ngộ như anh. Thật là buồn cười cho những kẻ dốt nát hám danh, làm tay chân cho bọn cách mạng, làm những viên gạch 30 tháng Tư lót đường cho chúng đi lên XHCN hoang tưởng. Những viên gạch mục rửa từ trong cốt lõi, dốt nát từ suy nghĩ và kém phẩm chất đạo đức. Hải bắt đầu lo lắng cho gia đình. Không biết vợ anh có suy nghĩ gì không, khi chẳng thấy anh trở về? Nhưng Hải chợt nhớ đến Thằng Đậu và nói lời nhắn cho nó nói lại với gia đình anh. Những gương mặt khô khốc, sạm nắng của những tên cán bộ mà trước kia là những thằng bán than củi, bán bánh mì dạo, bán lu hũ, chén tô sành sứ, sửa , vá xe đạp và đi làm thuê, làm mướn quanh vùng Xã, Huyện nầy. Có tên không biết chữ, chỉ biết ký tên theo lời nói của những đứa học trò lớp năm, lớp sáu - con cái của chúng.

-" Anh biết đọc và biết viết không?"

-" Dạ, biết."

-" Tốt. Anh làm bản tự kiểm bản thân của anh theo mẫu ghi sẵn. Làm xong nộp lên, chúng tôi cho anh về."

Nói xong, gã cán bộ "cách mạng nửa mùa" hất hàm quay sang 4 người khác đang ngồi dựa lưng vào vách tường phòng: -" Còn các anh nữa. Các anh cũng viết bản tự kiểm như anh nầy." Rồi gã đứng lên khép cửa phòng và đi ra ngoài. Hải nhìn các bạn mình còn lại trong phòng. Những đôi mắt như muốn sôi lên. Những đôi mắt căm phẩn, thất thế vì vận nước quá bẽ bàng. Khi nắng chiều đã gần tắt, tên cán bộ răng hô người miền Bắc bước vào phòng, nhận lấy những tờ giấy "tự kiểm bản thân" từ tay mọi người và ra lệnh cho mọi người ra về. Hải bắt tay thân mật từ giã với những người bạn mới quen và cùng chung số phận hẩm hiu với mình.

Hải đi theo con đường mà anh đã đi ban sáng với thằng Đậu - trở về nhà. Lần nầy Hải mới có thời gian nhìn ngắm hai bên đường. Phố xá lèo tèo cách rời nhau, thưa thớt, xen lẫn nhau giữa nhà ở là các hàng quán, tiệm buôn bán thực phẩm cùng đồ gia dụng.. một vùng quê thật êm ả. Không một chút vướng bận bởi những tiếng ồn của xe gắn máy, xe hơi. Ở đây sinh hoạt đi lại của người dân chủ yếu là đi bộ bằng chân đất, có chiếc xe đạp thì đã quý lắm rồi. Ngoài ra vận chuyển hàng hoá ra vào chợ Xã thì bằng xe ngựa đóng thùng với hai bánh xe hơi. Rất ít ỏi xe tải. Con đường trải đá làm từ thời Pháp thuộc, đến bây giờ vẫn còn chút nhựa dính ít đá xanh cán nhỏ, nằm rải rác đây đó. Hải vừa đến ngả ba vào trong Ấp, thì đã gặp Mai cùng với hai đứa con chờ đón anh từ lúc nào. Hải cười nhìn vơ: " Anh biết em lo lắm. Nhưng không có sao đâu em à. Họ làm khó dễ anh chút chút thôi."

- " Dì Bảy ở nhà cũng lo cho anh. Dì không biết tại sao lại có chuyện nầy? Hòa bình rồi mà còn làm khó, làm dễ gì nữa?" Mai tâm sự với Hải.

Bây giờ trên con đường đê trở về nhà chỉ còn lại 4 người trong gia đình Hải sánh bước. Phía trong Ấp xa xa, bóng vườn dừa đã chìm sâu vào một màu đen xạm.

Ba ngày và hai đêm ở quê vợ, nếu không có dính dáng vào chế độ cũ, thì cuộc đời cũng giống như đám lục bình trôi ngoài dòng kênh. Cuộc sống của người dân quê thật bình dị, ăn chẩng cần ngon và mặc cũng chẳng cần đẹp. Có người cả bao nhiêu năm vẫn chưa bước chân ra khỏi Ấp để đi chợ Xã, huống chi nói đến Huyện, đến Tỉnh thành. Họ nghĩ gì đúng, sai là họ nói thẳng ra hết. Chính vì thế, mà khi thời cuộc có sự đổi thay, đối với họ cũng thật bình thường. Ai làm vua thì làm, miễn là đừng quấy rầy cuộc sống của họ là được. Sự suy nghĩ hiểu biết ít ỏi của họ đã làm cho họ bực tức khi va chạm với người Cộng Sản sau ngày chiếm được miền Nam. Cuộc sống của họ không còn êm xuôi như trước nữa.. Bố ráp, lùng sục bắt bớ, đấu tố và hù dọa đã làm cho họ chán nản và ngán ngẩm. Dì Bảy thường nói: - " Thiệt là tức chết đi được.Trước kia ở Ấp nầy, người dân cũng vì bản chất lương thiện đã giúp đỡ, che chở cho những tên cán bộ nầy, cán bộ nọ. Nuôi cho nó ăn, không tiếc của cải, vật chất. Vậy mà bây giờ nó hất cái mặt mốc lên trời không thèm nghĩ đến ơn nghĩa với bất cứ ai. Có ngày tụi nó cũng bị trời đánh cho coi."

Thật vậy, đối với Hải, sự hụt hẫng trong niềm tin của anh ở cuộc sống đơn giản, có lẽ không bao giờ có được? Ba ngày và hai đêm ở quê vợ, anh sống trong lo lắng, sợ hãi như kẻ mất hồn. Nhất là trong buổi trưa nầy, có ba thằng cán bộ Xã đến nhà sát hạch anh đủ điều. Giọng điệu của chúng như căm hờn người của chế độ cũ. Họ bắt anh sáng mai lại ra Xã trình diện lần nữa. Cả nhà buồn, không vui. Nhưng Hải vẫn bình tỉnh bảo vợ: -"Em đừng quá lo cho anh, rồi anh sẽ được bình yên thôi."

Dì Bảy thương vợ chồng Hải, Dì đi đâu đó ở xóm bên sông cho đến chiều mới trở về nhà. Hải nghe vợ nói thầm bên tai anh: " Dì đi lo cho anh, nhưng cũng không có gì bảo đảm được. Chỉ sợ là sáng mai anh ra Xã trình diện, là họ bắt nhốt anh luôn. Họ làm ẩu lắm. Không có luật lệ gì cả. Họ bắn, họ giết người dân không cần biết đúng hay sai."

Buổi chiều cũng qua nhanh. Những tán lá dừa trở màu đen sạm in trên vòm trời lấm tấm Sao. Hải thở dài, anh nằm trên chiếc chỏng tre kê ở hàng hiên trước nhà. Mai ngồi bên cạnh, còn hai đứa nhỏ đang nô đùa trong nhà với Dì Bảy. Thời tiết tháng Năm vẫn chưa được thông gió, nên không cảm thấy mát mẻ. Ở vườn, trời tối thật nhanh, xa xa vài ngọn đuốc lá dừa của ai đó đi trong đêm, lửa bập bùng cháy và lẫn tiếng chó sũa vang đâu đó nghe thật buồn buồn.

- " Anh à, Thôi thì anh nghe em, em nói ý nầy."

- " Ý gì?" Hải hỏi nhanh.

- " Em muốn anh trở lại SaiGon.?

- " Sao vậy?"

- " Tại em thấy tình cảnh ở đây không hợp cho anh lắm. Ở đây chỉ e tụi nó làm ẩu... em sợ và lo cho anh."

Hải hiểu ý của vợ anh. Chắc có điều gì nguy hiểm sẽ xảy ra cho Hải vào sáng ngày mai hay ngày mốt cũng không biết chừng? Hải cầm tay vợ:

-" Nếu anh đi, thì em phải làm sao?"

-" Thì chừng một tuần lễ sau là em và 2 con sẽ trở lên nhà Ba ở SaiGon cùng với anh."

-" Em có bàn việc nầy với Dì Bảy chưa?"

-" Dạ, rồi. Dì bảy cũng đồng ý. Bao giờ yên ổn trở lại, thì vợ chồng mình sẽ về sống chung với Dì Bảy."

Hải hôn nhẹ lên trán người vợ hiền hậu của mình. Đàn muỗi trong vườn đã bắt đầu vo ve. Xa lắm, Hải nghe được vài tiếng súng AK nổ giòn. Đêm vẫn không được bình yên.

Khoảng 1 giờ khuya, Hải trổi dậy. Anh nghe tiếng lụp cụp, lạch cạch ở nhà bếp. Quay qua không thấy vợ, Hải biết vợ anh đã không ngủ để lo cơm nước cho chuyến về thành phố của anh. Nhanh thật nhanh, anh thay vội quần áo. Đứa con trai lớn của anh đã thức cùng vợ anh từ lúc nào rồi. Nó xúm xít phụ gói bánh cho anh. Tất cả mọi việc đều đã xong. Hải đến giường hôn đứa con nhỏ đang còn say ngủ.

- " Con chóng ngoan ở với Mẹ. Ba đi nghe con trai." Cả ba người cùng đến bờ Kênh xáng. Vợ Hải tháo dây buộc ghe. Nước Kênh lấp lánh ánh Sao giữa hai bờ dầy đặc bóng dừa nước. Hải không còn nhìn thấy gì chung quanh, vì bóng đêm đen thẳm. Hải xoay đầu nhìn lại căn nhà của Dì Bảy lần cuối cùng. Tiếng gió thổi nhẹ qua. Một vài tiếng súng nổ vang lên đâu đó, xa thật xa.

- " Anh xuống ghe đi. Để em giữ ghe cho thăng bằng."

Hải chưa lần nào đi ghe, nên khi bước xuống ghe, Hải bước lẹo vài bước thì té nằm ngửa trên khoang ghe vì ghe chòng chành lắc lư. Mai cười nhẹ: -" Anh bước chậm thôi và ngồi xuống ở khoang giữa nầy. Những người chưa biết đi ghe lần nào thì cũng giống như anh thôi, không giữ được sự thăng bằng."

Hải cùng cười với vợ. Đứa con lớn của Hải cùng xuống ghe một lượt với Mai.và chiếc ghe 5 lá từ từ tách bến qua bên kia bờ Kênh xáng. Ghe quay mũi xéo về phía bờ khi con nước đang đạp lớn. Hải không còn suy nghĩ gì thêm nữa, ngoài cảnh ruộng vườn êm ả mà anh đã trải qua như một giấc chiêm bao đẹp trong tâm trí anh. Thực tế sẽ không bao giờ có đối với những người theo chân Cộng Sản. Mũi ghe đã vào bờ men theo con lạch vào sâu trong vườn dừa và dừng lại.

-" Anh lên bờ được rồi." Vợ Hải nói trong nước mắt nghẹn

ngào.

"Ừ, từ từ để anh bước lên bờ."

Hải bước thẳng lên bờ dừa và đứng nhìn vợ con anh ở khoang ghe. Đứa con trai lớn bỗng òa khóc lên: -" Ba ơi. Ba đừng bỏ con. Ba đừng đi. Ba đừng đi.." Từng tiếng nói của đứa con lớn hòa lẫn trong nước mắt làm cho lòng Hải xót xa, đau nhói. Vợ Hải lấy tay bụm miệng đứa con:

-" Con đừng khóc lớn tiếng nghe con. Hãy để cho Ba con đi về SaiGon trước, rồi sau đó vài ngày Mẹ cùng với con và em con về sum hợp với Ba con, nha con. Đừng khóc nữa nghe, con của Mẹ." Rồi Mai nói nhanh với Hải: -" Thôi ...anh đi đi..Anh nhớ men theo bờ dừa nầy ra tới lộ nhỏ, quẹo trái rồi gặp con lộ đá và đi ngược lên tay phải khoảng 100 mét, dừng lại đợi xe đò. Vì khoảng 2 giờ khuya là có xe đò chuyến nhất chạy về thành phố SaiGon. Nhớ thật kỷ nghe anh.."

-" Ừ, anh nhớ rồi, nhớ thật kỷ rồi. Anh đi nghe em. Ba đi nha, con trai của Ba."

Đêm tối mịt mùng, chiếc ghe 5 lá quay mũi sang qua bên bờ kia Kênh . Trong đêm, Hải vẫn còn đứng đấy nhìn dáng vợ anh nhỏ nhắn cùng với đứa con thân yêu trên chiếc ghe lắc lư quay về bến cũ. Hình như tiếng con của anh đang khóc lớn cùng tiếng dỗ dành của Mai. Hải bước đi trong đêm và lầm thầm như nói với chính mình:" Vài ngày sau, gia đình mình sẽ đoàn tụ em nhé. Xin chào tạm biệt quê hương em đã cho anh vài ngày đêm trăn trở, lo âu và đau xót." Vẫn không biết vì sao, tự dưng nước mắt Hải lại tuôn trào...

NAM GIAO /AZ.

NHẬT KÝ THÁNG TƯ.

Một Tháng Tư
theo quân về Phú Giáo (1)
Ơi - chợ chiều phố nhỏ nắng rưng rưng
Cơm gạo sấy - chưa no lòng - ấm dạ
Nghe đâu đây - Pháo giặc nổ chào mừng

Không hổ danh lính Tiểu Đoàn Một/Bảy (2)
Đào chiến hào - nghênh chống giặc đêm nay
Ta gióng Pháo - hướng về phòng tuyến giặc

Pháo từng tràng - diệt Pháo giặc thị oai
Giữa Tháng Tư -
nghe miền Trung thất thủ
Lui binh về Xuân Lộc - giữ vành đai (1)
Thương dân quá - trong vòng vây đạn - lửa
Theo quân ta - chịu gian khổ từng ngày

Nghe báo cáo -
chốt tiền phương đụng trận
Giặc chém vè - bắn quấy rối ngày đêm
Có gì đâu - giữa lằn tên - mũi đạn
Lính hy sinh - chẳng mong tiếng đáp đền

Rời Phú Giáo -
qua Tân Hưng - trụ Pháo (1)
Lính xung phong giết giặc - giải vây đồn
Bãi chiến trường - vườn cao su đẫm máu
Xác giặc nằm - tím thẫm bóng hoàng hôn

Cuối Tháng Tư -
nhớ Lai Khê - Bến Cát (1)
Chôn Pháo rừng già - rã ngũ thương đau
Anh hùng thay - Tướng Sư Đoàn 5 - tuẩn tiết (3)
Ta ngậm ngùi - thương tiếc một vì Sao

Tháng Tư Đen -
làng - xóm thôn - tan nát
Dưới gót giặc thù - xâu xé quê hương
Bạn bè ta - bốn phương trời - lưu lạc
Có còn chăng - những ký ức thật buồn??

NAM GIAO /AZ.

(1) Những địa danh của Tỉnh Bình Dương, Long Khánh.
(2) Trung Đoàn 7/Tiểu Đoàn 1/7 Sư Đoàn 5BB/QLVNCH.
(3) Tướng Lê Nguyên Vỹ, Tư Lệnh SĐ5BB/QLVNCH.

LÊ NGUYỄN

THỜI TUỔI NHỎ CƠ KHỔ TÔI Ở HUẾ.

Tôi không biết từ bao giờ, tôi mới suy nghĩ được chính chắn là Ba Mạ tôi hết lòng cưng thương - nhất là Mạ, quá quá hy sinh vì chồng con! Mạ hơn Ba chừng 6 tuổi, đã một đời chồng, ông Kia người Quảng Đông, đã mất từ lâu. Mạ mới tái giá. Ba Mạ tôi có tiệm gạo, sát vách Đình Phú Cát, làm ăn khá giả, tiếp giúp xóm giềng - được bà con và Ban hội Tề làng quý mến! Năm 1940, nghe lời Mạ - Ba Mạ tôi bán nhà, về làng Cổ Thành quê ngoại sinh sống, cất nhà ba gian, hai chái ngay dưới dốc cầu Sãi, cùng xóm Cậu ruột - em của Mạ.

... Vào năm 1945, chiến tranh Pháp Việt nổ bùng! Gia đình tản cư về Bích La, làng của Ác thần Lê Duẩn. Khi đi, mang theo hai đò sản nghiệp. Hồi cư 1946: Tay trắng! Bởi bà con giấu ém, một phần Việt Minh cướp cạn. Nói là ... sung vô Quỹ Kháng Chiến. Trên đường hồi cư, đôi mắt thơ bé 5 tuổi, tôi đã phải chứng kiến những cảnh rợn người:" Lũ chó gặm từng mảng thịt, khúc xương người chết nhai ngấu nghiến". Và chiều chiều, ba bốn gã lính Lê Dương, chĩa súng dẫn mấy tên Việt Minh, tay bị trói ké - từ Đồn, là nhà mụ Bộ Kẹo", bên kia sông nhỏ đối diện nhà tôi, qua xử bắn và lấp đất dưới hào sâu ngay chân cầu Sãi! Ba Mạ tôi tuyệt vọng, bán tháo nhà đất với giá rẻ mạt cho ông Viện thầu khoán ở trên Tỉnh, tìm đường quy hồi Huế. Ba nhân khẩu ở nhờ nhà Bà Phó, rồi ông Quản Ngô tốt bụng. Về sau Hội Đồng làng thương tình cho cất cái chòi " tole" dưới gốc đa - 6 người ôm không xuể, bên kia đường, đối diện Đình Phú Cát - Mạ tôi bán bánh kẹo, cau trầu vặt vãnh - nuôi ba miệng ăn! Ba, dân có học, giỏi tiếng Pháp, Hán - thất chí, không làm gì! (Chẳng lẽ...

cầm chổi quét đường?!). Chỉ đi chơi thơ, ngâm vịnh, Tài bàn - và uống rượu tiêu sầu! Gánh nặng từ đó hằn lên vai Mạ tôi. Nghèo đến phải nhờ gạo Từ thiện hàng tháng, và tiền trường cho con, qua lòng nhân của" Bác Siêu Từ thiện" và vài Mạnh thường quân! Ba mất năm vừa đúng tuổi thọ! Tôi dù là con một, cũng phải vào lính, Mạ lại quay trở lại sống nương nhờ Cậu Mợ! Ngày Mạ tôi qua đời, nghe là - cứ gọi tên con, đang... nơi tiền tuyến! Tôi không hề hay biết! Khi về, chỉ thăm nấm mộ đất đắp, ngoài đồng cỏ hoang! Tôi vật vã, cũng sự đã rồi!

Mỗi lần có dịp về lại Huế, nhìn gốc đa xưa đối diện ngôi nhà bể thế! Hay ra Quảng Trị, đứng trên cầu Sãi, nhớ kỷ niệm xa xót xưa... lòng tôi quặn lại! Hình bóng Ba Mạ tôi hiện rõ - dưới hai hàng nước mắt và lần nào cũng thế! Đời tôi "đổi đời" nào khác dân tôi... đổi đời sau 30 tháng Tư năm 1975? Ngày tôi tử chiến trận cuối, suýt vong mạng, và vào tù " Cải tạo" 13 năm cùng khổ! Hình như ảnh hưởng lối sống Ba. Đã nghèo, không lo học, lại chúi mũi vào thơ văn Bút nhóm sớm, và... cua kéo, đâm hư! Với cái xứ Huế lường đo, Đào thì nhiều, nhưng ai ta cho con! Tôi nói " CHO" vì gạo không đủ ăn, tiền mô mà hỏi cưới? Ở SĐ2/BB, " đụng" gã Đại Tá dê xồm, vua tham nhũng Tư Lệnh Toàn (chuyện dài dòng trên mặt trận) Lãnh oan ức 25 củ, suýt ra Tòa Án Binh! Cho nên căn cứ vào các lý do chính đáng sau đây: Con một, Mẹ già trên 60 tuổi. Đã phục vụ tác chiến 4 năm. Có ba lần chiến thương. Có bằng Tình báo Căn bản, tôi đã làm đơn và chưa tới nửa năm, được Bộ Tổng Tham Mưu cho về phục vụ tại Trường Cây Mai (SàiGòn)

Sau 13 năm lao lý "cải tạo" được ra tù, trong khi nhiều bạn đồng cảnh ngộ phải vật vã với xe ôm, phụ hồ, xích lô đạp, bán cà rem cây độ nhật, thì tôi nhờ có người vợ ít học, thương yêu chồng, lại đảm đang ngày hai buổi ngồi sạp bán Tôm, mực khô tại chợ Nguyễn Tri Phương/Quận 10 (Sàigòn). Người vợ hiền hậu đảm đang nuôi tôi ăn, đi chơi thơ khắp Thành phố SG trong suốt năm năm chờ xuất cảnh đi MỸ! Cùng bạn bè nhậu nhẹt sáng khuya, vợ tôi không một nửa lời trách móc, ganh ghen! Vợ tôi - Đặng Thị Huệ - hiền, có lẽ còn hơn cả Ma Soeur. Với tôi và cả số thân thi chiến hữu, tù hữu đều xác nhận, hiếm thật hiếm kiếm được cô vợ không se sua, quá hiền ngoan thế ấy, giữa đời thường này. Hẳn vì lẽ đó, sau 13 năm đi " tù cải tạo" về - " trâu chậm uống nước đục" - qua Mỹ - lăn ngay các "jobs" việc chân tay, con cái không được học hành lên cao, hai đứa vẫn tạm sống hạnh phúc - với lễ " Vàng 50 năm", là Huệ bịnh yếu phải vào nương thân "Nursing home" một thời gian, và giã từ chồng con ra đi thật nhẹ nhàng, thầm lặng! Tôi và con trai ở Tiểu Bang xa, vợ không thấy mặt chồng trong giây phút cuối đời! Tang lễ cuối ở Nhà thờ Madison, AL. Tôi đọc bài thơ " Tiễn Biệt" trong nước mắt nghẹn ngào, và vì quá xúc động, lúc Linh Mục cho đóng nắp áo quan - người chồng già khốn khổ là tôi - bị ân hận dày vò, vật ngã xỉu giữa sàn làm lễ - sau tiếng nấc" Huệ ơi, Em ơi!!! "

Một lần từ Mỹ về Sài Gòn, ra Huế thăm mồ mả, bạn bè, các ngôi trường xưa ấp tràn kỷ niệm, những Nghĩa trang Mậu Thân oan khiên. Tôi phần thèm chén cháo gạo đỏ tôm rim, phần nhớ kỷ niệm xưa - sáng Mạ cho 3 đồng ăn nắm xôi chén cháo bà Gái, lửng bụng, cuốc bộ đến Trường. Hình ảnh người hiền mẫu cơ khổ một đời vì chồng con hiện về - lại nhớ tích ' Bát Canh Hẹ" trong Quốc Văn Giáo Khoa Thư Tiểu Học. Giữa quán cháo cô dâu Mệ Thức - dưới gốc cây trước cửa chợ An Cựu, ông lão vừa múc cháo ăn, vừa nức nở khóc, như đang khóc tức tưởi trước mộ phần Mạ. Chủ quán cháo, thực khách nghèo cùng đồng cảm:

- " Việc chi! Việc chi rứa Bác?"

- " Tôi ở xa về, ăn lại bát cháo năm xưa khó khổ, bên Gia Hội - nhớ thương người Mạ nghèo vì con! Chịu không nổi, nên... nên không cầm được nước mắt! Bà con... thông cảm!". Đứng lên trả tiền bát cháo, ra xe tôi thấy tất cả thực khách nhìn theo, có người cũng ... chậm nước mắt, tiễn chân tôi! Các bạn ơi!. Trong chúng ta, mấy ai không một lần trong đời, cảm nhận nỗi ân hận dày vò tâm can, khi chợt tưởng về ký ức cùng tình Mạ, nghĩa Cha - nhất là đạo hiếu chưa chu toàn - mà Ba Mạ lại không còn! Những dòng nước mắt xót xa thương tưởng, xoáy tận vào buồng tim của một đứa con côi cút, đã tuổi đời chiều, tha hương trở về - có làm vơi đi nỗi nghẹn??

LÊ NGUYỄN.

LÊ NGUYỄN
TƯỢNG ĐÀI BẤT TỬ

Dáng ngồi đó
hồn người muôn mãi sống
Chiều Nghĩa Trang buồn
anh gát súng trầm tư
Mắt xa xăm mà linh hồn biển động
Tượng Tiếc Thương buồn
vời vợi muôn thu!

Tượng Đài giờ mất
đời dựng Tượng trong tim
Bởi anh như dáng núi, hình sông
là Tượng Đài bất tử!
Biển bắc, trời Tây
triệu triệu người tưởng niệm
Tượng Tiếc Thương buồn
hóa cánh hoa vô ưu!

LÊ NGUYỄN.

TUỆ TRUNG

(truyện cổ tích năm 2000 - kỳ 2)

THỤC QUYÊN 2

Ít lâu sau, Ngữ dần thích ứng với cuộc sống đời thường bên cạnh mẹ và người vợ thuỷ chung mà chàng đã hết mực yêu quý. Ngữ muốn phụ với vợ trong việc buôn bán, Quyên nói:

-Anh mới về, còn yếu, anh cứ nghỉ ngơi thêm một thời gian nữa, em đã hỏi cho anh một lớp học về kế toán, sau Tết khoảng đầu tháng hai mới bắt đầu, học trong vòng ba tháng, học xong thì đi xin việc làm, làm việc trong văn phòng vẫn tốt hơn.

-Nhưng anh…, với hơi một chút nghi ngờ, Ngữ ngập ngừng nói.

-Em đã hỏi rồi, hiện nay họ đang cần người làm công việc đó lắm, anh đừng ngại về vấn đề lý lịch, những việc khác đã có mẹ và em lo rồi

-Nhưng anh…

-Anh cứ nghe em, em không muốn anh giống như em bây giờ, vì em đã quen buôn bán kiểu này gần sáu năm rồi, hay nếu anh muốn làm gì khác thì cho em biết.

Ngữ nghe vợ nói hình như có vẻ giận, chàng đến gần ôm Quyên vào lòng, cười và hôn lên đôi môi cong của vợ, chàng nói:

-Anh nghe theo em hết, anh sẽ cố gắng, làm gì cũng được.

Quyên hôn lại chồng, nheo mắt và cười:

-Thôi được rồi, ngày mai anh có muốn đi đâu không?.

-Anh định đến thăm mấy người bạn tù, mời họ uống cà phê, anh thì may mắn có em lo, bạn anh có người phải đạp xích lô, người thì đi bán sổ số sống qua ngày.

-Được chứ, vậy em để xe ở nhà cho anh dùng, em để tiền trong tủ anh cứ lấy xài, đừng phí phạm quá là được rồi.

-Cám ơn em.

Hai vợ chồng cùng cười, Ngữ hôn vợ, rồi dìu nàng vào giường, thổi tắt cây đèn dầu, chàng nói nhỏ:

-Đi ngủ, em yêu. Đến nửa đêm, Ngữ hình như đã ngủ say, Quyên chồm người, ghé miệng hôn lên môi chồng, thầm thì trong hơi thở:

-Em yêu anh.

Cũng vừa lúc ấy, Quyên bỗng nghe văng vẳng một tiếng hát từ đâu đó vọng lại,…không bao giờ, không bao giờ ân tình lại vỡ đôi, một đời hoa không khi nao hai lần nở, trái mộng còn trinh nguyên khi đón anh trở về…, không bao giờ giữa mùa hè thuyết rơi…, và cũng vừa lúc ấy Quyên bỗng thấy nhớ giọng hát của Đặng. Quyên đưa tay dụi mắt, thầm nghĩ "có phải mình đang mơ?".

Có lẽ đã lâu lắm rồi Quyên không còn để ý chút nào đến sự vắng bóng của một tiếng hát mỗi lúc đêm về, chắc vì niềm vui đoàn tụ với Ngữ sau thời gian dài dằng dặc của nỗi xót xa chia cách, khiến nàng cảm thấy vừa vui vừa buồn. Đêm nay, tiếng hát ấy bất chợt trở về, như sự trở về của một kỷ niệm, vụt sáng lên trong tiềm thức, Quyên tự nhủ thầm "ngày mai chắc cũng nên tìm chỗ hỏi thăm tin tức về anh ta xem sao".

Buổi sáng, Quyên thức giấc không thấy chồng, nàng bước xuống nhà đã thấy bà Tú ngồi ở bàn ăn, bà nói:

-Con dậy rồi à, lại đây ngồi, hôm nay chồng con nó đòi nấu đồ ăn sáng, để xem nó nấu gì?.

Quyên đưa mắt nhìn Ngữ đang loay hoay trong bếp, nàng nói:

-Chắc trong tù anh ấy hay nấu nướng linh tinh nên nhớ nghề.

Ngữ tươi cười bước ra, hai tay bưng chiếc mâm nhôm đặt lên bàn, chàng tươi cười:

-Hôm nay mời cả nhà ăn thử món cháo hột vịt muối.

Quyên ăn cháo mà trong lòng vui hớn hở, Ngữ hình như

đã phần nào lấy lại tinh thần trong những năm qua đã bị tổn thương quá nhiều. Ăn xong, Quyên nói:

-Em đi lấy hàng giao cho vài nơi, xong việc em sẽ về sớm, anh đi uống cà phê với bạn đi, trưa nay anh muốn ăn gì thì nhờ mẹ đi chợ mua, .

Bà Tú nói:

-Được rồi, con cứ đi làm việc của con đi.

Quyên xách túi hàng, bước ra khỏi nhà, trong lòng cảm thấy nhẹ nhàng và vui sướng, nàng yên phận với thực tại, với một gia đình biết thương yêu, biết cùng nhau mang lại sự ấm cúng ngọt ngào cần thiết cho nhau, ít nhất là trong lúc này.

Tới căn nhà đầu hẻm, bỗng Quyên thấy một cánh cửa mở, vốn dĩ trước đây Đặng vẫn thường xuyên đóng, đồng thời có tiếng người nói chuyện phía trong, nàng hơi ngạc nhiên đứng nhìn vào. Được một lúc, một người đàn bà bước ra, người ấy hỏi:

-Cô muốn gì?.

Quyên lễ phép cúi chào và nói:

-Tôi xin lỗi, tôi tên là Quyên ở nhà trong kia cách đây mấy căn, qua đây thấy cửa mở, tôi xin hỏi có phải ông Đặng đã về rồi hay sao?.

-Cô quen với ông Đặng đó à?.

-Dạ, thì cũng là hàng xóm, lâu không thấy thì hỏi thăm thôi ạ.

Người đàn bà lặng nhìn Quyên có ý dò xét, Quyên nói tiếp:

-Nếu dì thấy không tiện nói thì thôi, không sao, cám ơn dì.

Quyên cúi chào định bỏ đi, người ấy nói:

-Thôi được, cô vào nhà tôi cho cô biết vậy.

Theo chân người đàn bà vào nhà, Quyên hỏi:

-Xin lỗi dì, có phải dì mới dọn tới hay có họ hàng với ông Đặng.

Người đà bà trả lời:

-Tôi mới được trên phân công về đây làm Uỷ viên văn hoá của Phường mình, được cấp căn nhà này để ở, để làm công tác chấn chỉnh lại tình trạng xuống cấp về văn hoá của Phường, vì trên điều tra thấy có một đảng viên bị ảnh hưởng văn hoá đồi truỵ cũ, chuyên phổ biến nhạc vàng gây ảnh hưởng không tốt cho đồng bào trong Phường, người ấy là ông Đặng đó.

Quyên chợt rùng mình, nàng cố dấu phản ứng sợ hãi, run giọng hỏi lại:

-Vậy thưa dì, bây giờ ông ấy dọn đi đâu?.

-Vì đã nhiều lần cảnh cáo mà anh ta không chấp hành nên trên đã quyết định kỷ luật đưa trả anh ta về quê Nam Hà, giao cho địa phương quản lý cải tạo anh ta tại chỗ, xét thêm vì anh ta là liệt sĩ cho nên chỉ thu hồi tư cách đảng viên trong vòng ba năm, nếu cải tạo tốt sẽ cho phục hồi lại.

Quyên gật đầu tỏ vẻ đồng tình, nàng hỏi thêm:

-Thì ra là ông ấy đã về quê ở miền Bắc, cũng hơn sáu tháng rồi phải không dì, ông ấy có cải tạo tốt không?

Tôi chưa biết rõ, nhưng nghe nói anh ta vẫn ngoan cố, suốt ngày đêm hát nhạc vàng, có thể sẽ bị kỷ luật nặng hơn nữa.

Lần này thì Quyên thực sự sợ, nhưng vẫn cố hỏi thêm:

-Rồi sao nữa ạ?.

-Còn nghe nói anh ta yêu một cô gái nào đó trong miền Nam, sau đó biết là sẽ không gặp lại được nên đòi bỏ trốn đi tìm cô gái ấy, chính quyền địa phương và gia đình anh ta cố sức ngăn cản, chưa biết có ăn thua gì không, rõ ràng là miền Nam này làm cho anh ta bị mất phương hướng, chịu ảnh hưởng văn hoá Nguỵ và lối sống tiểu tư sản rất nặng nề.

Quyên lặng người giây lát, nàng đứng lên chào từ biệt người đàn bà, trước khi bước ra cửa mới quay lại nói:

-Cám ơn dì, dì mới về đây thì bây giờ mình là hàng xóm, sau này xin dì giúp đỡ nhiều, tôi tên là Quyên, xin lỗi phải gọi dì là…

-Tôi là Bảy Cúc, chào cô. ra đến chợ, nàng mua một ly cà phê đá, ngồi xuống chiếc ghế bên lề đường, uống thật nhanh cho xong ly nước để lấy lại bình tĩnh rồi bỗng cảm thấy như có vài giọt nước mắt đang lăn tròn trên má, không biết vì nàng thương Đặng hay nhớ giọng hát của anh ta.

Chưa kịp lau nước mắt, Quyên thấy trước mặt mình có một cô gái còn trẻ, cô dựng chiếc xe đạp và hỏi:

-Chị ơi, chị có thuốc "át pi rin" không?.

Nhìn cô gái, không có gì nghi ngại, Quyên nói:

-Có, chị có, thuốc của Pháp, em cần mấy viên?.

-Má em bị sốt, em có nhiêu đây tiền thì mua được mấy viên?.

Quyên cảm động nhìn cô bé rồi nhìn qua số tiền trên tay cô, nàng bỗng thở dài, chợt nghĩ đến bà Tú, nghĩ đến mẹ mình đã qua đời trước đây sáu năm, rồi nói nhanh:

-Chị còn mười viên, em lấy về cho má uống, sáng một viên tối một viên.

Gói mấy viên thuốc đưa cho cô gái trẻ, Quyên nói tiếp:

-Em nhanh về đi, chị tặng thuốc cho em đó, chúc mẹ em mau lành bệnh, nhớ cho mẹ uống lúc bụng no.

Cô gái nhỏ cầm gói thuốc nói cám ơn chị rồi đạp xe đi, Quyên nhìn theo cảm thấy lòng mình nhẹ nhõm hẳn, quên cả câu chuyện vừa nói với bà uỷ viên văn hoá về người bộ đội tên Đặng bị kỷ luật vì đã dám hát lên những khúc nhạc vàng bằng giọng hát khiến cho nàng nhiều đêm phải nhung nhớ muốn được nghe, nghĩ tới đó Quyên chợt mỉm cười.

oOo

Buổi chiều, Quyên về sớm, thấy cửa mở, Quyên đi thẳng vào nhà và chợt giật mình khi thấy vợ chồng Nga và Thuận đang ngồi nơi bàn ăn với bà Tú và Ngữ, nàng tươi cười:

-Hai người tới hồi nào vậy?.

Mọi người cùng đứng lên, Ngữ bước ra cửa đón vợ:

Quyên chậm chạp đi ra, khi cửa đóng lại mới vội bước,

-Em về rồi, nghỉ một chút rồi cùng ăn cơm cho vui.

-Chị Quyên mệt không?, tụi em tới nãy giờ rồi mới phụ với mẹ nấu cơm xong, Nga nói xong chạy tới đỡ lấy túi xách của Quyên đeo lên thành ghế.

Quyên đến gần bà Tú, nàng nói:

-Mẹ ăn cơm trước đi, con rửa mặt rồi ra ngay.

Khi cả nhà đã ngồi vào bàn, Quyên gắp đồ ăn cho bà Tú, nói con mời mẹ, rồi hỏi Nga:

-Bây giờ nói tui nghe, có chuyện gì?.

Mấy năm trước, vợ chồng Nga cũng thường xuyên đến thăm bà Tú và Quyên, nhưng khoảng gần một năm nay không thấy đến, Quyên vì bận mua bán nên không để ý, hôm nay gặp lại họ, nàng đoán là có vấn đề gì đó nên hỏi cho biết. Nga không suy nghĩ, nói:

-Tụi này bán nhà, đi vượt biên, thất bại rồi, bây giờ mất hết, không biết về đâu, đành tới đây nương nhờ anh chị cho tá túc một thời gian, mẹ đồng ý rồi, chị giúp tụi tui được không?.

Quyên đi từ ngạc nhiên này đến ngạc nhiên khác, cuối cùng là một nụ cười lẫn trong một nỗi buồn không thể nói thành lời, bởi lẽ nàng yêu chồng, cũng nhờ Nga nàng mới có được Ngữ trong đời, biết làm sao đây. Bà Tú nói:

-Con thương mẹ, để hai đứa nó ở chung, cho mẹ vui.

-Con đâu có từ chối, con biết chứ, cô chú ấy cũng là bất đắc dĩ mới đến nhờ vả, con chắc anh Ngữ cũng thông cảm mà đồng ý thôi, phải không anh?, thôi mình ăn cơm, con đói rồi, bố với chú Thuận ăn đi.

-Cám ơn em, Ngữ nói.

Nga cũng nói theo "cám ơn bố nhiều lắm".

Mọi chuyện rồi cũng sắp xếp xong, bà Tú tạm thời ra ngủ nơi chiếc giường gỗ kê cạnh cửa sổ, nhường căn phòng phía trong cho vợ chồng Nga và Thuận, người con rể. Thuận trước đây tốt nghiệp Sư Phạm, sau năm 75 được lưu dụng làm giáoviên Trung học, sau thời gian nghỉ hè để đi vượt biên, nay được chấp thuận cho đi dạy lại, coi như cũng ổn.

Còn Ngữ đã học xong lớp Kế toán, được người thầy giới thiệu làm kế toán cho một Xí nghiệp, tuy lương tháng không bao nhiêu nhưng cũng tạm đủ giúp cho chi tiêu trong gia đình, Quyên cảm thấy hài lòng cho cuộc sống hiện nay, nàng chỉ còn tâm niệm được sống hạnh phúc bên người chồng yêu dấu của nàng, thế là đủ.

Cuộc sống của gia đình 5 người cứ thế tiếp diễn, có những lúc vui, có những lúc buồn, cho đến năm 1988, Quyên có bầu.

Quyên và Ngữ vừa mừng vừa lo, có đứa con đầu tiên là một niềm vui lớn, nhưng trong thời buổi khó khăn và mọi thứ hàng hoá đều khan hiếm thì nuôi con là cả một vấn đề, cả hai đều hiểu như vậy.

Riêng bà Tú thì vui mừng khôn xiết, bà không thể biết đến nỗi lo của Quyên và Ngữ được khi cả hai đều không muốn bà phải buồn lòng mà che dấu tâm tư. Dù lo lắng cách mấy, Quyên vẫn muốn có một đứa con, nàng đã bàn bạc với chồng, cố gắng tiết kiệm, cố gắng làm việc và cố gắng vui, dấu đi sự gượng ép trong cuộc sống hàng ngày, nàng nói với Ngữ:

-Mấy năm qua, em đã vượt qua mọi thứ khó khăn trong đời sống, lần này cũng vậy, em muốn đứa con này sẽ là nhân chứng cho tình yêu của em với anh, biết đâu nó sẽ làm thay đổi cuộc đời chúng ta sau này.

-Anh cám ơn em, Ngữ nói.

Rồi mọi chuyện cũng qua đi, Quyên cho ra đời một bé trai thật dễ thương vào cuối năm đó trong tình thương yêu đầm ấm của gia đình.

Khi bé Thiên Phước được hai tuổi, thì chương trình đi Hoa Kỳ bắt đầu cho những người như Ngữ, chàng biết tin này từ những người bạn tù, Ngữ báo cho Quyên và gia đình, nói sẽ ghi tên mẹ để cùng đi nhưng bà Tú một mực không muốn, bà nói:
-Mẹ già rồi, không muốn xa quê, nhưng các con phải đi để lo cho tương lai cháu, để mẹ ở lại với vợ chồng em con, cũng là để giữ lại cái nhà này, nếu có dịp các con về thăm thì có chỗ ở.

Một năm trôi qua, đơn xin đi Mỹ đã tốn hết tất cả tiền để dành của Quyên và Ngữ mà vẫn chưa tới đâu, Quyên lo lắm, nàng cố gắng buôn bán thêm đủ thứ hàng ngoài thuốc tây, mong kiếm thêm để bù đắp vào chi tiêu trong nhà, nhất là trong lúc nghỉ để đi sinh con, không kiếm thêm được đồng nào. Cũng may là trong lúc này đã có mẹ và Nga thay nhau chăm sóc thằng bé nên Quyên yên tâm bương chải, Ngữ xót xa thương vợ mà chẳng biết làm gì hơn.

Một buổi trưa thứ sáu, Quyên tự nhiên thấy nhớ con, nhân lúc vừa bán được một số thuốc lớn, nàng liền đi về nhà. Từ đầu hẻm, bà Bảy Cúc từ trong nhà nhìn thấy Quyên đi ngang, bà gọi nàng lại và nói:

-Cô Quyên à, tôi có chuyện này muốn cho cô biết.

-Dì Bảy có mạnh không?, dì muốn nói chi?, Quyên tươi cười đáp.

-Cô còn nhớ ông Đặng không?, ổng chết rồi.

Quyên chợt rùng mình, như một tiếng sét ầm vang dưới vòm trời trong xanh như hôm nay, giữa thành phố này, ngay con hẻm bên hông chợ Tân Định này. Sau một chút bàng hoàng, Quyên thở mạnh, lấy lại bình tĩnh, cất tiếng nhẹ nhàng, nàng hỏi:

-Ông ấy làm sao mà chết?, mà ở đâu, hồi nào vậy, dì Bảy?.

-Mới tháng trước, ở quê ổng chớ đâu, ổng uống rượu say, trên đường đi về nhà thì gặp tai nạn, chiếc xe tải tông ổng văng xuống con rạch bên đường.

-Cũng tội nghiệp ổng, ha dì Bảy.

Bà Bảy Cúc lắc đầu:

-Tội chi, tội ngoan cố không chịu cải tạo, chỉ suốt ngày ca hát nhạc vàng, uống rượu say sưa, rồi còn tính trốn đi tìmngười yêu, chết cũng đáng.

-Đúng vậy đó ha dì Bảy.

Quyên cố giữ thái độ bình thản để che dấu nỗi xúc động đang dâng lên trong lòng, xót thương cho một đời người, sống trong một đất nước không có tình người.

Lặng người đi một lúc, Quyên chợt bừng tỉnh, nàng nói:

-Cám ơn dì cho tôi biết, thôi chào dì Bảy, tôi về, ăn cơm xong rồi chiều còn đi bán nữa.

Quyên thực sự vì thích giọng hát của Đặng nên chợt nghĩ rằng nếu anh ta được sinh ra và lớn lên ở một nơi nào khác thì cuộc đời đã không có kết cuộc bi thảm như vậy, và cũng biết đâu với giọng hát đó, anh ta sẽ được vẫy vùng trong khu vườn nghệ thuật một cách tự do.

Về đến nhà, Nga đưa thằng bé cho Quyên bồng, nàng ôm chặt con như sợ ai đó sẽ cướp nó đi, rồi thì thầm bên tai con; "ba mẹ sẽ đưa con đi, chắc chắn chúng ta sẽ đến nơi có tự do, nơi có tình người và tình yêu, hãy tin ở ba mẹ, con có nghe được mẹ nói không, con trai yêu quý".

Buổi tối, ru con ngủ, đặt thằng bé trong nôi xong, Quyên hôn chồng, nói "ngủ đi anh", rồi nằm ngửa nhìn nóc mùng suy nghĩ mông lung mà không thể nào dỗ ngon giấc ngủ.

Bỗng những lời bà Bảy Cúc nói hồi chiều thốt nhiên trong phút chốc được Quyên nhớ lại, cảm thấy sợ hãi và muốn quên đi, cho đến lúc hình như khi sắp sửa ngủ, thì nàng lại nghe được tiếng hát ấy từ một nơi chốn xa vời đâu đó vẳng đến bên tai,…thần tiên gẫy cánh đêm xuân, bước lạc sa xuống trần, thành tình nhân đứng giữa trời không, khóc mộng thiên đường…, trót nghe theo lời u mê, làm tình yêu vỗ cánh bay đi, xin còn dăm phút vui trần thế…

Chưa hết, thêm một bản nhạc khác nữa, bản nhạc lần này được hát lên với giọng tha thiết và đớn đau hơn,…thôi, mình nhìn nhau lần cuối đi em, mai xa cách rồi nhớ nhau nhiều thêm, anh chắc không bao giờ quên được bóng dáng năm xưa, anh chắckhông bao giờ tìm được tình yêu lần nữa…

Quyên hồi tưởng lại những chuyện đã qua với Đặng, coi như một trong những kỷ niệm đáng nhớ trong đời, rồi bỗng nhiên như có một tia chớp vừa loé lên trong đầu, nàng giật mình vùng ngồi dậy, sực nhớ tới bao thư màu vàng mà Đặng đã gửi trước kia, nàng vỗ vai chồng:

-Anh Ngữ, dậy thắp đèn lên, em có chuyên này muốn nói với anh.

Ngữ lồm cồm ngồi lên, dụi mắt, chui ra khỏi mùng, bật diêm châm lửa ngọn đèn dầu rồi hỏi vợ:

-Có chuyện gì vậy em?.

Quyên xuống giường, tìm xâu chìa khoá trong túi xách, mở tủ lấy ra chiếc bao thư đã ngả màu vàng úa:

-Là phong thư này đây, em định nói về nó với anh lâu rồi, mà lu bu đủ thứ chuyện nên quên đi, hôm nay chợt nhớ lại, để em kể cho anh nghe.

Ở dưới nhà, bà Tú cũng chưa ngủ được, bà thấy trên gác có ánh đèn và tiếng xì xào của vợ chồng Ngữ nói chuyện, bà đi tới chân cầu thang, ngước nhìn và hỏi vọng lên:

-Hai đứa có chuyện gì đó?.

Giọng bà Tú nhỏ nhưng cũng đủ để cho vợ chồng Nga ở phòng bên thức giấc, lần lượt bước ra, Nga bảo chồng bật đèn, nói với mẹ:

-Mẹ với hai anh chị, sao lại thức dậy giờ này?.

Trên gác, Ngữ và Quyên nhìn nhau cười, "thôi để em nói cho cả nhà cùng nghe", Quyên chỉ tay xuống nhà ra dấu rồi cả hai vợ chồng lần lượt đi xuống.

-Mẹ có nhớ, có lần mẹ nói với con về ông bộ đội hay hát vào lúc nửa đêm làm mẹ không ngủ được không?, Quyên nói.

-Mẹ nhớ, ông ấy làm sao?.

Cả nhà ngồi quây quần quanh bàn ăn, Quyên chậm rãi kể lại mọi chuyện xảy ra, rất thành thật, từ những bài ca đếngiọng hát đã khiến nàng phải yêu mến, đến việc quen Đặng khi anh ta giúp mình trong lần lùng bắt của công an, cho đến hồi chiều nay trong câu chuyện với bà Bảy Cúc về kết cục đáng thương của Đặng.

-Ảnh có đẹp trai không, chị Quyên?, Nga lên tiếng hỏi.

-Anh ta trông xấu lắm, Quyên lắc đầu, cười và đáp lời cô em chồng.

-Ảnh hát hay lắm phải không?

-Đối với chị thì rất hay, chị thích nghe lắm.

Nga hình như mới nghĩ ra chuyện gì đó, cô gật gù, nheo mắt nhìn Quyên:

-Té ra thời nay còn có một anh Trương Chi, chỉ tiếc rằng nàng Mỵ Nương xinh đẹp của chúng ta đã có chồng, có con rồi.

Bà Tú không hiểu Nga nói về chuyện gì, chỉ ngơ ngác nhìn bốn đứa con cười vui vẻ. Ngữ nói:

-Bây giờ em mở bao thư coi có gì ở trong.

-Em nghĩ mình nên trả về cho gia đình anh ta thì hơn, Quyên nói.

Lúc ấy Thuận mới lên tiếng:

-Tôi nghĩ, khi Đặng gửi cái này cho chị Quyên trước khi về Bắc, thì có nghĩa là anh ta không muốn đem về cho người nhà anh ta đâu, không biết chừng trong này là cái gì đó riêng tư anh ta muốn đưa cho chị mà không nói ra lúc đó thôi.

Bà Tú tiếp:

-Mẹ thấy Thuận nói đúng đó, con mở ra coi đi, nếu không phải của con thì mình gói lại rồi tìm cách trả cho người ta cũng không muộn.

Quyên suy nghĩ hồi lâu, thấy cũng có lý, nàng nhìn chồng và nói:

-Vậy em mở. Nga nhanh nhẹn đi lấy một chiếc kéo, Quyên cẩn thận cắt dọc theo một cạnh bao thơ, rồi nghiêng bao rũ ra trên bàn. Vật đầu tiên rớt ra là một xấp tiền, những tờ tiền đã cũ, được xếp ngay ngắn và buộc lại bằng một sợi dây cao su màu đỏ, Nga cầm xấp tiền lên ngắm nghía rồi đặt xuống, cô nói với vẻ mặt nghiêm trọng:

-Chắc cũng khoảng ba hay bốn triệu đồng.

-Em coi còn gì không?, Ngữ nói.

Quyên cho tay vào bao lấy ra một tờ giấy đã được xếp làm đôi:

-Là một bức thư, anh đọc đi

-Có lẽ anh ta gửi cho riêng em, em nên đọc một mình đi.

-Không sao đâu, anh đọc cho cả nhà nghe, xem anh ta nói gì, nếu không anh lại ghen lung tung.

-Anh không ghen với người chết đâu, nếu anh ta còn sống, anh sẽ ghen thật đó, Ngữ nói xong thì cười, Quyên biết chồng nói đùa, cũng cười theo.

Ngữ mở bức thư, chậm rãi đọc.

Cô Quyên,

Khi cô đọc bức thư này, chắc là tôi đã đi xa lắm, xin cô đừng buồn vì tôi sẽ không hát cho cô nghe được nữa.

Có một chuyện mà tôi không thể nói thành lời, nên mượn lá thư này thố lộ tâm tình với cô. Cô Quyên biết không, một người như tôi thì không thể nghĩ đến chuyện yêu đương, nhất là yêu cô, từ lần đầu thấy cô đi ngang nhà, tôi đã có tình cảm, rồi từ tình cảm đó tôi đã đi đến thầm yêu, nhưng khi biết cô đã có chồng thì tôi không còn hy vọng để dám tơ tưởng thêm nữa, như trong câu thơ…tình tuyệt vọng, nỗi thảm sầu.

Tuy nhiên, tôi vẫn yêu, yêu cô tha thiết, mong cô đừng cười.

Khi tôi nhận những giấy cảnh cáo của cấp trên, tôi đã biếttrước hậu quả của đời tôi, nên tôi viết thư này gửi cô, nếu cô có một chút gì để ý đến tấm lòng của tôi, xin cô nhận món quà để trong bao thư này mà tôi đã dành dụm cả đời mà có được, đây là ý thành thực của tôi.

Ngoài món quà đó, còn một thứ khác mà tôi chân thành tặng cô và người chồng của cô, như lời tạ lỗi của một người thắng trận đến một người thua trận ngoài ý muốn, trong cuộc chiến vô nghĩa vừa qua.

Món quà này tôi để trong cây đàn ghi ta, cô mở thùng đàn ra sẽ thấy.

Thư ngắn, ý dài. Tôi xin cô hiểu cho tấm lòng chân thành của tôi.

Đặng.

Ngữ đọc xong lá thư, chàng đặt nó xuống bàn ngước nhìn mọi người. Không ai cười, cũng không có ai tỏ vẻ mủi lòng thương cho một kẻ si tình, Ngữ chỉ thấy mọi người có vẻ ngạc nhiên nhiều hơn.

Chợt Nga phá lên cười, có lẽ vừa nghĩ ra chuyện gì đó, khi dứt tiếng cười mới nói:

-Cả nhà biết không?, chàng Trương Chi khi chết đã mang xuống tuyền đài nguyên một khối tình, khối tình ấy không tan được nên đã kết thành một khối ngọc, bây giờ để xem khối ngọc của anh ta với chị Quyên lớn cỡ nào, được không?, Anh Thuận lấy cây đàn xuống đem tới đây, rồi mở thùng ra giùm chị Quyên đi.

Thấy Quyên gật đầu, Thuận với tay gỡ cây đàn trên tường, cẩn thận tháo mấy sợi dây đàn đã chùng vì lâu không được sử dụng, đưa tay vào thùng đàn, gỡ ra một gói nhỏ bằng ni lông, dán chặt vào phía mặt trong:

-Chị xem đi, chắc chỉ có vậy thôi.

Quyên run rẩy cầm lấy, đưa cho Ngữ nói “anh mở ra hộ em”. Ngữ nhìn vợ, chàng cầm kéo cắt bao ni lông, gỡ lớp vảimàu đỏ bọc bên ngoài, để lộ ra ở trong đó là những khoen vàng óng ánh.

Ngữ đặt từng chiếc khoen vàng xuống bàn, đếm xong, chàng nói nhỏ:

-Mười cái, có lẽ vừa đúng một cây vàng đó em.

Lúc này thì Quyên không còn ngăn được hai dòng nước từ khoé mắt tuôn ra được nữa, nàng khóc từ khi nào cũng không thể tự mình biết được, chỉ biết được rằng sự xúc động của nàng đang dâng lên, xót thương cho một con người và tình yêu của người ấy dành cho nàng, dù anh ta biết rằng đó chỉ là một mối tình vô vọng.

Quyên chỉ còn kịp nói "con xin lỗi", rồi vùng đứng lên chạy vội lên gác, như đang chạy trốn để dấu đi một nỗi xót xa trong lòng.

Ngữ cũng đứng dậy, nhìn mẹ rồi theo Quyên bước lên gác. Ngữ ôm nàng trong vòng tay, Quyên nói sau một tiếng nấc:

-Em xin lỗi anh.

-Anh hiểu, Ngữ thầm thì bên tai vợ, không phải lỗi của em, em đừng buồn, Đặng đã không còn, nhưng những gì anh ấy để lại cho chúng ta ngoài số tiền bạc, có lẽ còn nhiều hơn thế nữa.

-Anh nói đúng, cám ơn anh.

-Ngoài ra, anh nghĩ anh ta là một trong số rất ít người có tâm hồn cao quý trong số bọn họ hiện nay, phải không em?.

Thấy Quyên gật đầu, Ngữ tiếp:

-Thôi, em ngủ đi, đừng làm cho con nó thức giấc.

Ngữ thổi tắt ngọn đèn dầu, nhẹ nhàng nằm xuống cạnh Quyên, chàng ôm vợ, hôn nàng rồi vỗ nhẹ trên đôi vai gầy của nàng.

Ở dưới nhà, bà Tú ngơ ngác nhìn vợ chồng Nga, bà nói:

-Có chuyện gì vậy con, mẹ không hiểu. Nga trả lời mẹ:

-Giọt nước mắt của nàng Mỵ Nương xưa kia làm vỡ chén ngọc thì khối tình của chàng Trương Chi hồi đó cũng vỡ theo, còn giọt nước mắt của nàng Mỵ Nương xinh đẹp nhà mình không biết có làm tan được khối tình của chàng Trương Chi thời nay hay không, chắc phải chờ đến muôn đời sau mới biết được mẹ nhỉ?.

-Con nói gì mẹ vẫn không hiểu, khối tình nào tan?, thôi đi ngủ, cất mấy thứ kia đi, mai đưa lại cho anh chị con.

Bà Tú nói xong, bà lên giường nằm, phe phẩy chiếc quạt giấy. Thuận tắt đèn, cùng Nga vào phòng, anh nói với vợ:

-Vậy là đủ cho anh chị ấy lo chuyện đi Mỹ rồi, có lẽ còn dư để chi tiêu trong nhà và để lại cho mẹ một số nữa.

Nga vừa cười vừa nói:

-Đúng là thằng cháu Thiên Phước được sinh ra đã làm thay đổi cuộc đời ba má nó anh nhỉ?, anh muốn tụi mình năm tới có một đứa không?.

Ở trên gác, Ngữ thì thào bên tai vợ:

-Có lúc nào em thấy thương Đặng không?.

-Có, bây giờ thì em thương và tiếc giọng hát của anh ta, nhưng tất cả đã là quá khứ rồi, em sẽ quên đi mọi thứ, nhanh thôi./

TUỆ TRUNG

Nhà thơ Phan Xuân Sinh
Đã vĩnh viễn ra đi - Để lại cho Văn Học Việt Nam chúng ta 3 tác phẩm trên đây và rất nhiều bài đăng trên các báo Văn Học trên hàng chục năm qua

NGUYÊN ĐỨC TÙNG

CÓ MỘT MÙA HOA

Lang thang mấy ngả đường
Không tìm ra nơi em ở
Hoa gì như hoa vông vang
Mà nở vàng bờ tường

Sông vẫn sông ngày cũ
Mây nước réo hoài không thôi
Mình anh qua bến đục
Em lại về bến trong

Vành nón ngày khôn lớn
Không che vết thương người
Tà áo phin trắng nõn
Cắt cao hơn băng ghế ngồi

Những gì anh gởi lại
Em còn giữ được không
Bẻ thêm một nhành dương liễu
Mà héo cả bờ sông

Cuộc đời thì ngắn quá
Tốt nhất mình tới đây
Chia cả những điều lo nghĩ
Vết nhăn cuối chân mày

Rủ nhau đi hái cúc
Ngày ấy em không về
Trong tay anh một nắm
Nửa cúc nửa bùa mê

Bây giờ anh đã già
Không còn điên rồ nữa
Yêu mến mà không yêu mến quá
Đợi người không đợi ở trong hoa

GHÉ THĂM BẠN CŨ NAY LÀM XẾP GA

Như một đôi giày cũ
Rách trước rách sau
Khâu xong chiếc này
Lại vá chiếc kia

Bạn tôi bảo, tay cầm tờ báo thể thao,
Đã hết mùa bóng đá rồi
Chẳng còn gì vui
Ở đây ai cũng chán ngấy cuộc sống này

Tôi rủ anh đi dạo dọc đường rầy
Buổi chiều hè nóng nực
Anh vừa đi vừa đá lon Coca lăn lông lốc
Tôi nhặt một viên đá, định ném ra xa
Lại đổi ý, đem về nhà

Đặt lên cửa sổ phòng bạn tôi
Khi đi xa rồi
Tôi vẫn còn nhớ lại
Hòn đá đứng im, in bóng lên nền trời

Với cặp mắt xám
Vầng trán rộng
Và chiếc cằm dài
Không có tai

Của một người
Không biết làm gì với ngày mai
Không có lý tưởng để theo đuổi
Đang đứng ở khoảng sáng cuối đường
Thỉnh thoảng cúi xuống khâu giày.

NHỮNG KẺ PHÁ HOẠI

Chúng tiếp tục phá, những kẻ ba hoa
Đầu tiên: một cánh cửa
Sau đó: một ngôi nhà
Chúng mang ngôi nhà không có cửa đi qua
Trước mặt chúng ta. Nhưng còn nhiều cánh cửa khác
Chúng ta còn ngôi nhà không có cửa
Gốc cây bóng mát giữa trưa
Những gì chưa ai tháo được
Chúng tháo được, mang đi
Những gì không thể chạm tay vào
Chúng đều chạm tay vào
Cào sạch cát trên sông, đổ bê tông các cánh đồng
Nhưng chúng cũng xây những ngôi nhà khác
To hơn, đúng thế

Chúng cũng trồng những hàng cây khác
Cao hơn, đúng thế
Có điều gì kẻ phá hoại không làm được?
Đào núi, lấp hồ, đốn cây, phá đền, dời tượng

Trong đêm tối bỗng trồi lên dinh thự nguy nga
Những màn nhung êm ái lướt qua
Những cánh cửa sơn xanh và
Sơn đỏ, hồng lòe loẹt
Vợ chồng con cái chúng ta cười ríu rít dọn vào
Tới khi nhận ra

Thì quá muộn. Chúng đã phá
Xong ngôi nhà cũ
Có người nghĩ: thế là mất
Sạch. Nhưng không, chúng ta vẫn còn nhiều
Mái tranh nghèo, bếp lửa tình yêu
Hang động thần tiên dập dìu én liệng
Cát mênh mang đảo vắng

Ở đâu? Chúng ta không biết
Nhưng chúng biết
Những kẻ phá hoại
Biết. Sẽ có lần chúng trở lại
Châm lửa đốt ngôi nhà tranh cuối cùng
Để lấy đi một vài cái đinh.

NGUYỄN ĐỨC TÙNG

VÕ THẠNH VĂN

PHẠM CÔNG THIỆN
HẠT BỤI HÀN LÂM

thiên thu tan thành khói
trích địa dày mủ mưng
một đời mong ngóng mỏi
nghìn năm vẫn chưa từng

bản lai là tro nguội
một đời làm mưa rưng
bây giờ là gió núi
bầu bạn với hoa rừng

một đời làm sương nổi
bây giờ là mưa giăng
đã bao lần thống hối
lòng khe lạch tụ băng

một đời làm chiều ráng
bây giờ là trăng khuya
mùa nguyệt rằm lãng đãng
rắc sữa vàng mộ bia

thiên thu là bụi lạnh
trong sát na mê lầm
suốt đời dài mông quạnh
phận mọt sách hàn lâm

đã bao lần hoắc ngộ
từ phù ảnh hóa thân
xin ơn trời cứu độ
nguyên tánh là nguyên tâm

VÕ THẠNH VĂN
phù hư am, March 15/2011

Kể từ khi tôi làm rể cụ Tạ Văn Hào (Anh Ngữ Union School, Nha Trang), thì tôi và Phạm Công Thiện ăn giỗ cùng nhà, nơi đất khách. Anh em chúng tôi (em rể, anh vợ) gặp nhau thường xuyên, nhưng uống gụ nói chuyện Tam Quốc nhiều hơn là bàn luận văn chương triết lý, và chúng tôi ham vui cũng quên bẵng chuyện chụp với nhau tấm ảnh lưu niệm.

Lần sau cùng chúng tôi gặp nhau, khi PCT từ Nam Cali về San Jose để tang cho Cụ Hào. Bình thường, PCT bạt mạng, bất sá, vung vít… nhưng mãi đến dịp sau cùng ấy, tôi mới thấy bản chất thật của con người anh: Miệt mài, nhẫn nhục, điềm tĩnh, chừng mực, cẩn trọng, ngôn trọng, ý tứ. Với những giá trị căn bản và quý báu ấy, thì PCT thành công trong bất cứ lãnh vực nào cũng hiểu được.

Đêm hôm đó, trên chiếc bàn Conferance dài 3 metres, mỗi người ngồi mỗi đầu, với xấp giấy, bút, chai Cognac và bao thuốc lá, cái gạt tàn… Tôi viết bằng computor, gõ lột rột trên bàn phiếm, PCT thì thỉnh thoảng liếm đầu bút chì…. Chúng tôi chia nhau, PCT viết về liên hệ giữa chàng và Cụ TVH như dưỡng phụ / nghĩa phụ / sư phụ. Nhiệm vụ của tôi là ghi lại tiểu sử của Cụ, làm 2 câu đối… viết nghi thức an táng và kinh Phụng Vụ… để in Pamphlet chuẩn bị cho đám tang.

Thỉnh thoảng PCT chiêu một ngụm Cognac, rít một hơi Pallmall rồi ngước lên nhìn tôi, rưng rưng, nói: “Nói thiệt với Văn, anh được tiếng thông tuệ / hàn lâm / uyên bác… là nhờ tủ sách của Bố (TVH). Anh đọc nát. Thời ấy, ngoài giờ dạy học, anh chỉ nằm trong phòng, đọc sách. Mấy đứa con gái trong nhà, như BN, và PT/TTD vợ em… đều nghĩ anh là tên cù lần, nhát gái, gà què ăn quẩn cối xay."

Từ 10 giờ đêm cho đến 3 giờ sáng, PCT chỉ ngồi một tư thế, không cựa quậy nhiều, không đổi thay… Anh ngồi như tảng đá chết, như những vị cao tăng tọa thiền… Tôi càng ngạc nhiên hơn, khi đọc bản thảo viết tay của anh để đánh máy vào computer. Bài viết chừng 5 trang giấy, từ dòng đầu đến dòng cuối, những con chữ vẫn nghiêm trang, chừng mực, không mảy may thay đổi, giao động.

Rồi kể từ khi nhạc phụ tôi (giáo sư Tạ Văn Hào, mà bình sinh tôi gọi Cụ là "Bắc Đẩu Đại Nhân") mất, PCT có về San Jose một vài lần; nhưng những lần ấy, chúng tôi không gặp nhau. Thời gian PCT về bên Australia thăm quý Cụ thân sinh, anh mang theo bản thảo "Khắc Thơ Vách Đá" của tôi để viết bài TỰA. Anh gởi bài TỰA ấy qua Mỹ, nhà tôi cất giữ. Sau nầy, nhà tôi bảo thất lạc, không tìm ra… Tôi nghĩ, có lẽ giận tôi, mà nhà tôi đã vứt bỏ rồi…

Khi nghe hung tin PCT mất ở Houston, Texas, USA… tôi ngậm ngùi. Thêm một lần, tôi suy nghĩ miên man về danh vọng và cát bụi. Tôi trầm ngâm nghĩ về thân phận làm người, về Định Luật Đào Thải của Tạo Hóa, về Quyền Năng của Thượng Đế, về Định Mệnh Thuyết trong kiếp nhân sinh, về lẽ Vô Thường (sắc sắc không không) trong kinh Ba La Mật mà tôi được đọc từ nhỏ. Từ những thao thức trăn trở ấy, tôi làm bài thơ "Phạm Công Thiện, Hạt Bụi Hàn Lâm" để khóc tiễn anh.

VÕ THẠNH VĂN
Phù Hư Am, Dec, 22nd, 2023.

VÕ THẠNH VĂN
LÒNG TRÀN PHẲNG CON NƯỚC

Buồn biết mấy nếu mai này luân lạc
Người mười phương và tình lại đôi nơi
Trang thư cũ là cánh chim lang bạt
Chữ ngu ngơ không thể thốt thay lời

Tình ngây ngất như sông tràn nước dậy
Sóng bủa quanh ngập mộng, ướt từng đêm
Rồi cuộc lữ cũng thành trang huyền thoại
Những lời xưa thức ngủ giấc êm đềm

Lỡ mai mốt sóng tràn qua biên giới
Hố tâm linh và ý thức vây quanh
Thì thôi nhé cuộc hẹn hò chới với
Xin chào nhau giữa xa xót cũng đành

Sầu riêng rã như mùa xưa lũ lụt
Nước tự nguồn trắng xóa mộng bèo tan
Như suối chảy bước hoài cơn hẫng hụt
Như chiều nao hồng lệ đổ đôi hàng

Xuân cứ đến, cứ đi... như một thuở
Chưa yêu người nên bước nhẹ thênh thang
Sầu não nuột kể từ ngày nắng trở
Rạng chân mây chiều thẩm nắng hanh vàng

Cũng từ đó đèn thư phòng lạnh ngọn
Tóc vẫn ngoan tự thuở chớm yêu người
Cuộc tình ngỡ tim như rào gai nhọn
Nghìn năm sau giọt máu vẫn còn tươi

Cũng từ đó thơ hiền tựa di chúc
Dòng ngửa nghiêng lời tình tự muôn năm
Hãy cứ uống từng trang thư cầu phúc
Như chiều xưa hiên gió đợi trăng rằm

Lệ cứ nhỏ như một thời sương bủa
Mắt nhậm cay tựa gió thoảng mây tan
Lòng ngóng đợi dường cơn say một thuở
Người vẫn xa bởi oan nghiệt dâng tràn...

Phds VÕ THẠNH VĂN

Nguyễn Phan Quang & Ngã Phương Huyền

MỖI KỲ VỚI BÀI HÁT MỚI SÁNG TÁC GỒM CA TÂN & CỔ NHẠC

Thư Tòa soạn

Quí thân hữu và độc giả thân mến...

Đã bao lần có sự đề nghị về việc mở ra một tiết mục quan trọng có liên quan đến lãnh vực văn hóa, nghệ thuật nói chung … đó là: "*Mỗi Kỳ Với Ca Khúc Mới Sáng Tác*" … Nhưng BBT/VHM nhận thấy rằng việc đó mang tính "nhạy cảm", là dễ gây ra những ngộ nhận, không khéo sẽ đưa đến những "mất lòng" nhau một cách khó biện giải trong nội hay ngoại giới!!. Vì thế, chúng tôi đã khép lại những đề nghị như đã nêu trên…

Nhưng lại một lần nữa được mở ra với những đề nghị cũ… do từ một cơ duyên rất "may mắn" là từ những dây mơ rễ má của tình thâm thân hữu, dẫn đến một niềm vui và hạnh phúc khôn tả, đó là được: Nhạc sĩ Từ Công Phụng phổ bài thơ: "Người Muôn Thuở" của tôi thành nhạc, với tên mới "*Gửi Người Muôn Thuở*" (Bài thơ này của tôi nằm ở trang 156-157 trong tập thơ "*Anh Biết, Em Yêu Dấu*" được Nhà sách Tự Lực xuất bản & phát hành năm 2001…

Từ những yếu tố "*kích hoạt*" như kể trên, chúng tôi quyết định thực hiện ngay "*Mỗi Kỳ Với Ca Khúc Mới Sáng Tác*" " bao gồm đăng một, hai sheet nhạc và những bài viết về âm nhạc mang tính nghiên cứu, thảo luận, kể cả những tản mạn đóng góp vào loại hình nghệ thuật dùng âm thanh để diễn đạt, mang nặng tính quần chúng đám đông hơn cả này !! Tiểu mục do **Ngã Phương Huyền phụ trách ...**

Thưa quí thân hữu ...

Thật lòng mà nói rằng, mọi thứ trên đời đều không vượt thuyết tương đối … Việc tương tác thuần tính công tâm, bình đẳng cũng chỉ vững vàng được trong chủ quan đầy niềm tự tin, mới mong mạnh bước với những diễn tiến tốt đẹp, mang niềm vui và hạnh phúc đến với mọi người…

** Bắt đầu kỳ này Ngã Phương Huyền có kèm theo "song lyrics" tức là lời của mỗi bài nhạc gồm cả Tan và Cổ Nhạc, để quí bạn đọc tìm hiểu ca từ dễ dàng hơn ...*

T

rân trọng.

**** Kỳ thứ 7 khởi đăng 2 bài ca Tân Cổ Giao Duyên***

1/ Soi Bóng Thương Mình / Thơ Sa Chi Lệ / Soạn Giả Hoài Phong

2/ Trên Ngọn Tình Sầu / Thơ Du Tử Lê / Nhạc Từ Công Phụng / Soạn Giả Trường Khanh

SOI BÓNG THƯƠNG MÌNH
Thơ: Sa Chi Lệ
Vọng cổ: Hoài Phong (Tuệ Tâm)

Nói lối:

Ta cúi hôn bóng mình trên vách đá
Và cúi nhìn từng nếp áo nhăn nheo
Nghe tóc phai lệ cay mắt nghẹn ngào
Đêm rớt xuống trong cõi lòng trống trải.

Vọng kim lang:

Soi bóng thương ta
Mãi bôn ba phương trời
Bước qua xuân thời
đời chịu nhiều đắng cay lầm than
Sống cô đơn nơi xứ người
Hoài vọng về cố hương vời xa…
Mơ ngày tương phùng, bạn cùng tri kỷ
Thoả cơn mê đời lời thơ nát con tim
Biết bao tháng năm đi tìm
Mà phương trời bóng chim bặt tăm.
Liêu xiêu bóng ta bên đời
Hoàng hôn buồn bóng rơi mù xa…
Mình ta thương bóng, bóng thương ta
Trải bao thăng trầm bôn ba…
Tan rồi mộng dài Nam Kha
Mới hay ta bạn cùng cô đơn…

Vọng cổ:
Câu 1: Một kiếp phong sương, một đoạn đường đời mông lung không định hướng…
Chân bước phiêu du qua những thăng trầm biến cố, lòng vẫn hoài mong ngày hạnh phúc vuông… tròn. (Hò 16)

Xuân đến xuân đi rồi thân xác hao mòn. (Hò 20)
Vẫn chưa tìm được cho mình một mối tình tri kỷ
Thơ đầy túi, rượu lưng bầu mà không có bạn tâm giao. (Xê 24)
Ngồi giữa chợ đời xuân rát mặt mà rao.
Bao nhiêu chữ nghĩa rung đùi nhìn tan chợ. (Xang 28)
Như phận con tằm suốt đời trả nợ
Ta rút ruột tặng người những vần thơ tâm huyết…(Cống 32)

Câu 2:

Cho đến hôm nay vẫn một mình đơn bóng, lê gót
phong sương trên vạn nẻo đăng trình. (Hò 16)
Nhìn lá vàng rơi ta chợt xót thương mình. (Hò 20)
Thôi lá ơi! hãy ngủ yên theo định mệnh
Khi lá đã xa cành đâu còn nữa màu xanh. (Xê 24)
Cũng như ta trên đỉnh dốc nhìn quanh
Hoàng hôn buông xuống soi bóng dài chấp chới.(Xê 28)
Ta chợt hiểu ra thời gian không chờ đợi
Khi ánh nắng tắt rồi thì bóng cũng xa ta…(Xang 32)

Câu 6:

Rượu Hồ Trường ta đã ngất ngây say
Đêm lưu xứ xuân về tuyết bay trắng xoá.(Xang 12)
Giá lạnh ngoài da đã có áo bông ủ ấm.
Còn giá lạnh trong tim này biết ai sưởi cùng ta.(Cống 16)
Thắp ngọn đèn lên ta tâm tình với bóng
Nghe nhói đau từng nếp dấu chân chim.(Xê 20)
Ngoài kia thôi sắp tàn đêm
Đèn vàng tim lụn bóng thêm nhạt nhoà (Xề 24)
Ta vẫn biết hết đêm trời lại sáng
Hết đông tàn là nắng âm xuân sang.(Xê 28)
Riêng ta ôm giấc mộng vàng
Gượng cười mà nước mắt ngập tràn trong tim.(Liu 32)

HOÀI PHONG
26/1/2024

Trên Ngọn Tình Sầu
Thơ: Du Tử Lê
Nhạc: Từ Công Phụng
Vọng cổ: Trường Khanh
(bản kính tặng Anh Chị Nhạc sĩ Từ Công Phụng - Porland Oregon)

Nhạc
Hạnh phúc tôi
Hạnh phúc tôi từ những ngày con nước về
Ngoài trời mưa mau
Ngoài trời mưa mau tay vuốt mặt khôn cùng
Bầy sẻ cũ hom hem, chiều mái xám rêu xanh
Trời êm cao chân nhỏ
Cũng không về trên dòng sông tội lỗi
Tôi nghe hắt hiu từ mắt em ngắt tạnh
Môi thâm khô từ thuở định hôn người
* Ngày tháng hạ khi không mà trở rét
Giọt nắng vàng như sương mờ lạnh ngắt
Sao khi không người ngoảnh mặt kiêu sa (* lập lại)

Vọng cổ
1/ Nhìn hạnh phúc tôi từ những ngày con nước lớn, từ những cơn mưa từ tay vuốt mặt khôn .... cùng.
Trời thoáng êm cao, em vẫn biệt ngàn trùng
Mái xám rêu xanh, buồn quanh theo cổ độ
So dáng mình như bầy sẻ cũ hom hem
Thương đời mình vương vấn chân em
Bước chân nhỏ không về sông tội lỗi
Sóng oan khiên vỗ đôi bờ đen tối
Nước điên cuồng ơi mòn xoay nỗi nhớ!

2/ Nghe hắt hiu tôi, từ mắt em ngắt tạnh
Từ môi thâm khô từ thuở định hôn người
Tháng hạ khi không mà trở rét bồi hồi
Giọt nắng vàng như sương mờ lạnh ngắt
Tình như sương tình nhạt tan mau
Mắt môi dành cho thuở yêu nhau
Đang khô héo và đang tan tác
Giọt nắng vàng như sương mờ lạnh ngắt
Người khi không người ngoảnh mặt kiêu sa.

Nhạc
Chiều qua đó chân ai còn ríu rít âm thưa
Lời ru ai như mơ cho trời xuống thì khật gần
* Người trông ngóng hương xưa
Mùi mái tóc đêm mưa
Nhẹ theo lá oan khiên
Lả tả mái hiên người (* lập lại)

Vọng cổ
5/ Người trông ngóng hương xưa, mùi đêm mưa trên mái t
óc, nhẹ theo lá oan khiên, rồi lan xuống mái hiên ...người.
Ríu rít chân ai chiều qua đó ru hời
Lời ai đó như hoa như mật
Cho trời cao, trời xuống thật gần hơn
Trời xuống gần hơn, ta ngóng đợi hương lân
Nghe nỗi bâng khuâng, luôn cần dáng ngọc
Về theo đêm mưa, mùi xưa thơm mái tóc
Ơi hương xưa trên mái tóc ngoan hiền.

Nhạc
Tôi nghe hắt hiu từ mắt em ngắt tạnh
Môi thâm khô từ thuở định hôn người
Ngày tháng hạ khi không mà trở rét
Giọt nắng vàng như sương mờ lạnh ngắt
Sao khi không người ngoảnh mặt kiêu sa.

Vọng cổ
6/ Nghe hắt hiu tôi từ mắt em ngắt tạnh
Con dế buồn tự tử giữa đêm sương
Bầy sẻ cũ cũng qua đời lặng lẽ
Âm quen ơi! Luôn vỗ sóng chung tình.
Em ở đó, nơi đôi bờ sông yêu
Luôn vẫn còn nhiều cơn ấm cát.

Nhạc
Tôi nghe hắt hiu từ mắt em ngắt tạnh
Con dế buồn tự tử giữa đêm sương
Bầy sẻ cũ cũng qua đời lặng lẽ
Em ở đó bờ sông còn ấm cát
Con sóng tình vỗ mãi một âm quen.

TRƯỜNG KHANH
2005

TIỂU LỤC THẦN PHONG

ĐÃ THƯƠNG THÌ CẢ...

Mưu sinh vất vả đường dài
Mua xương bán thịt hình hài hư hao
Bần cùng thấp
                    thượng lưu cao
Xênh xang áo mão bám vào máu tanh

Có bao giờ mộng tựu thành
Trăm nghìn vẫn cứ quẩn quanh thế này
Vô chừng cung bậc đắm say
Dòng đời vĩnh viễn
                            mê say lỡ làng
Sống chưa biết được địa đàng
Chết đi huyễn mộng lại càng ngu ngơ
Này em tình có bao giờ
Thương nhau đến độ lòng ngơ ngẩn hoài

Buộc ràng ân ái chưa thôi
Hỷ hoan hợp huyết chia phôi lạ gì
Một lần lầm lỡ ra đi
Một lần em nhé sầu nghi ngút hồn

Ngộ gì viếng chốn không môn
Đời còn vất vả dại khôn lọc lừa
Nhọc nhằn đi sớm về trưa
Dễ đâu buông bỏ mà thưa thốt lời

Thấp cao cũng nhớ lấy người
Đã thương thì cả đất trời luyến thương
Người ơi mình giữa con đường
Một ngày lặn lội thế thường trăm năm

LÀM SAO DỤNG ĐƯỢC NGÔN TỪ

Từ ta thương nhớ lấy người
Tiếc mình lỡ vận một lời chửa trao
Dù tình đã lắm xuyến xao
Để rồi ôm ấp… cồn cào cơm mơ

Phải đâu là chuyện tình cờ
Ấy là duyên tự bao giờ còn vương
Mình không chung một con đường
Nhưng lòng lưu luyến dễ thường quên sao?

Này em mắt biếc má đào
Tự trong tâm thức thuở nào còn nguyên
Thanh thanh dáng dấp dịu nhiền
Tôi điên đảo tưởng một miền tâm tư

Làm sao dụng được ngôn từ?
Tình này ý nọ vẽ người tôi thương
Ấy là chưa kể mùi hương
...

TIỂU LỤC THẦN PHONG
Ất Lăng thành, 0224

TIỂU LỤC THẦN PHONG

ROCKY

Tiểu trấn Magnolia mơ màng trong nắng sớm chiều sương, cả trấn chỉ chừng ngàn nóc nhà nho nhỏ với thảm cỏ xanh rì. Cứ mỗi khi chiều xuống thì đoàn tàu hàng dài ngoằn nghèo từ cảng Savannah chạy ầm ầm ngang qua trấn, âm thanh như rung chuyển đất, tiếng còi tàu toe toe khuấy động không gian trước khi màn đêm buông xuống.

Không biết ngẫu nhiên thế nào mà mỗi khi Rocky lái xe về đến trấn luôn luôn thấy đoàn tàu nằm ườn mình chắn ngang con đường Main này. Đời Rocky dường như gắn liền với tiếng còi tàu, nó sanh ra và lớn lên ở tiểu trấn Poppy, nơi có hoa vàng, có nhà ga xe lửa, có tiếng còi tàu từ khi nó còn nằm trong bụng mẹ. Tiếng còi tàu in sâu vào tâm khảm từ khi nó mới chào đời, giờ đã quá nửa đời người thì mỗi chiều lại nghe tiếng còi tàu vang động. Những khi đi chơi đâu đó vài ngày thì lòng Rocky chợt thấy trống vắng lạ lùng, hồn nó thấy thiếu thiếu cái gì ấy mà nó không thể hiểu được, đã nhiều lần như thế, mãi sau này nó mới nhận ra là nhớ tiếng còi tàu. Những cuộc đi chơi dù chỉ vài ngày chứ có lâu mấy cho cam, ấy vậy mà thiếu tiếng còi tàu làm cho hồn Rocky nao nao trong lòng.

Chiều nay cũng thế, đoàn tàu của hãng Southern Railway chạy chầm chậm cắt ngang đườngMain. Trời ơi, nó dài mút chỉ cà tha. Rocky ngồi trong xe đếm được 172 toa xe, đoàn tàu như con mãng xà bằng sắt thép khổng lồ. Nó đang rì rầm trườn qua. Nó thở phì phò tuôn ra làn khói đen thưa thớt, tiếng còi toe toe như tiếng vọng từ ký ức xa xăm đâu đó vọng về. Tiếng còi tàu hiện hữu thực tại làm giật mình không ít kẻ đang lơ đãng. Tiếng còi tàu nhắc nhở những tài xế chớ vượt ẩu qua đường ray. Tiếng còi tàu báo hiệu cho mọi người biết chiều sắp tàn…

Rocky gắn bó với tiểu trấn Magnolia này cũng đã lâu lắm rồi, trấn nghèo và buồn buồn ở vùng ngoại ô thành Ất Lăng. Đã bao lần Rocky toan tính bỏ trấn mà đi. Thằng Jack bảo: "Hãy vào downtown sống với anh em, sống nơi phồn hoa đô hội để hưởng thụ, sống chi nơi cái trấn nhỏ nghèo và buồn hắt hiu ấy?". Thằng Liam cũng khích tướng: "Vô phố thị sống cho xứng với đời, ở trấn Magnolia chỉ toàn bọn nhà quê"… Rocky chỉ cười chứ không đồng ý hay phản đối. Ừ thì trấn nhỏ này quê mùa thật, nghèo nàn thật, buồn quạnh hiu thật nhưng sao nó lại quyến rũ Rocky như vậy. Những đêm chơi với bạn bè quá hai giờ sáng, cả bọn bảo Rocky ở lại ngủ nhưng Rocky vẫn nhất định lái xe về; đêm về sáng, không gian tịch mịch vô cùng, sao trời lấp lánh, tiểu trấn hắt hiu trong ánh đèn vàng mà lòng Rocky lại thấy yên ả vô cùng. Rocky lái xe chạy dọc đường Forest Park Way song song với đường ray xe lửa, qua cầu vượt đường Jonesboro thì thấy đoàn tàu đang nằm im lìm trong ánh đèn vàng, dường như nó đang mơ trong giấc mộng liêu trai? Hoa từ những cây magnolia tỏa hương ngào ngạt, mùi hương nồng và gắt, rất nặng đối với những ai nhạy khứu giác, hoa magnolia quả là mùi thơm ngạt thở, cánh hoa trắng muốt, trông hoa như hoa sen, lại có loại thì phơn phớt hồng và cũng có loại đỏ thẫm. Rocky đặc biệt thích loại màu trắng và thường kêu nó là hoa sen trên không trung.

Về đến đường Highland, nhà ông Boyce vẫn còn le lói ánh đèn ngủ hắt ra, người già thường khó ngủ và ngủ ít. Ông Boyce đã ngoài bảy mươi lăm, ngày ngày ngồi trước hiên nhà, ông có cái thú vui cầm những đồng coin và xáo trộn chúng trong lòng bàn tay. Vợ ông Boyce chết lâu rồi, con cái bay nhảy bốn phương, đứa thì ở vùng giàu có Peachtree city, đứa thì theo chồng qua Texas. Ông Boyce ngồi trước hiên nhà vẫy tay chào người qua lại. Chiều nào làm về Rocky cũng qua chào ông Boyce, ngồi với ông vài mươi phút. Rocky thương ông boyce như cha mình, vì vậy dành chút thời giờ giao tiếp để cho ông vui. Ông boyce hiền như ông Bụt trong Phật giáo của người phương đông, ấy vậy mà lại có thằng con ngỗ nghịch dễ sợ. Thằng Brian cao hơn sáu phít, nặng hơn hai trăm phao, to cao và đẹp ngời ngời như diễn viên Hollywood, ấy vậy mà tánh tình hơi bị tửng lại còn nghiện hút chích. Một ngày kia mua bán thuốc không sòng phẳng tiền và bị tụi Mỹ đen đánh chết. Ông Boyce bảo: "Tụi nó đánh dã man quá, bác sĩ khám nghiệm tử thi cho biết lục phủ ngũ tạng thằng Brian tiêu tùng hết". Trong lòng ông Boyce chắc cũng đau lắm, tuy nhiên vẻ ngoài vẫn thản nhiên như thường, vẫn ngày ngày ngồi trước hiên nhà mà xáo những đồng coin. Thằng Brian bỏ trấn Magnolia đi về nơi miên viễn, mấy ngày sau con Tammy nhà láng giềng từ bệnh viện về với hai đứa con gái song sinh đẹp như thiên thần. Trấn Magnolia mất một mà lại được hai. Con Tammy cao ráo, thanh tú, dáng dấp như một người mẫu, mặt đẹp như đức mẹ Maria. Hai đứa trẻ sơ sinh thừa hưởng trọn vẹn nét đẹp của mẹ nó, hai đứa mới sinh còn đỏ, mắt nhắm nghiền, tuy nhiên đường nét của mẹ nó hiện rõ ở gương mặt của hai đứa bé. Một người đi, hai người đến, dòng sanh tử triền miền, dòng luân hồi vô tận không bao giờ dứt. Rocky là láng giềng thân cận của Tammy. Con Tammy có đội khi hỏi: "Rocky, bạn gái mới đâu? Sao không dẫn ra mắt?". Rocky cười trừ, nhún vai, xòe tay. Rocky chưa thể quên được con Azalea. Con ghệ của Rocky trong một lần đi shopping bị thằng da trắng thượng đẳng xả súng bắn chết. Thằng kỳ thị điên cuồng tự cho mình cao hơn thiên hạ, căm ghét người da màu. Nó xả súng vào đám đông, trớ trêu thay không có mấy người da màu trong số nạn nhân mà toàn là da trắng. Con Azalea là nạn nhân trong số ấy. Rocky đau đớn đưa Azalea ra nghĩa trang Forest Hill một chiều thu hiu hắt. Nghĩa trang nằm mơ màng trong sương khói đã hơn một trăm năm mươi năm giữa lòng trấn Magnolia. Những tấm bia nhỏ khắc ghi tên họ và mốc thời gian của người nằm dưới mộ cho biết họ giờ đã lên hàng cao tằng tắc tổ. Nghĩa trang nằm kẹp giữa đường sắt và đường Main, con đường mà sáng sớm chiều sương Rocky phải đi qua, mỗi lần chạy qua nó đều ngoái cổ nhìn vào, không biết bao lần Rocky tưởng tượng con Azalea đang thơ thẩn lang thang giữa những lối đi trong nghĩa trang, nghĩ mà mắt nó cay cay. Nó không biết những người nằm trong nghĩa trang có nhớ tiếng còi chăng? Nhớ hay không thì mỗi chiều tiếng còi tàu cũng vọng tràn không gian.

Tiểu trấn Magnolia nho nhỏ, nghèo và buồn man mác không có chỗ, nói đúng hơn là không phải chỗ của những thằng da trắng thượng đẳng, ấy vậy mà con Azalea vô tình trở thành nạn nhân. Cư dân Magnolia hiền hòa ấy vậy mà mỗi khi nói đến luật kiểm soát súng đạn thì họ lại phản đối, cái ý niệm sở hữu súng đã ăn sâu vào tâm thức của họ rồi, đành rằng hiến pháp cho phép người dân sở hữu súng, nhưng với vũ khí tấn công, súng trường, súng liên thanh thì đâu phải là vũ khí tự vệ! Bọn lái súng và bọn ăn tiền của lũ lái súng quá mạnh nên những dự luật kiểm soát súng đạn đều bị bác hết.

Rocky đã nhiều lần bị tụi bạn làm chung chửi: "Mầy cứ như ông cụ non, mãi sống bằng tâm tưởng!Mầy ở trấn Magnolia riết rồi mầy cũng hệt như cái trấn ấy!". Thằng Liam nói đúng, Rocky cũng nhận thấy mình như cái tiểu trấn này, chán là vậy nhưng không bỏ đi được, đi là nhớ ở thì xà quần hổng tới đâu. Rocky cũng nghèo và lặng lẽ như cái trấn này! Ngày xưa còn đi học, Rocky mơ ước sau khi ra trường sẽ sống lang bạt kỳ hồ, đi đây đi đó để tận mắt nhìn, tận tai nghe, tận thân tâm cảm nhận những cái mới lạ của con người và những vùng đất xa lạ. Thế mà không hiểu nhân duyên gì lại đẩy đưa Rocky gặp Azalea và theo con nhỏ về tiểu trấn này, để rồi dính chặt luôn, bỏ đi không đành, thời gian ngày càng buộc chặt đến độ không thể buông. Có đôi khi Rocky tự hỏi lòng: "Magnolia có gì đâu để mình phải gắn bó với nó? Quá đơn điệu nghèo nàn, quá lặng lẽ trầm lắng, chẳng có nổi một quán bar để giải sầu..." những thành phần khá giả đã và đang lần lượt bỏ trấn ra đi, những người trẻ ham vui cũng rời đi nơi khác, bạn bè năm lần bảy lượt giục Rocky vào Midtown, cái câu hỏi mà Rocky nghe nhiều nhất chính là câu: "Magnolia có mẹ gì mà mày gắn bó như thế?". Rocky không biết trả lời sao vì chính bản thân mình còn không hiểu thì làm sao giải thích cho người!

Thời gian lần lữa trôi qua, tuổi đời cũng theo tháng năm chồng chất, mới ngày nào còn trẻ khỏe đẹp trai, ấy vậy mà giờ đã là gã trung niên, mắt bụp, khóe chân chim, da bắt đầu chùng không còn căng mọng như ngày trước, xương khớp cũng có dấu hiệu của tuổi già, trí óc cũng không còn nhanh nhạy. Thời gian cứ như cát biển khô tuôn chảy qua kẽ ngón tay. Rocky từng ấp ủ ước mơ chỉ sống trọn quãng đời thanh xuân thôi, khi hết tuổi xuân thì chết chứ không muốn kéo dài đến tuổi già. Rocky sợ cái già, sợ tuổi già, sợ những hệ lụy của sự già nua. Rocky không mốn sống với cái hình hài da nhăn, tóc bạc, răng rụng, xương khớp đau nhức… Rocky muốn chết, muốn ra đi với cái nhân dáng khỏe đẹp, ấy thế mà giờ đã chớm già nhưng không chịu chết, không chết cũng chịu chứ biết làm sao? Ý Rocky muốn nói cái chết tự nhiên, chết êm đềm như hơi men như giấc ngủ say. Vào những ngày xuân muôn hoa đua nở, cỏ biếc bạt ngàn. Rocky nghĩ: "Giá mà ra đi trong khoảnh khắc này thì đẹp biết bao". Nhưng rồi khi vàng thu long lanh, muôn sắc màu bừng lên như gấm hoa. Rocky lại ước: "Nếu mà hóa ngay trên thảm lá này thì còn gì tuyệt hơn!"...

Thời gian vô tình, bốn mùa luân chuyển, mùa thu mới lại về , lá vàng xào xạc đổ khắp tiểu trấn. Vườn Huie Barn lại rực rỡ muôn sắc gấm hoa, vườn rộng đến hai trăm mẫu tây. Rocky lại lang thang đạp lá vàng, ngồi bên hồ nước nhìn mây trắng bay. Vườn Huie Barn là nơi ghi dấu sâu đậm nhất của Rocky ở trấn này. Mỗi tuần Rocky đều đến đây để chạy bộ, tản bộ; mỗi mùa đầu đến đây để ngắm hoa, nhìn lá, thả hồn theo mây gió; vui cũng đến, buồn cũng vô, không vui không buồn cũng vào để lang thang thơ thẩn một mình. Rocky cứ như cư dân thường trực ở đây, không kể mẹ con nhà nai, bọn sếu, bọn vịt trời, lũ bướm, lũ sóc...Tiếng còi tàu từ đường Main không thể vọng đến vườn vì khoảng cách khá xa, ấy vậy mà những khi chạy bộ ở đây hồn Rocky vẫn vọng tiếng còi tàu.

Tiếng còi tàu vang vọng giữa tiểu trấn gợi nhớ tiếng còi tàu từ đề pô xe lửa ở hometown của Rocky. Cái âm thanh toe toe xé gió xuyên mây mang đầy âm hưởng dĩ vãng thật khó tả bằng lời. Ngày xưa Rocky cũng đã từng nghe tiếng còi xe lửa mỗi sáng sớm chiều sương, nhà của Rocky không xa đề pô xe lửa là mấy, bởi vậy tiếng còi tàu ở sân ga đón người đến, tiễn người đi đã vọng vào tâm thức. Tiểu trấn Magnolia cũng như đất bắc Mỹ này vốn của chung thiên hạ. Người da đỏ, người da trắng, người da màu… lần lượt kẻ trước người sau đến đi, tất cả chỉ là tạm dung, đến để rồi đi, chẳng có ai ở mãi mãi được. Nào chỉ có bắc Mỹ, nào đâu chỉ tiểu trấn Magnolia, cả thế gian này cũng đều như vậy! Tất cả chỉ là tạm dung, tất cả luôn dịch chuyển không ngừng. Ngày xưa tiếng còi ốc lớn, tiếng còi sừng bò rừng… của thổ dân, rồi tiếng còi đồng thúc quân xung trận của những thế lực thực dân và ngày nay tiếng còi tàu nối liền cả quá khứ với hiện tại, bắt nhịp cầu vồng trong tâm hồn của Rocky. Tiếng còi tàu nối liền tiểu trấn Poppy và tiểu trấn Magnolia thành một vệt nhớ kéo dài đến tận chân trời.

oOo

Rocky thật chẳng phải người da trắng. Rocky vốn là dân gốc Mít chính hiệu, tuy nhiên gương mặt và sống mũi chẳng ra người gốc Mít. Cha, ông nội, anh em chú bác bên nội đều có gương mặt dọc như tây chứ không phải gương mặt tròn và bẹt. Có lẽ từ đời cao cố có lai người Tây Dương chăng?

Thằng Rocky tướng tá cao ráo ngon lành, vóc dáng có nhiều nét của người Âu -Mỹ, da trắng như trứng gà bóc, bản mặt lại càng trắng hơn, hồi còn nhỏ ở cố quận có ông thầy dạy môn địa lý từng bảo với mọi người rằng con trai gì mà mặt còn đẹp hơn như con gái đánh phấn thoa son. Tuy nhiên đặc biệt nhất ấy là đôi mắt của Rocky, đây là một đề tài bàn tán của những người thân quen và bạn bè. Không ít người đã từng thốt lên: "Trời, sao thằng Rocky có đôi mắt đẹp lạ lùng vậy? đẹp đến nỗi mắt biếc của con gái cũng không đẹp bằng, mà sao đôi mắt nó buồn quá, buồn muốn tan chảy luôn? Đàn ông con trai gì mà mắt buồn như sắp đổ lệ!". Nghe những lời ấy Rocky chỉ cười trừ chứ biết nói gì, tuy nó không nói nhưng người ta vẫn cảm nhận nó hài lòng với lời khen vì vẻ mặt của nó rạng lên nét tươi. Vẻ đẹp đôi mắt thằng Rocky là nét đẹp buồn, buồn đến chết lịm lòng người. Trời ơi, nhìn vào mắt nó như thấy cả thảo nguyên mênh mông lau lách phất phơ dưới ánh hoàng hôn. Lau lách trắng phau như mây trắng trên trời rơi xuống. Lau lách kéo dài đến ngút tầm mắt. Cũng có người lại bảo đôi mắt thằng Rocky đẹp nhưng buồn và rất bạo liệt, cái buồn man mác hoang dại của sa mạc đầy nắng gió. Cái buồn rực rỡ mênh mang không làm sao tả được cứ như cát vàng với gió hoang vu ngày đêm thổi phóng túng, hoang đàng và man dại. Sa mạc bao la không ngằn mé, lạc vào thì chẳng biết lối ra. Cái đẹp ấy, cái buồn ấy như miên viễn của kiếp người đã bao lần sanh tử nhưng chẳng biết đi về đâu. Cái đẹp phảng phất buồn của kiếp nhân sinh ngắn ngủi nhưng đầy những hệ lụy không thể nào tránh được. Cái buồn trong mắt thằng Rocky như phô ra cái tình người không giới hạn, biết sức mình có hạn lượng nhưng con tim chẳng chịu ngủ yên. Tình nào có thể mãn nguyện? Kiếp nhân sinh này, cuộc đời này làm gì có chuyện phỉ ý toại tâm! Đừng nói đời này mà cả muôn đời đã, đang và sẽ cũng như vậy mà thôi!

Rocky vốn tên Long, cha đặt cho cái tên này hy vọng đời nó sẽ bay cao như rồng gặp mây. Long là từ Hán Việt, còn nói thuần Việt là rồng, có lẽ rồng này chẳng bay nổi, rồng này là rồng đất hay rồng lộn nên đời Long chẳng khá nổi. Nhân khi nhập tịch Mỹ, Long - Rồng đổi tên là Rocky luôn cho dễ gọi, dễ xưng hô. Tụi Mỹ làm chung gọi Long là lon mà Rocky thì đâu có dài, còn kêu lóng rồng lộn thì tụi nó cũng đâu có hiểu. Tiện nhất gọi bằng Rocky là dễ nhất mà lại có vẻ "tây". Suốt một thời gian dài Rocky luôn dấu cái nguồn gốc Mít của mình, bạn làm chung, bạn trong trấn Magnolia có hỏi thì Rocky bảo mình người Nhật, người Hàn. Sở dĩ như vậy là vì thấy người gốc Mít mình quá nhiều tánh xấu, sống bằng cảm tính… Ngay cả con ghệ Azalea khi còn sống cũng không hề biết Rocky là người Việt. Mãi cho đến một ngày nọ, không hiểu lý do gì tự nhiên Rocky thấy hình như mình sai, nói kiểu nhà thiền là Rocky "ngộ" ra. Chẳng có chủng tộc nào hoàn toàn xấu và cũng chẳng có dân tộc nào hoàn toàn tốt. Mọi sắc dân đều có ưu điểm và nhược điểm riêng, tốt và xấu tồn tại song song với nhau, tốt và xấu là hai mặt của một vấn đề giống như bàn tay con người có mặt sấp và mặt ngửa, tấm mề đay nào cũng có mặt trước rạng rỡ nhưng mặt sau lưng cũng tầm thường. Có những quốc gia và những dân tộc nhiều phước báo nên cuộc sống giàu sang sung túc, Cao to đẹp đẽ, thông minh sáng láng… Tuy nhưng những cái phước báo hữu lậu ấy cũng vô thường như bản chất của thế gian này. Ngay trong cộng đồng những con người ấy cũng có bao nhiêu kẻ nghèo đói, bệnh tật, tù đày… Bởi vậy chẳng có chi phải tự ti hay tự tôn về nguồng gốc của mình.

Rocky lại thầm nghĩ trong lòng: "Tại sao mình được tiếng thân thiện, sống hòa đồng mà mình lại che giấu nguồn gốc của mình? Tại sao mình sống tốt mà lại để người của chủng tộc khác "hưởng" tiếng khen chứ không phải dân tộc mình?" nghĩ là làm, Rocky từ đó mạnh mẽ tự hào mình là người gốc Mít, không chỉ với bạn bè làm chung, bạn láng giềng mà còn với bất cứ người nào mà Rocky có giao tiếp. Rocky đọc sách thiền thấy đâu đó có câu trích dẫn của Phật Sakya Muni Buddha, đại ý câu ấy: "Không phải do dòng dõi thọ sanh mà một người thấp hèn hay cao quý, thấp hèn hay cao quý chính ở hành vi tạo tác, nói năng suy nghĩ của người ấy", hoặc là câu: " Không có ai có thể làm cho người khác thanh tịnh hay uế trược, chỉ có chính người ấy tự mình làm cho mình thanh tịnh hay uế trược"… và còn nhiều câu nói rất hay khác nữa đã tác động mạnh mẽ vào tâm thức Rocky, làm cho Rocky suy nghĩ và thay đổi khá nhiều, giá mà Rocky biết những cuốn sách hay như thế này sớm thì Rocky chẳng phải che dấu nguồn gốc thân phận của mình.

Kể từ khi đọc được những cuốn sách hay của thầy Nhất Hạnh, đặc biệt những cuốn sách do giáo sư John Vũ (Nguyên Phong) dịch chẳng hạn như cuốn "Đường Mây Qua Xứ Tuyết", " Huyền Thuật và Đạo Sĩ Tây Tạng", " Vị Lạt Ma Có Năm Phép Thần Thông"… Những cuốn sách này do bà Alexandra David Neel viết ra, bà là một ca sĩ Opera của thành Ba Lê hoa lệ nhưng không hiểu nguyên nhân gì mà bỏ Ba Lê đi lên xứ Tây Tạng, Sikkim… để tu học suốt mười mấy năm trời. Bà đã chuyển biến thay đổi một cách kỳ diệu từ một tiểu thư nơi thành đô hoa lệ đã trở thành một nữ hành giả vĩ đại nhất vào thời bấy giờ. Đặc biệt nhất là khi nghe những lời giảng của một ni sư người da trắng tu học theo Phật giáo truyền thống Tây Tạng. Ni sư Jetsunma Tenzin Palmo là một nữ tu sĩ Phật giáo uyên bác, tinh tấn và đạo hạnh cao vời. Bà đã nhập thất thiền định trong những hang đá trên tuyết sơn Tây Tạng mười mấy năm ròng. Có một đoạn bà giảng về tình yêu vị tha và tình yêu vị kỷ như thế này: " I love you, there fore, I want you to make me happy and genuine love say: I love you, there fore I want you to be happy, if that include me, great! If it doen't include me, it's ok. it's is very different feeling..."

Sau khi đọc xong những quyển sách này và nhất là nghe những bài giảng của các ni sư Pema Chodron… thì Rocky hoàn toàn khác hẳn, hoàn toàn thay đổi, nhiều suy nghĩ tiêu cực trước kia rụng rơi dần, tầm mắt được mở rộng hơn, tâm trí thấy bớt u ám và trở nên sáng hơn. Rocky giờ đây không còn thắc mắc vì sao mình gắn bó với tiểu trấn này, không còn cái tư tưởng "Bỏ thì thương vương thì nặng", không còn so đo với những gì hơn và thua với người với đời. Rocky vui vẻ với cuộc sống hiện tại bây giờ và ở đây. Rocky hiểu không có cái gì là tự nhiên hết cả, mọi sự việc đều có duyên do gốc rễ. Thế gian này mọi sự việc, mọi con người đến với nhau đều có nhân duyên của nó, dù muốn hay không thì vẫn phải đụng nhau, một khi hết duyên rồi thì có níu kéo cũng cứ rời ra như thường. Cái duyên của Rocky với Azalea chỉ có thế, với mọi người ở tiểu trấn này ắt là như thế và sự gắn bó với tiểu trấn cũng đương nhiên là thế! Rocky còn hứng chí viết một khúc chorus:

True love makes your lover be happy not fine
True love lets your lover fly not be tie
True love let your lover live in your heart not in the cage
True love let your lover be free not a jail
True love waters your flower, not break it
True love nourishes every plant on earth not one in the room

Bây giờ Rocky không còn thắc mắc chuyện sống ở tiểu trấn này hay nơi phồn hoa đô hội, không còn có vọng tâm tìm cầu ghệ đẹp, bạn bè tốt… Đã có đủ đầy rồi, nhân duyên bao nhiêu đó là xài đến chết cũng không hết, chẳng qua là trước kia mê nên mới cầu như thếvà thấy mình "bị trói" ở tiểu trấn Magnolia. Cái duyên chỉ đến chừng đó thì vui với mức độ đó, nếu hy vọng hão huyền hay với qua tầm tay thì ắt sẽ mệt chứ chẳng được gì!

Mình đã sanh ra là người gốc Mít thì mình cứ mạnh dạn và tự hào mình là người gốc Mít, còn ai làm việc xấu hay làm bậy thì họ chịu lấy trách nhiệm, tuy nhiên mình cũng bị ảnh hưởng lây vì cái tiếng xấu nào nào đó thì cũng là lẽ đương nhiên. Người da màu cũng có những đặc tính xấu của người da màu. Người gốc Nam Mỹ (Hispanic) cũng có tánh xấu của họ. Người da trắng cũng thế, cho đến người Tàu, người Nhật, người Hàn… đều có những điểm xấu của họ. Không có ai hoàn hảo, không có dân tộc nào hoàn hảo. Sự hoàn hảo hoàn toàn không mặt trên đời này. Điều chỉ có thể xem là hoàn hảo ấy chính là tự nhận biết mình, tự sửa sai để ngày hôm nay tốt hơn ngày hôm qua và ngày mai tốt hơn ngày hôm nay.

Ngày cuối tuần không làm gì, sau khi ra quán thưởng thức cà phê với nhóm bạn. Rocky ra Home Depot mua một số vật liệu về sửa sang lại khu vườn của nhà mình. Rocky còn mua tấm bảng và những mẫu tự có sẵn đem về làm một cái bảng " Hương Trang Magnolia" treo ở sân nhà. Con Tammy, bà Becky, thằng Joseph… trong xóm đi qua thấy thế đều khen đẹp và giơ ngón tay cái lên. Rocky nheo mắt cười với những người bạn láng giềng thân mến của mình. Chưa bao giờ mà Rocky thấy cái tiểu trấn này dễ thương và đẹp như thế, không biết cái nét buồn buồn, nghèo nàn và quê mùa đã biến mất tự lúc nào. Bất chợt tiếng còi tàu từ ngoài đường Main vọng vào xóm toe toe, tiếng còi tàu bây giờ sao nghe thanh âm rộn ràng và thúc giục chứ không còn buồn buồn như những lúc trước. Sáng Chủ Nhật đoàn tàu hàng từ cảng Savannah chạy về ngang qua tiểu trấn, tiếng còi như giục cả tiểu trấn motivate hơn nữa trong ngày nghỉ cuối tuần.

TIỂU LỤC THẦN PHONG
Ất Lăng thành, 0224

TÂM THƯỜNG ĐỊNH
NHỮNG ĐOẢN VĂN / THƠ
TRONG 7 THẤT ĐỂ TƯỞNG NIỆM THẦY
Cố Trưởng Lão HT. Thích Nguyên Chứng, Hiệu Tuệ Sỹ

1.

Thầy Đi Rồi Thật Sao
Tưởng nhớ Thầy

Cội Bồ Đề, Thầy an nghỉ,
Trong sự bao la của đất trời,
Lời dạy của Thầy cao vút
Từ bi đó, Trí tuệ đây, Dũng mãnh nào
Thầy để lại
Bước chân êm ả, vũ điệu thiêng liêng
Trong vườn ký ức, mây bay, sương đọng, hoa nở,
Thầy là tinh hoa Phật giáo Việt Nam đương đại
Vị Thầy của bốn chúng
Bậc Long tượng: Thầy của những bậc Thầy
lung linh và huyền ảo
như huyễn, như thật trong vũ trụ bao la
Thầy, tiếng yêu thương muôn thuở
Đi vào vạn cõi Chân Như

2.

Thầy là Hương Mặt Trời

Nắng vàng vô song
Quyện vào sở nguyện

Ngát hương tâm Người
Nhớ lời Thầy dạy:

"Gốc của con người là ở tại lòng, người dù có đến đâu phát triển bằng cả tấm lòng của mình, chẳng có gì gọi là mất cả" (Phương Trời Viễn Mộng). Chúng tôi dịch nghĩa tiếng Anh như sau: It is all about the mind. The intellect is the fundamental building block of the human species. Nothing is lost to regret if we strive to do our best endeavors with all of our heart, regardless of the circumstances.

Tất cả hương hoa đều bay theo chiều gió
Chỉ có hương Người bay ngược khắp không gian.

3.

Cánh Chim Nhỏ Tha Hương

Đại bàng và chim sẻ cùng thuyền
Khóc cho Thầy Tổ hay cả quê hương?
Lời Thầy lại vang vọng:

"Chúng ta sống làm sao cho đến lúc chết không có gì hối hận, không có gì sai lầm. Đối với bạn bè không có sự lường lạt. Giao tiếp với mọi người không có sự gian dối. Cho tới khi mình chết, mình an tâm, an toàn. Chỉ cần biết mình đã làm những điều chân chánh, hợp Đạo lý, thì khi chết nhất định sẽ đến những nơi an toàn". (Kinh Kim Cang Giảng Giải). Chúng tôi dịch nghĩa tiếng Anh như sau: Let us live a moral existence so that we may depart without any remorse. We can avoid mistrust with each individual if we engage in candid communication. Death will be nothing more than a rebirth into a realm of serenity if we live in accordance with our highest regard for moral and ethical principles.

Thầy đi trăm nhớ ngàn thương
Chúng con còn vướng bốn phương bộn bề
Ơn Thầy thấm nặng tình quê

4.

Tự Tại
Ngồi yên phòng trống trải
Lấp lánh ngọn đèn khuya
Phật mỉm cười thinh lặng
Nghe tiếng thở xa lìa
Vẳng trong tai lời thơ cũ.
Thở đi con,
hiện tại là hạnh phúc đơn thuần!

Và lời dạy của Thầy:

"Nhẫn nhịn đời nhưng không để cho quyền lực đen tối của đời sai sử. Tùy thuận thế gian, nhưng không tự đánh chìm trong dòng xoáy ô trược của thế gian " (Tuệ Sỹ: Tinh Hoa Phật Giáo Việt Nam – Vị Thầy của Bốn Chúng). Chúng tôi dịch, trong cuốn sách trên, như sau: We practice patience and endure life, but do not let the dark false powers control our life. We act accordingly to the human society, but do not let ourselves sink into the polluted vortex of worldly society.

5.

Hãy Đứng Dậy Thắp Đuốc Lên Mà Đi

"Hãy tự đào luyện cho mình một trí tuệ, một bản lãnh, để sáng suốt lựa chọn hướng đi, và dũng cảm chịu trách nhiệm những gì ta đã lựa chọn gây ra cho bản thân, và cho cả chúng sanh". (Vầng Trăng Đỉnh Núi). Chúng tôi dịch qua tiếng Anh như sau: In order to adhere to the path, one must cultivate wisdom and courage. By judiciously selecting your own path and accepting accountability for your actions with courage, you will contribute to the betterment of yourself and all sentient beings.

Thầy, bậc Long tượng ngàn đời in dấu
Chúng con, kiến nhỏ quay về
Bơi theo suối nguồn biển tuệ
Tập tành kẻ sỹ
muôn đời

6.

Nhớ Lời Thầy

Những vị Thầy lớn trong đời đã lần lượt về cõi Tịnh theo thứ tự thời gian mà chúng tôi có hữu duyên học hỏi hoặc được dạy bảo: Thầy Mãn Giác, Thầy Nhất Hạnh, và rồi Thầy Tuệ Sỹ. Lời quý Thầy, như quý Tổ, dạy: "Duy Tuệ Thị Nghiệp." Hãy trở về với bản tính thanh tịnh của mình. Những lúc tĩnh lặng, mới đào sâu và nhận chân ra rằng Thầy đã âm thầm dẫn dắt chúng tôi, những người huynh trưởng trong tổ chức Gia đình Phật tử nuôi dưỡng tuổi trẻ để có một gia đình Việt Nam truyền thống tiêu biểu. Thầy dạy xem Duy-ma-cật là Cha; Thắng Man phu nhân là Mẹ; Thiện Tài Đồng Tử là con…

Mỗi huynh trưởng có thể có hạnh nguyện Bồ-tát, lấy Bồ tát nguyện và Bồ tát hành làm hành trang của người cư sĩ tại gia. Nghĩ đến đây thôi là đã nhớ ơn Thầy suốt đời.

Thầy ơi, đường quá còn dài
Thầy về lại cõi Ta Bà độ sanh
Chúng con thiên lý đồng hành

7.
Người Ôm Đại Dương
Kính tiễn Giác Linh Thầy

Hôm nay thân xác tro bụi của Thầy được hoà vào đại dương mênh mông. Ôi Thái Bình Dương sâu thẳm. Cổ mộ của những con người yêu quê hương dân tộc da diết; cõi của sự sống; sinh tử tử sinh–sự tiếp nối nhiệm mầu. Trời Nam se nắng, mây trắng bay, Thầy thong dong huyễn hóa. Trời Tây mưa gió, buồn hiu. Nhìn về bên kia Đại dương, nhớ thương Thầy, nhớ luôn lời nói giọng thơ của Người.

"Giăng mộ cổ
Mưa chiều hoen ngấn lệ
Bóng điêu tàn
Huyền sử đứng trơ vơ

Sương thấm lạnh
Làn vai hờn nguyệt quế
Ôm tượng đài
Yêu suốt cõi hoang sơ."
Ôm đại dương
Đến đi huyễn mộng
Tình thương bạt ngàn
Ôm đại dương
Mặt trời chói chang
Gió đùa cùng sóng
Lệ rơi đôi hàng
Ôm đại dương
Ngôi mộ cổ
Cõi tịnh
Bình yên
Ôm đại dương,
tình sâu nghĩa rộng
thênh thang tâm Thầy.
Ôm đại dương,
Từ thiên cổ
đến vô cùng
Trời mây hội tụ
Pháp Hoa muôn trùng

Ngày Chung Thất của Thầy

Sacramento, CA. Jan.10.24
TÂM THƯỜNG ĐỊNH
khể thủ

CHU VƯƠNG MIỆN
THƠ XUÂN ĐẤT KHÁCH “*”

Tờ lịch đầu năm rớt hững hờ “* “
Giờ đây đầu tóc trắng bơ phờ
Mới hay sắp có ngày đi đứt
Lẩm cà lẩm cẩm chuyện văn thơ

Con sông 1 bên bồi bên bếp “**”
Rồi có 1 ngày ghềnh với thác ?
Cuộc đời bây chừ sao vo vị
Hết đất minh chuyển qua đất khách ?

Đếm đốt ngón tay 83
Bao năm toàn bịt mắt & quáng gà
Diễn qua diễn lại trò lục sở
O cười chả khóc chỉ thoáng qua

Lâu bỏ làm thơ vì o còn người đọc
Có làm dăm câu thơ ếch cóc
Trong chốn nhà quê sống phất phơ
Lai rai như ốc bưu leo đầu cọc

Sớm sớm sương mù trưa nắng gắt
Sau lưng là núi trước sa mạc
nhin quanh nhin quẩn toàn xương rồng
sống hẩm hiu o cần tới nước ?

14 tuổi đã rời xứ Bắc
Đến 45 thi rời xứ Nam
38 năm xơi cơm quán từ thiện
Mơi mốt nơi đâu ? địa ngục thiên đàng ?

Đa thọ đa nhục
Mắm tôm bánh đúc
Miếng đút vào mồm là miếng tồi tàn
Chả có sừng trên đầu mà thích húc

Thơ này viết ra chả ma nào đọc
Xuân xuân tết tết nước non người
Người xưa chừ có còn o nhỉ ?
Mà dòng nhạc cũ " nhớ thương đời "

CHU VƯƠNG MIỆN
**Thơ Thanh Nam*
*** " bên lở bên bồi "*

ĐÔNG DUY
Phương Lan

Tăng nhơn phú 1968

Có điều gì đang vỡ vụn trong anh
Niềm tuyệt vọng quẩn quanh nơi nào đó
Sao nói được thành lời
Những cát khô rã rời chờ gió cuốn

Đã hoá thân trong một cuộc phân ly
Và gió nóng
Làm khô làn môi vào những buổi trưa hè
Gây phút đó anh đã nói với em những điều gì nhỉ
Có thể những lời yêu

Hay những lời tâm sự
Hay những chuyện bâng quơ
Câu truyện hoang đường nào ngày xưa anh còn nhớ

Buổi trưa nào ấu thơ mộng ảo trùng trùng
Cánh chim kia chở anh vào vạn dậm trời xanh biền biệt
Những góc biển chân trời
Những vương quốc của một loài chim tự do
Nơi bãi lầy lau sậy hoang vu miền nhiệt đới

Hay cao vút đỉnh cột buồm những con tầu ma
Trôi dạt hàng ngàn triệu năm
khắp các miền đại dương cồn sóng
Mùa hè buồn quá,

Buồn quá
Có thể anh sẽ nói với em,
Tầm thường thôi,
Như mọi người
Rồi cũng tầm thường thôi,

Một góc đời nào đó,
Hẩm hiu mái nhỏ che trời,
Em sẽ đợi...
Lặng lẽ tháng ngày như viên sỏi nhẵn
Anh sẽ cúi đầu

Mòn áo cơm,
Mỏi mòn như củi mục
Mỏi mòn lệ nến khóc tàn phai
Vẫn phải thắp lên
Huy hoàng hay bé mon
Rọi vào hư không những mộng hiền
Làm anh run sợ
Có điều gì đang vỡ vụn trong anh
Thả buông trôi cùng cơn bão cát
Để cuồng phong đưa đẩy tới chân trời
Dù chẳng phải cánh chim trời huyễn hoặc ấu thơ

Chở mộng ảo trùng trùng
Như anh kể
Có trời xanh, biển lớn,
những bến bờ xa lạ cuối chân mây
Còn lại này Em, lời cuối
Thôi đành, hạt cát nhỏ phiêu liêu
Cho anh xin,
Muộn phiền đã chở lời lên khóe mắt
Cách chia nào không bóp nghẹn con tim

ĐÔNG DUY

ĐÔNG DUY
TÌNH YÊU EM ĐỔI MỚI

Tình yêu em đổi mới
Mùa xuân này anh cười hát vang vang
Vút đường xa bụi đỏ,
Đường anh đi,
đếm bước chân mình mở vào quên lãng .
Quê hương mình lời ca hồn hậu quá,
Ngàn yêu thương cùng tiếng biển cồn dâng

Câu chuyện qua rồi,
thoảng chiêm bao ngày cũ
Em bụi đường một sớm chợt bay vào cay mắt,
Nào xá chi nào
Sao ép mãi được hồn ta quên có bầu trời xanh
bát ngát

và cả quê hương này.
Mùa xuân này anh đi vào tươi chín
Tiếng trên trời sẽ nhủ thầm em
Cười lên đi
Hôn yêu tuổi đời mình ngây dại
Ta đi vào
Thênh thang đường rộng mở
Máu cuồng si
Ngào nghẹn chở trong tim
Tình yêu em
Tình yêu em đổi mớ

ĐÔNG DUY

PHAN NI TẤN
ĐẬP VỠ CÂY ĐÀN

Như thường lệ, chuyến tàu Vĩnh Phước chở hành khách chạy từ Rạch Sõi về miệt thứ vừa rời bến trưa nay. Mỗi lần tàu xịt khói chuẩn bị rời bến là lũ trẻ con trên bờ vừa chạy vừa la: “Tàu chạy! Tàu chạy!”. Những cơn gió tháng Sáu mang hơi mát thổi vào boong tàu, thổi tung mái tóc cô Ba ngồi phía trên mui.

Cô Ba là con thứ hai của ông bà Chín Hiến, gồm sáu người con. Ông Chín Hiến, người Triều Châu, là một thương gia giàu có nức tiếng ở chợ Thứ Ba. Ngoài lẫm lúa, quanh năm chứa đầy kho, bao gạo chỉ xanh trăm ký chất từ nền xi-măng lên tới trần nhà, ông còn làm chủ ba chiếc ghe chài, một dẫy nhà lầu ba căn đồ sộ.

Năm 1948 ông Chín Hiến lập gia đình với một phụ nữ Việt (người Tiều gọi là “An-nàm-nán”). Thím Mười, vợ ông Chín Hiến, tánh tình hiền lành, chất phác, suốt ngày chăm chút mảnh vườn, thửa ruộng, tần tảo nuôi con. Trong sáu người con, ba trai, ba gái, ngoài tùa hia Cuôn là anh hai, cô Ba là trưởng nữ trong gia đình. Cô tên Khả Khiếm, nhưng người làm trong nhà vốn quí mến cô, thường thân mật gọi cô là cô Ba.

Cô Ba có nước da đen giòn của người miền biển, mái tóc mượt mà rẽ ngôi, thả dài ngang lưng, miệng lúc nào cũng cười tươi tắn. Cô Ba giống mẹ, có tài quán xuyến từ trong ra ngoài. Hồi nhỏ cổ đã có năng khiếu về nữ công gia chánh. Từ thêu thùa, may vá đến nấu nướng đều giỏi giang. Tổ chức tiệc tùng hay đám cưới đám hỏi nào mà thấy cô lăng xăng trong bếp là ai nấy thảy đều an tâm. Nhớ trước cái Tết năm nào, nhà trường ra thông cáo về chương trình ủy lạo "Cây Mùa Xuân Chiến Sĩ" nhằm nâng cao tinh thần các anh chiến sĩ ngày đêm xông pha ngoài mặt trận, đã khuyến khích các cô nữ sinh gia công thêu những chiếc khăn tay, khăn quàng cổ, đan áo len làm quà tặng gởi ra chiến trường. Cái khăn "mùi-xoa" trắng, mịn màn, thơm phức, viền có ren chạy chỉ xanh chỉ đỏ tỉ mỉ, chính giữa thêu nổi một cành mai vàng rực rỡ khéo ơi là khéo được nhà trường chấm giải nhất; lúc xướng tên mới biết là của cô Ba (chớ còn ai).

Vẻ dịu dàng của một cô gái quê miền biển Rạch Giá như cô Ba trông giống hệt như một nhánh bông trang đỏ dưới nắng mai. Mới có mười tám, hai mươi mà nhiều gia đình đánh tiếng tới xin dạm ngỏ đều bị thím Mười, má cô Ba từ chối thẳng mặt. Hàng tháng vào những ngày cuối tuần, một mình cô cắp nón lá xuống tàu ra chợ Rạch Giá bổ thêm hàng hóa, thực phẩm về bán lại. Cô Ba có khiếu buôn bán mát tay, tánh nết lại cởi mở, nhiệt tình và đôn hậu, nên hàng của cô từ gạo, muối, nước mắm đến quần áo lúc nào cũng bán chạy như tôm tươi.

Biến cố tháng Tư 1975, cùng số phận với những nhà tư sản ở Thứ Ba, tất cả cơ ngơi của ông Chín Hiến đều bị Việt Cộng tịch thu. Căn nhà lầu ba căn biến thành trụ sở Phường Đội và chỗ ở của cán bộ Cộng Sản ngoài Bắc vô. Riêng kho lúa, Việt Cộng phải mang xe Molotova tới chở suốt gần hai tháng trời mới vét sạch kho. Dân Thứ Ba đứng dòm mà tiết đứt ruột. Của người ta đổ mồ hôi sôi nước mắt mần ra lâu nay mà tụi nó ngang nhiên vô ăn cướp ăn bốc bà con coi có tức hông. Thiệt tình.

Từ đó gia đình ông Chín Hiến âm thầm dời về Bờ Xáng, Thứ Hai sống qua ngày.

Từ ngày dời về Thứ Hai, cô Ba phải nghỉ học, ngày ngày dãi dầu ngoài nhà lồng chợ, hàng tháng cô vẫn lui tới giữa Rạch Giá và Thứ Ba mua thêm hàng hóa về buôn bán phụ giúp gia đình.

Từ lúc tàu rời bến chạy được nửa đường, đám thanh niên trạc tuổi cô Ba, ở cùng xóm, trước kia học cùng trường, ngồi chung băng ghế với cô cứ cười đùa, giỡn hớt như tinh. Thỉnh thoảng đi chợ về chung tàu với tụi nó cô Ba thấy vui vui trong bụng. Hồi trưa này, lúc lui cui leo lên mui tàu tìm chỗ ngồi, đã nghe:

- A! chế Khiếm! (giọng thằng Lục Lăng)

- Ủa? Cô Ba đi bổ hàng dìa đó hén. (giọng thằng Tèo, con bà Hai Nhọn)

- Chế khoẻ hôn? (giọng nhỏ nhẹ của con Hón chớ ai)

Cô Ba nhìn quanh thấy có cả đám thằng Xú Liếng, thằng Khều Ngón (tại nó có 11 ngón), chị Út Thôi, thằng Bụng, chị em con Cà Sịng, Cà Em... Cô Ba ngạc nhiên hỏi mới biết tụi nó vừa đi lao động Phường về.

Huyên thiên một hồi, chợt từng dưới có tiếng thùng đàn lụp cụp va chạm liên hồi kỳ trận vào lườn tàu. Cô Ba có vẻ ngạc nhiên ngoái cổ nhìn thằng Kẹ ngồi ở cuối băng có ý dò hỏi. Thằng Kẹ hiểu ý vội thòng đầu xuống dòm thì thấy một người đàn ông khoảng 30 tuổi, cụt cả hai chân gần tới háng, đang ngồi nghiêng ngả ở đầu mũi tàu, cố ôm cây đàn cũ rích như muốn vuột khỏi tay. Thì ra là anh thương phế binh quá giang về miệt thứ kiếm cơm qua ngày. Ai chớ tụi thằng Lục Lăng dòm một cái biết ngay là "tàn dư" của chế độ cũ. Tội nghiệp, không biết ai đã nghĩ ra cách cột anh ta ngồi dính chặt trên một cái võ bánh xe lam cắt mỏng để mỗi lần di chuyển thân thể anh không bị chạm xuống mặt đường làm rách thịt da.

Vốn ma lanh nhưng rất tốt bụng, thằng Lục Lăng chỏ mỏ xuống la: "Anh ơi! Hát một bài nghe đi anh!". "Phải phải. Hát nghe chơi, anh", thằng Thẩm hùa theo. Vậy là cả đám trên mui chồm xuống nhao nhao ở hát đi anh, hát có thưởng nè.

Gương mặt đen đúa, khắc khổ, đầy vẻ chịu đựng phong sương của anh thương phế binh bỗng giản ra. Anh ngước lên mui với ánh mắt biết ơn rồi cúi xuống nhỏ nhẹ cảm tạ bà con cô bác ngồi chung từng với anh cũng "đồng thanh tương ứng". Tay so dây đàn dạo vài trường canh, miệng tằng hắng mấy cái anh bắt đầu cất tiếng hát. Anh hát một hơi ba bản. Cứ dứt một bài là bà con vỗ tay la "bis, bis", yêu cầu hát tiếp.

- Tiếp theo là bài "Con Đường Tình Ta Đi" đi anh.

Lập tức bà chị sồn sồn ngồi băng ghế đối diện phản đối

rống lên một tiếng nữa là tao đập vỡ cây đàn của mầy ra ngay!

Đất nước mà cai trị bằng bạo lực kiểu này thì rõ ràng là điềm báo một tương lai không xáng lạn rồi; dân ngu vẫn ngu, nghèo vẫn hoàn nghèo.

Đúng lúc tàu vừa cặp bến Thứ Ba là tên Công an nhảy lên bờ kêu đồng bọn đang xớ rớ gần đó xuống tàu bắt anh thương phế binh và cây đàn đem đi nhốt. Đúng là bọn tiểu nhơn thất đức, bà con đứng bó tay nhìn theo ơi ới nói vậy.

Phần thêm:

Sau này nghe nói ngay tối hôm đó, tụi thằng Lục Lăng, thằng Tèo, thằng Lém, với con Hón đâu có chịu để anh thương phế binh bị nhốt oan mạng vậy; cả bốn đứa bàn kỹ kế hoạch đâu đó xong mới mò tới trụ sở Công an làm bộ dụ anh cảnh vệ qua quán bà Tư Thìa bên kia đường nhậu vài xị cho vui. (Năm 1977 Ban Quân Quản nhất thời chưa kịp ổn định. Cái gọi là trụ sở Công an thiệt ra chỉ là nhà của dân bị tịch thu làm trụ sở tạm thời mà thôi. Thành ra việc bắt bớ với canh gác còn lỏng lẻo lắm).

Thằng Lục Lăng ra vẻ sành điệu chìa điếu thuốc Tam Đảo cho anh cảnh vệ, chăm lửa nói:

- Nè anh! Mấy ông Công an hồi chiều bắt nhốt cha nội này đang nhậu nhẹt ì xèo dưới quán chệt Ky kìa. Mấy ổng bắt anh ở lại một mình canh chừng thằng cha cụt giò, tức chết! Nè, tụi mầy dắt ảnh qua bển nhậu trước đi. Để tao ở lại canh chừng cho. Mà thằng cha thương phế binh cụt cha nó hai giò lấy chưn đâu mà trốn. Hì hì! Lo gì. Qua bển nhậu cho đã đi anh, thằng Lục Lăng nhiệt tình kéo anh cảnh vệ đứng dậy khẽ đẩy đi. Chỉ chờ có vậy, thằng Lục Lăng làm bộ đứng trước cửa trụ sở Ủy ban canh chừng không tới 2 phút là nó vọt vô nhà hì hục khiêng anh thương phế binh ra cửa sau xuống đò có con Hón cầm chèo chờ sẵn, nhắm hướng Tắc Cậu dông mất tiêu.

Rồi chuyện gia đình ông bà Chín Hiến nghe phông phanh đâu đầu thập niên 80 đã âm thầm vượt biên an toàn tới bến bờ ngay:

- Bậy nà! Người ta làm gì có... chưn mà đòi *con đường tình ta đi với ta* đứng. Ông anh mần một bổn "Một Chăm Phần Chăm" nghe nghen!

Chỗ kia: "Bà chị mới là tầm bậy đa! Hổng hạp không khí..."

Cứ vậy cả tàu ồn như ong vỡ tổ. Chợt ở cuối đít tàu, sau cánh cửa, chỗ nghỉ lưng cho khách có tiếng trẻ con khóc nhề nhệ, rồi tiếng người đàn bà dỗ con (chắc là má thằng nhỏ) cùng lúc có tiếng chửi thề (giọng Bắc) văng ra.

Mặc kệ. Buổi văn nghệ bỏ túi "khi không mà có" đang ra chiều sôi nổi mà. Cứ vậy anh càng ca, thằng nhỏ càng khóc nhè đến nỗi "tiếng chửi thề giọng Bắc" lúc nảy mở xịch cánh cửa ló cổ ra nạt: "Yêu cầu anh kia ngưng hát để con tôi ngủ!". Té ra là một tên Công an áo vàng. Nhưng bà con cô bác trên tàu đang hứng đâu có chịu thôi. Nhất là đám thanh niên ngồi trên mui chỉa mỏ xuống ồn ào phản đối đòi anh thương phế binh cứ hát tụi tui trả tiền.

Bị kẹt giữa "hai lằn đạn" khiến cho cái thân thể không còn toàn vẹn đến tội nghiệp kia trở nên gượng gịu, khó xử đâm ra sượng trân. Đã vậy làm gì có bản nhạc nào vui đâu mà bà con yêu cầu "ca lên cho dzui". Rốt cuộc bản nào cất lên cũng buồn thê thiết làm cái giọng lê thê như muốn kéo cuộc đời bất hạnh của anh cứ dài ra, dài ra, bay theo gió, và bị tại... không có chân nên anh đành để cho nó rơi xuống nước, chìm lỉm.

Rồi tới bài "Đập Vỡ Cây Đàn" anh gân cổ hát: "Đập vỡ cây đàn .*Giận người đập vỡ cây đàn. Người ơi người ơi. Tình ơi tình ơi. Đập vỡ cây đàn. Giận đời bạc trắng như vôi, Giận người điên đảo quên lời...*"

Nhưng qua phiên khúc hai: "*Đập vỡ cây đàn. Giận người con gái yêu nàng. Buồn ơi buồn ơi. Làm sao để nguôi*", tới câu *giận* đời trở như bàn tay... là sanh chuyện.

Tiếng khóc nhề nhệ của thằng nhỏ, má nó dỗ cách nào cũng hổng chịu nín khiến tên Công an nổi điên gầm lên tung cửa phóng ra nhào tới chụp cây đàn quát tháo vào mặt anh thương phế binh:

- Im! Im ngay! Mầy có im ngay không thì bảo! Mầy mà

tự do. Không như hầu hết những gia đình khác, cha mẹ ở một nơi, con cái sống một nẻo, nghe nói ngày nay hai ông bà và con cái họ cùng sống chung một thành phố nào đó bên cái xứ Gia Nã Đại giàu mạnh mà lạnh tét xì dầu. Ối! Cái xứ gì mà nghe nói mùa đông đứng ngoài đường đái chưa xong nước đái đã đông thành tuyết uốn cong vòng thấy ngộ hết sức nghen.

Cũng nghe nói sáu người con của ông bà người nào cũng ăn nên làm ra, đều đã lập gia đình, nhà cao cửa rộng, xe hơi năm ba chiếc, mới keng, rồi sanh con đẻ cái nuôi dạy nên người. Nghe mà mừng cho họ, xưa nay những người nhơn đức được trời thương là vậy, có gì lạ đâu nà.

Riêng cô Ba hình như đã bước vào tuổi 60. Ở cái "lục thập nhàn", thân hình có vẻ đẫy đà, tóc tuy có bạc, sợi rụng ít nhiều mà sao trông cổ vẫn còn mặn mà hết sức; vẫn nói cười cởi mở, vẫn mần ăn buôn bán nuôi mỗi thằng con thôi, mà cũng thành ông kỹ sư này ông kỹ sư nọ. Còn đức ông chồng của cô Ba nghe nói đã nghỉ hưu mấy năm rồi, hình như mắc cái bệnh đãng trí gì đó. Nghe thiên hạ xì xầm "thằng cha cựu sĩ quan gốc núi này ở Việt Nam sức mấy mà với tới cô Ba!" Mà đụng tới sĩ quan sĩ quyết vào thời buổi chiến tranh là thím Mười trề môi: "Lấy mấy ông sĩ quan chỉ mau thành góa phụ chớ sướng ích gì".

Vậy đó, chạy lạc ra xứ người cái gì cũng đổi khác hết trơn. Có điều, hổng cần biết thằng chả là ai mà quơ nhằm cô Ba là tốt số quá chừng rồi! Con Miên, ở đợ trước kia cho ông bà Chín Hiến ngồi bắt chí cho đứa con gái, lắc đầu chép miệng nói:

- Thằng chả hên thiệt à nghen. Chắc kiếp trước có tu.

PHAN NI TẤN

TUỆ TÂM
RU EM MỘT KHÚC MÊ ĐỜI

Cho anh mơ giữa xuân hồng nắng ấm
Áo hồng em anh đứng ngắm ngẩn ngơ
Cánh mai vàng óng ánh rải đường tơ
Mây xoã tóc gió đan từng sợi nắng

Cho anh mơ biển hoàng hôn tĩnh lặng
Cánh hải âu mang khát vọng bay về
Tiếng sóng vỗ ngân nga lời tình tự
Khúc tình ca muôn thuở biển yêu thuyền

Cho anh mơ đôi mắt ấy nhung huyền
Đôi má lúm đồng tiền sâu hun hút
Mơ nhịp bước tháng ngày vui hạnh phúc
Mơ ngày sau đẹp duyên thắm cau trầu

Cho anh mơ giữa dòng xoáy cơ cầu
Câu muối mặn gừng cay luôn gìn giữ
Lời thuỷ chung thấm trong từng câu chữ
Anh ru em, ru một khúc mê đời.

TUỆ TÂM
20/2/2024

TUỆ TÂM
MÙA XUÂN TRONG MẮT EM

Em giấu mùa xuân trong mắt xanh
Đôi hàng mi đọng tuyết long lanh
Tóc may liễu rũ hờn cơn gió
Một nụ môi thơm vấn vương cành

Tôi thấy mùa xuân trong mắt em
Hàng mi lay nhẹ gió bên rèm
Nắng mai khe khẽ thơm hương tóc
Nụ hồng thấp thoáng cửa tim em.

Gió đã se hồng sợi tóc tơ
Kết thành duyên nợ với hồn thơ
Xuân đến xuân đi trong lặng lẽ
Tình xuân rộn rã đến không ngờ!

TUỆ TÂM
5/2/2024

HOÀNG CHÍNH
Mịt Mờ Dấu Chân Quen

Không chờ nàng nói hết câu, hắn quay ngoắt đi, xô cửa phóng ra ngoài. Qua khe cửa hở người đàn bà thấy một vùng tuyết trắng mịt mù. Chưa bao giờ hắn vội vã như thế. Hắn thọc chân vào đôi giầy vải, nhào ra hiên nhà, và lao vào vùng trắng đục cơn bão tuyết hôm qua bỏ lại

Người đàn bà nuốt cục giận nhám nhúa và dầy cộm xuống bao tử. Dám bỏ đi khi người ta đang nói chuyện phải trái xem có được không. Cãi không lại rồi bỏ đi như vậy đó. Có người đàn ông nào lại yếu đuối như hắn không. Trước kia nàng với hắn đều ngang ngửa trong những trận cãi vã. Ấy là thời kỳ vầng trăng mật rất tròn. Rồi đến một thời kỳ cãi không lại nàng, hắn buột miệng lớn tiếng chửi thề như tên khủng bố ném ra trái lựu đạn cuối cùng trước khi xuôi tay đầu hàng. Ấy là thời vầng trăng đã khuyết. Rồi lúc gần đây hắn không cãi nữa. Bởi cãi không lại nàng nên hắn luôn làm ra vẻ toan nói gì đó nhưng rồi im lặng. Như thể thuần phục, hay chống đối ngấm ngầm. Phải như vậy chứ. Nàng nghĩ thà như vậy còn hơn là ném ra trái lựu đạn cuối cùng để sát thương đối thủ còn mình may ra thì sống sót. Cư xử như vậy là hèn. Hôm nay hắn không ném lựu đạn mà xô cửa bỏ đi. Vậy là hắn đã xuống cấp, từ hèn đến nhát. Hèn với nhát thì có khác gì nhau. Không nhìn nhận lập luận của đối phương, cũng không đưa ra lý lẽ để tự bào chữa mà lại tung cửa bỏ đi như thế không hèn nhát thì là gì. Mà hắn đi đâu giữa vùng trắng lòa con mắt của tuyết mùa đông như thế này? Hắn đi đâu? Ô, mà hắn cũng không khoác lên người chiếc áo mùa đông dày cộm nàng mua tặng hắn thời mới lấy nhau hơn mười năm trước. Hắn mặc vỏn vẹn chiếc áo sơ mi đứt cúc và cái quần chạy bộ mỏng tanh.

Mấy thứ ấy đâu phải quần áo mùa đông. Hắn cũng không đi giầy tuyết mà dám đâm đầu ra ngoài như thế. Hắn điên rồi, hắn làm nàng phát điên theo lên mất.

Đi đâu thế? Người đàn bà gào lên với cánh cửa khép kín. Hơi lạnh lùa vào căn phòng lúc hắn tông cửa ra ngoài vẫn còn lởn vởn trong không khí. Anh ơi. Nàng hét lên. Lạnh thế này ra ngoài không mặc áo ấm làm sao chịu nổi. Nàng đứng bật dậy, đẩy cửa ngóng cổ ra ngoài. Cái lạnh hỗn xược ôm chầm lấy nàng. Nàng rùng mình.

Cánh đồng cỏ trước nhà trắng xóa một màu và chói lòa ánh nắng đến nhức con mắt. Nàng ngểnh cổ ra ngoài khung cửa, nhìn qua phải, không thấy ai, nhìn qua trái, không một bóng người. Nàng nhìn những dấu chân người đào sâu trong tuyết rải đều theo nhau phía trước. Những dấu chân xa dần tới cuối tầm mắt. Hắn đi đâu vậy trời! Trước nhà họ là cánh đồng, mùa hạ cỏ mướt xanh xa tít tắp cho tới khi viền bờ một khu rừng thưa dành cho những con sóc nâu, những con thỏ xám, những con cáo vàng sinh sống. Và thỉnh thoảng thiên hạ kéo nhau đến đó cắm trại. Sau cơn bão tuyết đêm qua, chỉ còn mênh mông một cánh đồng tuyết trắng. Hắn đi về phía ấy để làm gì? Đâu có ai sống trong khu rừng hoang vu ấy. Hay là hắn hẹn hò với con nào? Kẻ nào đó gào lên trong trí tưởng người đàn bà. Trời tuyết như thế này, đứa nào dám chờ hắn trong chốn mịt mù ấy chứ. Anh ơi! Người đàn bà hét lên dù biết hắn không nghe được. Hắn có ở quanh đây đâu để mà nghe cho được.

Cái lạnh cứa vào da như mũi dao nhọn. Nàng rùng mình khép cửa lại. Cái ông này! Nàng lẩm bẩm trong miệng. Đi đâu ra ngoài ấy thế. Lạnh chết mất thôi.

Người đàn bà quơ tay khoác vội chiếc áo lông dày cộm. Nàng trùm cái mũ len lên đầu. Nàng thọc chân vào đôi giầy mùa đông. Nàng nhìn vội bóng mình trong tấm gương dài treo bên khung cửa. Giống con gấu trắng vùng Bắc Cực, nàng thầm nghĩ. Không kịp thoa chút son lên môi như thường làm mỗi khi bước ra cửa, nàng vơ vội chùm chìa khóa. Vớt vội chiếc áo khoác mùa đông của hắn. Chiếc áo dày nặng trĩu một cánh tay. Làm gì mà phải bỏ đi cực khổ đến như thế. Vợ chồng có gì thì nói với nhau, sao lại phải lao mình vào tuyết giá lạnh băng như thế. Điên hết cả rồi! Nàng lẩm bẩm, tay vặn mấy lần vẫn không khóa được cánh cửa. Những ngón tay vụng về vì lạnh, vì cơn giận đang quấn quýu, hay vì nỗi lo âu, sự thương cảm đang dần sôi sục trong lòng nàng cũng không biết nữa.

Người đàn bà bước vội xuống khoảng sân hẹp, băng nhanh qua lối mòn cho người đi bộ trước nhà, lảo đảo lao vào cánh đồng tuyết trắng. Cái lạnh sỗ sàng ôm cứng lấy nàng. Hai hàm răng gõ vào nhau lụp cụp. Nàng hì hạch rút từng bước chân lún sâu dưới tuyết. Nàng đi song song với dấu chân của chồng nàng. Trời tuyết đẹp thế này, phải như đừng gây gổ, hai người bước sóng đôi, tay trong tay, kể cho nhau nghe những câu chuyện lặt vặt của đời sống, hạnh phúc biết chừng nào. Việc gì phải cãi vã, việc gì phải hơn thua. Trong cuộc sống lứa đôi, không thể có một người thắng một kẻ thua, bởi có một người thua là cả hai cùng thảm bại. Người ta đã dạy nàng như thế cái hôm hai đứa ngoan ngoãn ngồi nghe chị chuyên viên tâm lý tư vấn chuyện lứa đôi.

Cái lạnh bắt đầu len lỏi qua cổ áo, luồn vào vai, vào lưng, vào ngực. Nàng co người, rùng mình đuổi bớt cái lạnh ấy ra. Anh ơi, đi đâu thế này? Nàng nghe mình thì thầm. Trong lúc chân vẫn vất vả vạch những dấu giầy trên tuyết song song với dấu chân của chồng. Như thể hai người bước sóng đôi buổi sáng mùa đông, sau cơn cơn bão tuyết, hệt đôi tình nhân thời son trẻ rủ nhau băng qua cánh đồng tuyết để tìm một khoảnh khắc tĩnh lặng đến rợn người của chốn bình yên. Chỉ khác là lúc này hai đứa không dạo bước với nhau cùng thời khắc dù những dấu chân vẫn đang sóng đôi trên tuyết trắng.

Mỗi bước đi là một nỗ lực rút bàn chân lên khỏi mặt tuyết dày. Nàng bắt đầu thở hì hạch. Mắt vẫn dán vào những dấu chân của chồng hằn sâu trên tuyết. Hắn đi đâu thế này? Mà hắn mạnh mẽ đến không ngờ. Trời lạnh tám độ âm sau cơn bão tuyết. Áo quần phong phanh, chân đi giầy vải mà hắn lội được trong tuyết xa đến thế này thì quả thật dũng cảm. Nàng thì hai đầu gối đã bắt đầu run vì mỏi. Cánh đồng tuyết phẳng lặng trinh nguyên chỉ có duy nhất những dấu chân của hắn. Và bây giờ thêm dấu chân của nàng. Dấu bước sóng đôi nhưng chân chẳng đồng hành.

Đến khoảng giữa cánh đồng, nàng đoán vậy vì quanh nàng trắng toát một màu chói chang, những dấu chân cho thấy hắn vẫn rong ruổi đều bước. Khoảng cách những dấu chân vẫn đều nhau. Chắc hắn phải điềm tĩnh ghê lắm mới vẽ được những nhịp đều của bước chân như thế. Không vội vã, không hấp tấp cũng không thảnh thơi như kẻ đi dạo. Nàng nheo mắt cho bớt chói. Những dấu chân thẳng hàng của hắn làm nàng chóng mặt. Chiếc áo mùa đông của hắn trĩu nặng làm nhói đau cánh tay nàng. Và bỗng dưng cơn giận xoáy lên hùa với cái lạnh quấn lấy nàng. Mới buổi sáng đã hành hạ người ta như thế này đây. Tình nghĩa phu thê là thế này đây. Có gì không vừa ý thì nói cho nhau nghe. Vợ nói thì chồng biết lắng nghe mới đáng mặt đàn ông, ai lại đùng đùng bỏ đi như thế, nhất là giữa mùa đông tuyết trắng lòa con mắt như thế này. Nàng ngoái cổ lại nhìn về phía căn nhà của hai người. Cũng xa lắm rồi, chắc cũng đến giữa cánh đồng rồi. Đầu kia là cánh rừng. Những cành tuyết đan rối vào nhau. Nàng cúi đầu nhìn xoáy những dấu chân của hắn trên tuyết. Nàng muốn chì chiết, dày vò những dấu chân ấy. Những dấu chân làm khổ nàng. Hắn nỡ lòng nào đày đọa nàng như thế này chứ. Nàng, người đàn bà lấp ló khung cửa bốn mươi của thời gian nhưng vẫn mãi chân yếu tay mềm như văn chương thường phác họa.

Chợt dấu chân hắn dừng lại ở đó. Nàng sững người, ngơ ngác nhìn quanh. Dấu chân hắn lún sâu trên tuyết đến đó là hết. Khoảng mênh mông trước mặt lấp lánh phẳng lì. Hắn biến đi đâu? Không có bất kỳ dấu vết nào khác trên mặt tuyết. Mũi giầy của những dấu chân vẫn hướng về phía trước. Không có dấu chân nào xoay ngang hay đổi hướng. Nàng xoay người nhìn lại phía sau. Hàng dấu chân của hắn vẫn còn nguyên đấy. Phải, trái, phải, trái. Đều đặn, đúng hướng, cho tới khi bỗng dưng không còn nữa. Nàng ngơ ngẩn ngước nhìn bầu trời xanh biếc trên cao.

Tìm gì ở trên những vẫn mây trắng nõn trên ấy chứ? Nàng đay nghiến mình. Nhưng không nhìn lên trời thì còn đâu nữa để nhìn. Bốn phía không dấu vết gì khác ngoài những dấu chân thẳng hàng của hắn. Tim nàng thắt lại trong lồng ngực. Hắn biến đi đâu hở trời. Anh ơi. Nàng gào lên. Âm thanh tan loãng vào không khí. Hai cánh tay nàng rã rời như sắp rụng. Nàng nhìn lại phía sau. Hai hàng dấu chân sóng đôi. Bên trái là hàng dấu chân hắn, bên phải là những dấu chân nàng. Nàng quay lại phía trước. Mặt tuyết trinh nguyên phẳng lặng một màu chói lòa con mắt. Hắn dừng lại ở đây, như nàng đang chết đứng tại chỗ này. Nhưng nàng sẽ phải quay trở lại, về căn nhà ấm cúng của hai người. Còn hắn. Không có dấu chân quay về. Hắn đi đâu? Hắn biến đi đâu hở trời?

Người đàn bà buông chiếc áo dày cộm của hắn xuống tuyết. Chiếc áo nằm rũ trên tuyết như hình hài kẻ thần dân phủ phục trước gã phán quan cay nghiệt. Nàng ngồi thụp xuống, cuống cuồng vung tay đào xới chỗ dấu chân cuối cùng của hắn. Đào bới như điên dại. Như thể nàng nghĩ hắn độn thổ ngay chỗ này. Anh ơi. Đi đâu, về với em, có gì thì nói cho nhau nghe mà. Giả như em nói có sai đi nữa thì anh cũng phải nhường em chứ. Việc gì phải bỏ đi như thế này. Nàng rên rỉ. Những móng tay dài bới tung mặt tuyết, chạm tới lớp cỏ dày. Tuyết vung vãi chung quanh. Người đàn bà dừng lại, đưa bàn tay lên sát mặt, rên rỉ. Anh ơi, anh làm gẫy móng tay em rồi. Tại anh đó. Anh ơi, anh ở đâu? Nàng bật khóc tức tưởi. Về nhà đi mà. Em hứa không mắng anh là đồ vô dụng nữa đâu, em cũng hứa không bảo anh đi đâu thì đi cho khuất mắt nữa đâu…

HOÀNG CHÍNH
hoangchinh.com

VŨ UYÊN GIANG
ĐẤT KHÁCH
LÒNG NHƯ ĐANG CÓ MƯA

Nhớ quá Sàigon của thuở xưa
Ta từ Bưu Điện bước ngang qua
Nhà thờ Đức Mẹ nằm im lặng
Con phố Hàn Thuyên nắng nhạt nhòa

Bóng mát hàng cây gió nhẹ nhàng
Con đường Thống Nhất rộng thênh thang
Thổi tung tà áo bay tha thướt?
Cuống quýt chân ai bước vội vàng?

Người lính tiền phương của chiến tranh
Loanh quanh lạc lối giữa đô thành
Gặp em cô nữ sinh nho nhỏ
Cùng đứng trú mưa dưới mái hiên

Ánh mắt nai tơ ngó thật hiền
Nụ cười tươi tắn đóa hoa tiên
Hồn anh đắm đuối sa trong mắt
Lính chiến nhưng tim lại rất mềm

Hai đứa ngồi trong quán Mai Hương
Nhìn ra khung cảnh ở bên đường
Giòng xe tấp nập tuôn đi mãi
Tiền tuyến về thăm em hậu phương

Cuộc đời như nước chảy hoa trôi
Từ đấy chúng ta xa cách đôi
Bàn cờ thua cuộc từ hôm ấy
Kẻ ở lao lung, kẻ cuối trời

Nhớ đến Sàigon một thuở xưa
Buổi chiều nhạt nắng lại rơi mưa
Gọi thầm khe khẽ tên ai đó
Đất khách trong lòng đang đổ mưa.

VŨ UYÊN GIANG

TÙY PHONG
KHOẢNG KHÔNG

Lênh đênh cửa bể
Đợi một dòng sông
Bao mùa bão giông
Neo thuyền cũng đứt

Tình trôi dạt
Bến không chồng
Gặp em giặt áo mùa đông
Mênh mông hở một khoảng không chứa sầu

Cuốn ta vào giọt mưa ngâu
Chờ con nước cạn mà khâu vá thuyền
Dòng sông vừa vặn khởi duyên
Tình về với biển muôn niên mặn nồng

TÙY PHONG
February 20 at 10:56 PM
Tue 10:56 PM

MỘT CÁI BÚNG TAY

Đốt nến
đợi đêm tàn
nhìn gió
lắc lư say
những ngón tay dài thời gian thừa thải
trống trải về ve vãn bờ vai

Dòng sáp chảy loang tình mềm mại
ngọn lửa lung linh bóng tối gập mình
bầy thiêu thân nhiệt tình tự sát
tí tách thanh âm vun vén ngày

Đời nến ngắn lại
đêm thêm dài
bầy thiêu thân miệt mài
cháy
sáp tượng hình trái tim vụng dại
gió lắc lư say
trống trải bờ vai

Một cái búng tay vỡ tràn bóng tối
nơi tôi ngồi
chỉ còn lại đơn côi

TÙY PHONG

TRẦN DANH THÙY
NGHE NHẠC XUÂN
CỦA TỪ CÔNG PHỤNG…

Góp vào vườn xuân muôn màu muôn sắc của âm nhạc Việt, nhạc sĩ người Chăm của chúng ta có "Tình tự mùa xuân" và "Mùa xuân trên đỉnh bình yên" với những nét rất riêng.

Hãy nghe Tình tự mùa xuân:

"Em, lại đây với anh/ngồi đây với anh/trong cuộc đời này/ nghe thời gian lướt qua/mùa xuân khẽ sang/chừng như không gian/đang sưởi ấm những giọt tình nồng

Tay này tay nắm tay/nhìn nhau đắm say/như chưa bao giờ/ nghe chừng trong mắt nâu/hồn anh đã tan thành mùa xuân/ngọt ngào phủ ấm thiên đường đôi ta…"

Mùa xuân như cái tên của bài hát chỉ là lời tình tự, là sự cảm nhận của hai tâm hồn yêu nhau: mùa xuân 'khẽ' đến để 'sưởi ấm những giọt tình nồng', sưởi ấm họ. Và khi tình đã nồng nàn, trong niềm thăng hoa mà mùa xuân mang đến, tâm hồn của họ lại là một mùa xuân ngọt ngào như đang lạc lối giữa chốn thiên đường.

Và nghe Mùa xuân trên đỉnh bình yên:

"Rồi mai, có một lần tôi đưa em, về trên đỉnh yên bình,

hiền hòa/Một mùa xuân lên cao, hôn lên làn tóc xõa, theo mây trôi, bềnh bồng.

Rồi mai, có một lần tôi đưa em, đưa em về miền nắng ấm./ Những con chim thôi ngủ sau mùa đông lạnh căm./Hát lên gọi mùa xuân rạng rỡ,

Đem mặt trời tô mắt dại tuổi mơ…

Hãy ôm trọn, ôm trọn tuổi xuân./Có một lần vui thôi em,/ đừng cho chết hương tình ngọt ngào./Đỉnh bình yên trên cao/ Xin em giữ kín cho lâu dài,/một mùa xuân đã thắm trong tôi…"

Mùa xuân trong bài hát là một "đỉnh yên bình, hiền hòa". Nơi đó, tình yêu thăng hoa. Mùa xuân nơi đây cũng là 'miền nắng ấm', một sự chuyển hóa của tự nhiên sau những tháng ngày lạnh lẽo, khiến cho tâm hồn con người phấn khởi, cất tiếng ngợi ca mùa xuân đã đến và mang lại những vẻ đẹp cho tâm hồn.

Mùa xuân trong bài hát cũng là một ước nguyện, một lời gọi thiết tha của những người yêu nhau: mùa xuân là niềm vui, niềm hạnh phúc của lòng người nên chúng ta phải 'ôm trọn', phải 'giữ kín cho lâu dài' một tình yêu sắt son, chung thủy.

Có thể nói, khác với nhạc xuân của nhiều nhạc sĩ khác, chúng ta khó tìm thấy những yếu tố ngoại cảnh tiêu biểu của mùa xuân trong nhạc xuân của Từ Công Phụng. Trong nhạc xuân của ông, ta dường như không thấy hoa nở, chim ca hay những âm thanh rộn ràng, những cảnh sắc lung linh; không thấy thời gian và không gian của bốn mùa hoa lá; không thấy những sinh hoạt của con người bình thường khi mùa xuân tới.

Mùa xuân trong nhạc của Từ Công Phụng là mùa xuân của tình yêu của hai kẻ yêu nhau, là khúc hoan ca của hai trái tim của hai tâm hồn khi đập cùng một nhịp và hát lên những lời ngợi ca tình yêu.

Nhạc xuân của Từ Công Phụng là nhạc xuân của tình yêu đôi lứa, là tiếng hát của hoa lòng muôn thuở nhưng cũng là để dành tặng riêng nhau…

TRẦN DANH THÙY

CHU GIANG PHONG

Ở RỪNG.

Chẳng có đấng siêu nhân nào sắp đặt cho chúng mình đâu
sự thật có duyên thì gặp
duyên tan rồi gió thoảng cõi hoang.
Nguyện cầu mong qua hết buồn đau
tâm tịnh sẽ đến ngày an lạc
Em đã trốn vào nơi nghiêm kính
những ước mong văng vẳng vọng về.
Anh lánh chốn rừng xanh thẳm
vẫn vậy mây bay gió thổi
suối reo thác đổ với chim gù
cầu mong mỗi sáng an lành ghé thăm.

CAFE PHỐ SỚM.

Chu Giang Phong
Ta nhấp một ngụm em
Đắng đót đam mê ngày mới
Phố ngoài kia đang trôi rất vội
Những rao bán đời vang rộn nơi nơi.
Quện vào khói sương của hạ đang tàn
Những cánh phượng cuối cùng đã rã
Những bữa tiệc chia tay đã cạn
Ta lại trốn vào thẳm rừng chờ thu thay lá
Chờ mùa tái sinh.

CHU GIANG PHONG
25.6.2022.

MỘT NGÀY....

Chẳng còn gì để mà hờn giận
Khi mắt ta núp vào bóng lá
Ngôn ngữ vô tình trôi đi vội vã
Tìm bờ neo đậu trốn lạ - quen.
Ta còn gì trong nhau khi bóng dẫm bóng tàn ngày
Mặt người ngụp lặn tít mù khơi
Gió hoang sầm sập gõ vào miền chưa tĩnh lặng
Gợi nhắc ta niệm cũ đau buồn.
Em hẹn đợi sao vội bỏ đi
Để sấp ngửa con đường phận số
Con chim oanh xanh hót một lần sau chót
Cho đêm thở dài tiếng dế gọi đơn côi.

MẮT HỒNG.

Em bông hồng cắm nhầm chiếc bình không hợp
Vẫn tỏa hương như đợi như chờ
Ta xa xót ngắm từng cánh hoa sắp rã
Khát một lần làm giọt sương mai đậu lên đôi môi đỏ thắm
Mơ một lần đâu đó gọi tên.
Ta đã lạc nhau cả thời thanh xuân không ước hẹn
Gặp lại nhau vẫn kéo nghiêng vành nón
Che ánh nhìn xa xưa.
Đôi mắt ấy trong veo như chưa từng có một lần đau khổ
Hay nàng luôn ngập tràn hạnh phúc
Có một lần vô tình ta biết được
Sóng gió đời mắt nàng cất tận thẳm sâu...
Mở cửa ngày mới
Nàng run lên trong hoa hồng tưởng tượng
Mắt hoa màu gì khi bình minh rọi chiếu
Những lần yêu khi không có mặt ta
và ta run lên trong sóng sánh mắt người.

CHU GIANG PHONG

ĐẶNG XUÂN XUYẾN
GẶP TRẦN QUANG ĐẠO
“TRONG MƯA XUÂN”

Sáng nay, lang thang ngắm “phố phường” làng facebook, tôi gặp lại chàng thi sĩ Trần Quang Đạo “đầu trần chân đất” “đi mê mải” “dưới mưa xuân rây lộc” ngắm phố phường Hà Nội bằng tâm thế tĩnh tại của người đã ngộ được Đạo của cõi Người, với những câu thơ phảng phất chất men Thiền:

TRONG MƯA XUÂN
Dưới mưa xuân rây lộc
ta đầu trần
mưa cứ rơi đều
Mưa chia không thiên vị
Ta đi
phố phường mờ ảo
hoa đào
quất
hàng quán
bay trong mưa
Nỗi nghèo bay lên trời
năm đói kém

Ta cứ đi mê mải
mắt mua hết phố hết phường
mắt mua hết đào hết quất
mua hết người đẹp trên đường…
Tặng những người chưa gặp
Mưa cứ rơi nữa đi

chốc nữa bên hàng cây dọc phố
ta nẩy những nụ xuân!

TRẦN QUANG ĐẠO
Hà Nội, 01 tháng 02/2024

Tôi ấn tượng với 2 chữ "rây lộc" ở ngay câu thơ đầu: "Dưới mưa xuân rây lộc" bởi 2 chữ "rây lộc" này đã khiến "mưa xuân" của Trần Quang Đạo trở nên đặc biệt và gây ấn tượng khác hẳn với những "mưa xuân" của các nhà thơ khác. Nhờ 2 chữ "rây lộc" mà "mưa xuân" của Trần Quang Đạo trở thành mưa xuân của lòng nhân ái, của khát vọng tình đời. Hình ảnh chàng thi sĩ "đầu trần" đi dưới "mưa xuân" trong khổ thơ đầu thật ấn tượng:

"Dưới mưa xuân rây lộc
ta đầu trần
mưa cứ rơi đều"

Thì rõ, mưa rây mưa bụi hẳn sẽ "rơi đều", sẽ "chia không thiên vị" người sang hay kẻ hèn, người "đầu trần" hay kẻ che ô, đội mũ. Sự thật nghe đơn giản vậy nhưng phải nhờ quan sát thật kỹ, thật tỉnh mới ngộ ra được.

Nhà thơ Trần Quang Đạo đã tách biệt câu cảm thán: "Mưa chia không thiên vị." đứng độc lập với khổ thơ đầu để thêm nhấn mạnh sự chiêm nghiệm, ngộ thức về Đạo của người tu tập. Và nhà thơ thản nhiên cởi bỏ "thất tình lục dục" với những ái ố hỉ nộ, bon chen, giành giật của thói đời, kiếp người mà tĩnh tâm tự tại đắm say cái đẹp của đất trời, của tình đời:

"Ta đi
phố phường mờ ảo
hoa đào
quất
hàng quán
bay trong mưa"

Chỉ bằng 14 chữ với cấu trúc 6 nhịp ngắt dòng, nhà thơ Trần Quang Đạo đã tạc tạo Hà Nội ngày cuối năm qua những thước phim du dương tiếng nhạc, với hình ảnh "phố phường" - "đào" - "quất"... "bay" chậm chậm dưới "mưa rây" đẹp "mờ ảo"

Trần Quang Đạo tôi chợt nhớ tới những câu thơ xót lòng của nữ sĩ Đoàn Thị Lam Luyến trước tình yêu bị trói buộc bởi cái tôi chi phối, cương tỏa: “Ta muốn ôm cả đất/ Ta muốn ôm cả trời/ Mà sao không yêu trọn/ Trái tim một con người” mà thêm khoái những câu thơ thức ngộ đã đạt tới cảnh giới của thi sĩ họ Trần.

Bài thơ khép lại với tiếng cổ vũ hối thúc sức sống nhân ái và phấn chấn niềm tin sự hồi phục kinh tế ngoạn mục với những “nụ xuân” tươi mới, căng tràn sức trẻ:

“Mưa cứ rơi nữa đi
chốc nữa bên hàng cây dọc phố
ta nẩy những nụ xuân!”

Vâng, tiếng reo hân hoan “ta nẩy những nụ xuân” đã khép lại bài thơ ấm, đẹp của tình người, của niềm tin chân ái!

ĐẶNG XUÂN XUYẾN
Hà Nội, chiều 04 tháng 02-2024

HOÀNG ÂN

Cuộc đời viết ,

Bao năm sống giữa cuộc đời
Khi buồn muốn khóc khi cười bật vui
Khi thì sắc sảo làm người
Khi thì vắng lặng hỏi người tri âm
Thế thì Cuộc vẫn hành vân
Và ta vẫn cứ quẩn quanh Cuộc đời.

Về quê viết,

Có còn bấc thổi đầu thu
Rượu phùn mưa nếm thủ từ mấy ông?
Quê cha đất tổ mênh mông
Ta đi rộng bước bàn chân thượng thừa.

Buôn bán viết,

Cuộc bày ra giữa chợ Đời
Mọi cần thiết thứ cho người sắm mua
Chỉ còn một thứ tranh thua
Để dành bán buổi chợ mua cuối cùng.

Ẩn dật viết,

Nước êm đáy lạnh sững sờ
Ngủ quên khí ý, giấu mờ hành vi
Nhạn về thấp thoáng bay đi
Máu xương ở lại hạn kỳ đã lâu

Con đường viết,

Dẫn trâu về dưới núi
Ăn một cọng lá rằm
Mốt mai về chín suối
Riêng dấu đã ngút ngàn.

HOÀNG ÂN *(Thất Lạc Thi Thơ Hoàng Ân)*

TRUNG CHÍNH HỒ
MỘT KHOẢN TRỜI VÔ VỌNG

Tôi dán vào đêm một bóng tôi
Hai mươi năm, một chỗ quen ngồi
Chút hơi hướm cũ còn se sắt
Đọng dưới ngày đi, chưa phai phôi

Đời như con nước trôi đến xiết
May là có em cùng điêu linh
May là ta cũng yêu, thầm đợi
Đến nửa đời nhau còn thất thanh

Trải lắm gian nan, dài lận đận
Một đời chưa đủ với gieo neo
Một thời nhan sắc em còn đượm
Mà nỗi buồn ta bạc đã chiều

Thì thôi, đã trót là nhân ngãi
Lạc giữa trần gian một khối tình
Ta gom thơ lại soi vào mộng
Thắp lửa tìm em một cố nhân

Tiếc chi một khoảng trời vô vọng
Sống-một-lần thôi đã sắc không.

TRUNG CHÍNH HỒ

NGUYỄN THẾ BÍNH

LẠI ĐI TÌM CÕI XA XÔI

Lại đi tìm cõi xa xôi
Khi buồn mẹ tủi, khi vui mẹ buồn
Trên trời mây bện bằng rơm
Nước mưa vắt xuống màu cơm cũng vàng

Mẹ không còn ở với làng
Phất phơ mấy lá tạp tàng phất phơ
Chiều nay nước lở hai bờ
Đầy trong mắt mẹ con chờ trăm năm

Bờ kia có tiếng xa xăm
Đất thoi thóp, đất quại quằn còn ru
Ầu ơi xa nỗi mịt mù
Con run vào những giọt thu chín chiều.

NGUYỄN THẾ BÍNH

HỒ XOA
Nắng mới

Trở về màu nắng những tháng ngày rất xa
Vàng tươi vai nhỏ
Con đường nghiêng qua hai đầu thế kỷ

Trong muộn phiền kỉ niệm hãy còn xanh
Vẫn khát khao trên bờ ngực phập phồng
Nắng mới như một lần ai trở lại

Phơi trên bến xa xác con đò lận đận
Ngập bờ lau lách trổ bông
Những son phấn cuộc đời bỏ lại

Nắng mới trên những hồn xưa ấy
Có bữa cơm ngày mẹ đợi con về
Con đường làng còn đau dấu chân quê

Rồi hoàng hôn ru nắng vào giấc ngủ
Bỏ lênh đênh những giấc mơ chiều
Dấu địa đàng khuya khoắt một tình yêu

HỒ XOA

LÊ VĂN HIẾU
ANH NGUYỆN LÀM LÁ MỤC ĐỂ EM VƯƠN

Học từ anh để xuyên thủng bầu trời
Rẽ mây tìm về vầng Trăng khuyết
Học từ em qua giọt nước mắt
Mình đã gieo thấm đẫm nỗi đau đời .

Học nỗi buồn
Ta lơ đãng đánh rơi
Cứ ngỡ tạo niềm vui
Nào ngờ rụi thiêu mạch nguồn cháy khát .
Bông hoa lay nghiêng rồi gãy gục
Ngọn gió lả lơi
Thổi buốt những lời tình ?
Học viên đá bên đường cứ thế cô đơn
Ngậm ngùi Ngựa xe
Đi qua cả ngàn ngày mà chưa hề được biết .
Giữa đại ngàn xanh
Có vài cành cây chết
Chiếc lá em – anh
Sao cứ thở màu buồn ?

Anh nguyện làm lá mục để em vươn
Làm hòn đá bên đường
Nhìn dòng ngựa xe mà hạnh phúc .
Bầu trời biếc như chưa bao giờ được biếc
Chiếc lá xanh, xanh mãi đến vô cùng ...

LÊ VĂN HIẾU

GHI TỪ CÁNH ĐỒNG CHẾT

Những giai âm đồng vọng
Những giai âm cô thiết
Đã mù mịt khó
Đã đầy huyệt buồn
Hãy kéo xuống , hãy xô xuống
_ Chôn ?
Một bóng đứng dậy , hai bóng đứng dậy
Những bóng nhập nhoạng vô hồn
Bóng người sống , bóng kẻ giãy chết
Bóng kẻ cắp , bóng kẻ chưa ăn cắp
Bóng kẻ trộm thơ , bóng thơ ?
Bóng người cầm cày
Bóng người cầm bút
Người cầm cày vẽ hoa trên luống cày
Người cầm bút vẽ gì trên luống bút ,
Vẽ bóng của mình chăng ?
Đã có nhiều nhà văn
Vẽ bóng mình to
Ngôi nhà luôn thơm ngát
Nhỡ có một con sâu
Đã rú lên : - giết giết ..!
Hôm qua ,
Cô sơn nữ làng tôi , gỡ từng con Sâu
Nhẹ nhàng giữ từng cánh hoa , không vết xước ...

LÊ VĂN HIẾU

HỒNG NHUNG LÊ

Giấc Mơ Một Nhánh Rong

Suỵt ... tuyết đang rơi ...
Tuyết đang rơi quanh bờ biển vắng lặng,
Gió tung nhành rong bay xa tít xa
Dạt trên con sóng hóa đá.
Rong say đắm ngắm hoa lung linh trắng.
Thả ước mơ, vào băng giá!

Ngày đó ...
Sóng xô rong vào ghềnh đá lạnh
Nắng hong nhành rong khô đến hiu quạnh
Chờ mong hoa tuyết lóng lánh
Rong nương theo gió cuốn ra biển lớn
Đón cánh hoa tuyết kiêu sa.
Giấc mơ một nhành rong
Giấc mơ chiêm ngưỡng mùa đông!

Biết không ...
Biển trong xanh êm đềm chẳng trói được
Nhánh rong mềm dần xa sóng nước
Chờ tàn phai thân xác khô héo
Nhẹ tênh bay ra biển không vấn vương
Thỏa ước mơ được chiêm ngưỡng ...

Tuyết rơi ...
Tuyết rơi quanh bờ biển vắng lặng,
Gió tung nhành rong bay xa tít xa
Dạt trên con sóng hóa đá.

HỒNG NHUNG LÊ

TÂN VƯƠNG HUY

CHẠM

Anh âm thầm lặng lẽ
Vui vẻ khi bình minh
Lệ đêm vắng riêng mình
Chẳng ai thấy

Anh tự hỏi
Cơn gió mòn mỏi ngoài trời
Em có phải nhành me nước hây hẩy trêu gió nam
màu hồng đỏ khi chín gợi người một cõi
lộ phần thịt trắng mướt
Chạm vào không khéo sẽ xước tay
vương nỗi đau theo mỗi ngày

Hoàng hôn buồn
Em có biết
Cứ mỗi chiều rót hồn vào ai
Gom nỗi tương tư treo đỉnh gió
Anh ngó bụi trăn trở
Gặp gỡ rồi chia ly
Nỗi tỉ tơi ai thấu
kiếp nhân sinh.

TÂN VƯƠNG HUY

TÂN VƯƠNG HUY
NẾU ĐÔNG...

Nếu cơn gió bấc không về
Làm sao ta thấu câu thề lứa đôi
Đông về chải tóc triền đồi
Chải lưng bông cải chải hồi chuông ngân

Đêm dài đạp quẫy sương lăn
Cuốn xoài xõa tóc cho vầng trăng rơi
Gió đi bấu riết muôn nơi
Cho sương rơi lạnh núi ngồi ướt mi

Phải chăng cánh gió cười phì
Rơi câu nguyện ước xuân thì nơi đây
Nếu đông không có gió bầy
Làm sao ta hiểu đó đây chuyện đời.

TÂN VƯƠNG HUY

NGUYỄN AN BÌNH
VIẾT BÊN BỜ SÔNG VÀM CỎ

Anh lại về bên dòng Vàm Cỏ
Nghe âm vang mái chèo khua sóng vỗ
Nước nghiêng soi từng mảng mây trời
Khóm lục bình biêng biếc rủ nhau trôi
Kết thành dải lụa mềm xanh mướt
Đàn cò trắng lặng lẽ
Chờ cõng nắng qua sông
Sương giăng mờ mây xám
Chảy về đâu mưa nắng thuở ban đầu
Thuyền ai tìm bến đổ
Dưới cơn mưa giữa mùa
Chạm vào lòng dâu bể.

Anh lại về bên dòng Vàm Cỏ
Hoàng hôn buông nắng cuối chân trời
Dạt dào tiếng sóng
Bìm bịp kêu
Neo thời gian dừng lại
Gọi con nước vơi đầy
Hòa vào lòng câu hò lữ thứ
Mênh mông nỗi buồn
Hạt phù sa chở nặng
Tình yêu anh dành cho em
Bốn mùa lấp lánh
Dòng sông của tháng năm huyền thoại
Thăng trầm hợp tan.

NGUYỄN AN BÌNH

HỒ CHÍ BỬU

BẠN VỀ AM CŨ THĂM TA

Gởi SaChiLe.

Trời đất ! Nhà ngươi ở đâu lù lù tới
mấy chục năm rồi không thấy mặt nhau
dè đâu ngươi cũng dính vòng danh lợi
cõi phù hư mấy đợt lao đao

thì thôi -phủi chân ngồi xuống chiếu
làm với nhau xị mốt xị hai
ở đây không có hoan hô hay đả đảo
không có dùi cui – không có khói cay

tìm rách mắt cũng không có em dài tóc
cứ tưởng như ta gối mỏi chân chùn
đừng hỏi tại sao đầu ta trọc lóc
cuộc hành hương đời lọt xuống mê cung

gần tám mươi rồi không biết già chưa ?
sao vẫn thèm bia- vẫn mê con gái
sao vẫn cứ ham nỗi đau cuồng dại
tự hành hạ mình chẳng biết trách ai ?

ta nhìn nhau - tức cười tên tiểu tốt
sao ngươi cười nhẹ hều vậy lục lăng ?
nhớ hồi đó hai thằng học chung một lớp
ngươi khoái con Vân – ta kết em Hằng

cạn ly đi - người về từ xứ tuyết !
Canada - lạnh lắm - biết rồi !
người bạn già đã bao năm biền biệt
say hết đêm nẩy - kể chuyện nổi trôi

ngươi hỏi ta còn làm thơ không hả ?
chẳng làm thơ thì ta biết làm gì !
ta ấm ức nên thơ toàn dung tục
ngươi lỡ nghe rồi xin đừng hỏi mần chi !

ta cất am - cạo đầu mà ăn mặn,
làm Lỗ Trí Thâm lây lất qua ngày
tu cái gì mà cái đầu cứng ngắt
tuần bảy ngày – bữa xỉn bữa say…

HỒ CHÍ BỬU

LÊ KHÁNH NHÂM

MỘT ĐÔI

Anh vẫn ví mình là đôi đũa
Không cùng mẹ mà yêu nhau đến thế
Chẳng rời xa hay giận dỗi bao giờ
Dẫu gian nan vất vả bộn bề

Tình mãi nồng chọn nghĩa phu thê
Dù một ngày anh đi xa không về
Em vẫn đợi giữa cuộc đời cám dỗ
Em lẻ loi trong ngưỡng cửa màn đêm

Dẫu biết rằng tình chia hai nửa
Em với anh như đôi đũa trên môi
Nếu ngày mai thiếu đi một chiếc
Chẳng thể nào hòa hợp đâu anh

Dù cơ hàn hay giàu sang phú quý
Mãi kề vai sát cánh trọn đời
Dẫu có lúc mình chẳng ở cùng nơi
Nhưng hai ta tuy hai là một

Nếu một ngày anh đi cùng người khác
Như đôi đũa thiếu đi tri kỷ
Sẽ cô đơn trong bó đũa đông người
Chỉ thuộc về chiếc đũa em thôi
Yêu say đắm nghiêng ngả cuộc đời
Không thể hẹn cũng chẳng lừa dối
Em với anh đi qua đêm tối
Mãi như là đôi đũa phu thê.

LÊ KHÁNH NHÂM

GIỌT THU
MẸ LÀ TẤT CẢ YÊU THƯƠNG

Con chưa viết được gì về sự yêu thương
Về tình yêu của mẹ
Người đã cho con cả bầu trời thơ bé
Từ lúc nằm nôi rồi đi cả cuộc đời

Con chưa đáp đền ơn dưỡng dục mẹ ơi
Chưa có niềm vui nào để khoe với mẹ
Những vùng đất mà con thường nghe đến
Chưa một lần đưa mẹ du lịch ngắm nhìn mây

Cuộc sống đơn sơ giản dị qua ngày
Mẹ vẫn mỉm cười trao con nhiều mơ ước
Mẹ như suối nguồn yêu thương tha thiết
Như biển trời trong tâm trí của con

Cảm ơn mẹ bằng cả trái tim
Để cho chúng con được đủ đầy hạnh phúc
Một đời nắng mưa lo toan khổ cực
Vẫn nhen nhóm lửa hồng trong tất cả giấc mơ con

Mẹ ơi! Tuổi xế hao mòn
Mong mẹ khoẻ bình an bên con cháu
Kính yêu mẹ từ khi con thơ ấu
Đi cả cuộc đời con yêu mẹ nhiều hơn...

GIỌT THU
(Lê Thị Hạnh)

TÔN NỮ MỸ HẠNH
VŨ KHÚC MƯA

Tháng tư bỗng lên cơn áp thấp
Từ trong sâu thẳm đất trời
Tôi hình dung một ngày nào đó chiêm ngưỡng
Một vũ khúc mưa bất chợt
Đỏng đảnh điệu tango hào nhoáng
Trên sàn nhảy
Hất tung từng chiếc lá vàng
Chếnh choáng say men rượu sa kê
Sau cơn ân ái.

Tháng tư chợt thổi bùng ngọn gió
Chao chác sấp ngửa qua sông
Xoáy tròn vũ khúc mưa rào rạt
Bóng người trên sân ga
Trôi theo tiếng còi tàu xa hút

Hành trang bước vào đời
Chỉ là vực nước mắt
Cho tất cả những ai ấp ủ giấc mơ
Không thành hiện thực.

Tháng tư xới tung cơn đau thành tia chớp
Lòng bỗng dưng muốn khóc
Vũ khúc mưa! Vũ khúc mưa ngày nào
Có mang hương thơm của đất trời
Có mang nỗi nhớ quay trở về
Tôi chờ đợi điều gì mịt mù trong ký ức
Tái sinh tâm hồn cạn kiệt
Ngọt ngào đồng vọng hoan ca.

TÔN NỮ MỸ HẠNH
7-3-2024

THÂN HỮU VĂN NGHỆ SĨ

***

VÔ CÙNG THƯƠNG TIẾC

Nhà thơ PHAN XUÂN SINH

(1948-2024)

Đã từ biệt chúng ta về cõi khác.

Xin chân thành chia buồn cùng chị Thiên Nga và tang quyến.

Cầu nguyện hương hồn anh tiêu diêu lạc cảnh.

Hà Nguyên Du- Lâm Chương- Nguyễn Xuân Thiệp - Nguyễn Trọng Khôi - Dư Mỹ - Phạm Văn Nhàn - Lương Thư Trung - Nguyễn Hàn Chung - Trần Phù Thế - Đỗ Xuân Quang- Hoảng Lộc - Uyên Hà- Tô Thẩm Huy - Nguyễn Vy Khanh - Phan Ni Tấn - Thành Tôn - Trần Yên Hòa - Nguyễn Đình Thuần - Song Thao - Luân Hoán - Hoàng Xuân Sơn - Đức Phổ…

Toàn BBT và quí cộng tác viên tạp chí VĂN HỌC MỚI :
Vô cùng thương tiếc NHÀ THƠ

PHAN XUÂN SINH

Pháp Danh Thiện Thời
Đã ra đi lúc 12 giờ sáng ngày 28 tháng 2 /2024
(nhằm ngày 19 tháng giêng năm Giáp Thìn) tại Houston, Texas

Hưởng thọ 78 tuổi

BBT Tạp chí Văn Học Mới thành kính chia buồn cùng chị Nguyễn Thị Thiên Nga và gia đình . Cầu hương linh Nhà thơ sớm siêu thoát

Hoàng Ân, Nguyễn Lương Ba, Nguyễn Thị Thanh Bình, Phạm Quốc Bảo, Nguyễn An Bình, Hoàng Chính, Lâm Chương, Khaly Chàm, Ngọc Chuyển, Quyên Di, Đông Duy, Phan Hạ Du, Viên Dung, Triều Hoa Đại, Phạm Xuân Đài, Đào Trung Đạo, Nguyễn Tiến Đức, Trần Duy Đức, Trần Vạn Giã, Vũ Uyên Giang, Truong Vu Giang, Hạ Quốc Huy, Thái Tú Hạp, Ngã Phương Huyễn, Nguyễn Trung Hối (Phương D Faria),Mộng Yên Hà, Phan Tấn Hải, Trần Việt Hải, Nguyễn Thị Hồng Hải, Lê Hữu, Trần Yên Hòa, Kimchi Hoàng, Lê Văn Hiếu, Lê Minh Hiền, Nguyên Hà, Khế Iêm, Đỗ Kh, Nguyễn Vy Khanh, Doãn Khánh, Sa Chi Lệ, Mã Lam, Khánh Lan, Nguyễn Thị Ngọc Lan, Nguyễn Đình Từ Lam, Ca sĩ Thanh Lan , Nguyên Lê, Nguyễn Vĩnh Long, Trần Dạ Lữ, Trang Luân, Lê Tuyết Lan, Miêng, Phan Thành Minh, Chu Vương Miện, Tràm Cà Mau, Nguyên Minh, Phan Thành Minh, Ngô Nguyên Nghiễm, Chu Thụy Nguyên, Cổ Ngư, Mai Ninh, Nguyễn Thị Ngọc Nhung, Huỳnh Liễu Ngạn, Minh Nguyễn, Quang Nguyễn, Quỳnh Nga, Trần Thoại Nguyên, Nguyễn Quang Nhạc, (Trần Văn Nam - Thu Nguyen), Nhật Nguyễn, Nguyễn Minh Nữu, Cao Mặc Niệm, Lê Khánh Nhâm, Đức Phổ, NP Phan, Nguyễn Nguyên Phượng, Mai Văn Phấn, Tiểu Lục Thần Phong, Hoài Phong, Chu Giang Phong, Tùy Phong, Từ Công Phụng, Hạ Đỏ Bích Phượng, San Phi, Phan Tưởng Niệm, Bạch Xuân Phẻ, Đỗ Quyên, Phan Công Quan, Hà Bạch Quyên, Lữ Quỳnh, Nguyễn Văn Sâm, Hoàng Xuân Sơn,, (Nguyễn Đình Toàn - Nguyễn Đình Thư), Hoàng Ngọc-Tuấn, Nguyễn Minh Triết, Phan Ni Tấn, Trần Văn Tích, Đinh Phụng Tiến, Trần Hoài Thư, Nguyễn Đức Tùng, Khánh Trường, Ngự Thuyết, Thành Tôn, Thu Thuyền, Phan Thị Trọng Tuyến, Quỳnh Thi,, Lê Hưng Tiến, Lê Hữu Minh Toán, Xuân Thủy, Bích Thủy, Nguyễn Trí, Nguyễn Kiến Thiết, Huỳnh Viết Tư, Phạm Hồng Thái, Nguyễn Thanh Tuấn, Tuệ Tâm, Tuệ Trung, Trần Quý Trung, Trần Danh Thủy, Nguyễn Đình Phượng Uyển, Trần Hoàng Vy, Trần Hạ Vi, Lưu Diệu Vân, Nguyễn Khôi Việt, Ngô Tinh Yên, Đặng Xuân Xuyến...

Toàn BBT và quí cộng tác viên tạp chí VĂN HỌC MỚI :
Vô cùng thương tiếc NHÀ THƠ

NGUYỄN THANH CHÂU

(1951 - 2024)

Đã đột ngột ra di lúc quá cảnh ở Đài Loan trên đường trở lại Mỹ sau khi thăm quê nhà Việt Nam - ngày 7 tháng 3 /2024

Hưởng thọ 73 tuổi

BBT Tạp chí Văn Học Mới thành kính chia buồn cùng toàn gia đình tang quyến
Cầu hương linh Nhà thơ sớm siêu thoát

Hoàng Ân, Nguyễn Lương Ba, Nguyễn Thị Thanh Bình, Phạm Quốc Bảo, Nguyễn An Bình, Hoàng Chính, Lâm Chương, Khaly Chàm, Ngọc Chuyển, Quyên Di, Đông Duy, Phan Hạ Du, Viên Dung, Triều Hoa Đại, Phạm Xuân Đài, Đào Trung Đạo, Nguyễn Tiến Đức, Trần Duy Đức, Trần Vạn Giã, Vũ Uyên Giang, Truong Vu Giang, Hạ Quốc Huy, Thái Tú Hạp, Ngã Phương Huyền, Nguyễn Trung Hối (Phương D Faria),Mộng Yên Hà, Phan Tấn Hải, Trần Việt Hải, Nguyễn Thị Hồng Hải, Lê Hữu, Trần Yên Hòa, Kimchi Hoàng, Lê Văn Hiếu, Lê Minh Hiền, Nguyên Hà, Khế Iêm, Đỗ Kh, Nguyễn Vy Khanh, Doãn Khánh, Sa Chi Lệ, Mã Lam, Khánh Lan, Nguyễn Thị Ngọc Lan, Nguyễn Đình Từ Lam, Ca sĩ Thanh Lan , Nguyên Lê, Nguyễn Vĩnh Long, Trần Dạ Lữ, Trang Luân, Lê Tuyết Lan, Miêng, Phan Thành Minh, Chu Vương Miện, Tràm Cà Mau, Nguyên Minh, Phan Thành Minh, Ngô Nguyên Nghiễm, Chu Thụy Nguyên, Cổ Ngư, Mai Ninh, Nguyễn Thị Ngọc Nhung, Huỳnh Liễu Ngạn, Minh Nguyễn, Quang Nguyễn, Quỳnh Nga, Trần Thoại Nguyên, Nguyễn Quang Nhạc, (Trần Văn Nam - Thu Nguyen), Nhật Nguyễn, Nguyễn Minh Nữu, Cao Mặc Niệm, Lê Khánh Nhâm, Đức Phổ, NP Phan, Nguyễn Nguyên Phượng, Mai Văn Phấn, Tiểu Lục Thần Phong, Hoài Phong, Chu Giang Phong, Tùy Phong, Từ Công Phụng, Hạ Đỏ Bích Phượng, San Phi, Phan Tưởng Niệm, Bạch Xuân Phẻ, Đỗ Quyên, Phan Công Quan, Hà Bạch Quyên, Lữ Quỳnh, Nguyễn Văn Sâm, Hoàng Xuân Sơn,, (Nguyễn Đình Toàn - Nguyễn Đình Thư), Hoàng Ngọc-Tuấn, Nguyễn Minh Triết, Phan Ni Tấn, Trần Văn Tích, Đinh Phụng Tiến, Trần Hoài Thư, Nguyễn Đức Tùng, Khánh Trường, Ngự Thuyết, Thành Tôn, Thu Thuyền, Phan Thị Trọng Tuyến, Quỳnh Thi,, Lê Hưng Tiến, Lê Hữu Minh Toán, Xuân Thủy, Bích Thủy, Nguyễn Trí, Nguyễn Kiến Thiết, Huỳnh Viết Tư, Phạm Hồng Thái, Nguyễn Thanh Tuấn, Tuệ Tâm, Tuệ Trung, Trần Quý Trung, Trần Danh Thùy, Nguyễn Đình Phượng Uyển, Trần Hoàng Vy, Trần Hạ Vi, Lưu Diệu Vân, Nguyễn Khôi Việt, Ngô Tinh Yên, Đặng Xuân Xuyến...

TRÂN TRỌNG GIỚI THIỆU
46 BÀI CA TÂN CỔ GIAO DUYÊN
SOẠN GIẢ
TRƯƠNG KHANH (HND)
NXB VĂN HỌC MỚI TÁI BẢN LẦN THỨ 2
TỪ CUỐN 45 BCTCGD ẤN HÀNH NĂM 2005

TRÂN TRỌNG GIỚI THIỆU TUYỂN TẬP
KHẢO LUẬN VĂN HỌC
của Nhà văn /Nhà biên Khảo
NGUYỄN MINH TRIẾT

VĂN HỌC MỚI
XUẤT BẢN TẠI HOA KỲ 2022

33 Nhà văn Nhà thơ Hải Ngoại

MỘT TUYỂN TẬP NHẬN ĐỊNH VĂN HỌC

Một quyển sách thật giá trị về mặt Văn Học
Được biên soạn rất công phu và tâm đắc, nằm trong gia tài
đồ sộ hay trên kệ sách của Nhà Biên Khảo, Phê Bình, Nhận Định Văn Học
có nhiều văn bằng chuyên môn: NGUYỄN VY KHANH ...
Người yêu văn học nên đọc, để biết thêm về những
sinh hoạt như thế nào với những cây bút sáng tác thơ, văn Hải Ngoại
Sách có bán trên mạng toàn cầu Amazon:
HOẶC LIÊN LẠC MUA SÁCH:
Nguyễn Vy Khanh & Nguyễn Publishings
qua Email: nguyenvykhanh@yahoo.com

19 Nhà văn và 14 Nhà Thơ sau đây:

1. Hoàng Chính	1. Cao Đông Khánh
2. Hoàng Khởi Phong	2. Du Tử Lê
3. Hồ Minh Dũng	3. Hà Nguyên Du
4. Lâm Chương	4. Hoàng Lộc
5. Mai Thảo	5. Hoàng Xuân Sơn
6. Nguyễn Mộng Giác	6. Luân Hoán
7. Nguyễn Trung Hối	7. Nguyễn Nhi
8. Nguyễn Văn Sâm	8. Nguyên Sa
9. Nhật Tiến	9. Nguyễn Nam An
10. Phùng Nguyễn	10. Quan Dương
11. Song Thao	11.Sương Mai
12. Thảo Trường	12.Thái Tú Hạp
13. Trần Hoài Thư	13. Tô Thùy Yên
14. Võ Kỳ Điền	14. Trần Trung Đạo

15. Xuân Vũ, Hồ Trường An, Kiệt Tấn,
Nguyễn Tấn Hưng, Phùng Nhân: Nỗi nhớ qua năm tác giả

Sách gồm 20 tiểu luận và biên khảo mới hoặc đã được cập nhật:
Văn-Học chữ quốc-ngữ thời đầu
Miền Nam khai phóng
Miền Nam đạo lý
Văn-học yêu nước
Tiếng Việt qua một số tác-phẩm chữ quốc-ngữ thời đầu
Báo-chí và tình hình văn-học chữ quốc-ngữ đến hết giai đoạn 1954
Về Nguyễn Đình Chiểu và lý-luận văn-học
Trương Vĩnh Ký và các tác-phẩm văn xuôi tiền-phong
Huỳnh Tịnh Paulus Của
Trương Minh Ký
Nguyễn Trọng Quản, Hồ Biểu-Chánh và Ảnh hưởng Âu-Tây trong thể-loại tiểu-thuyết thời đầu
Thể-loại Tự truyện với Chơn Cảm Tự Sự
Lê Hoằng Mưu, nhà tiểu-thuyết tiền phong
Nhìn lại sự-nghiệp hiện-đại hóa của Nguyễn Văn Vĩnh
Nỗ lực hiện đại hóa tiểu-thuyết của Hồ Biểu-Chánh
Ngôn-ngữ của tiểu-thuyết Hồ Biểu Chánh
Nguyễn Thị Manh-Manh
Hồ Văn Hảo và Thơ Mới biểu-thực
Thi ca yêu nước của Vũ Anh Khanh
Đôi nét về Văn-học Công Giáo Việt Nam
&
Mua sách:
Liên lạc NXB Nhân Ảnh:
Ông Lê Hân
han.le3359@gmail.com - (408) 722-3628
Mua online qua amazon:
Bìa mềm $48: https://www.amazon.com/dp/1685788106/
Bìa cứng $45: https://www.amazon.com/dp/1483499448/

Nguyễn Vy Khanh

NGUYỄN KIẾN THIẾT
NHỮNG TRANG VĂN
ĐỜI TÔI

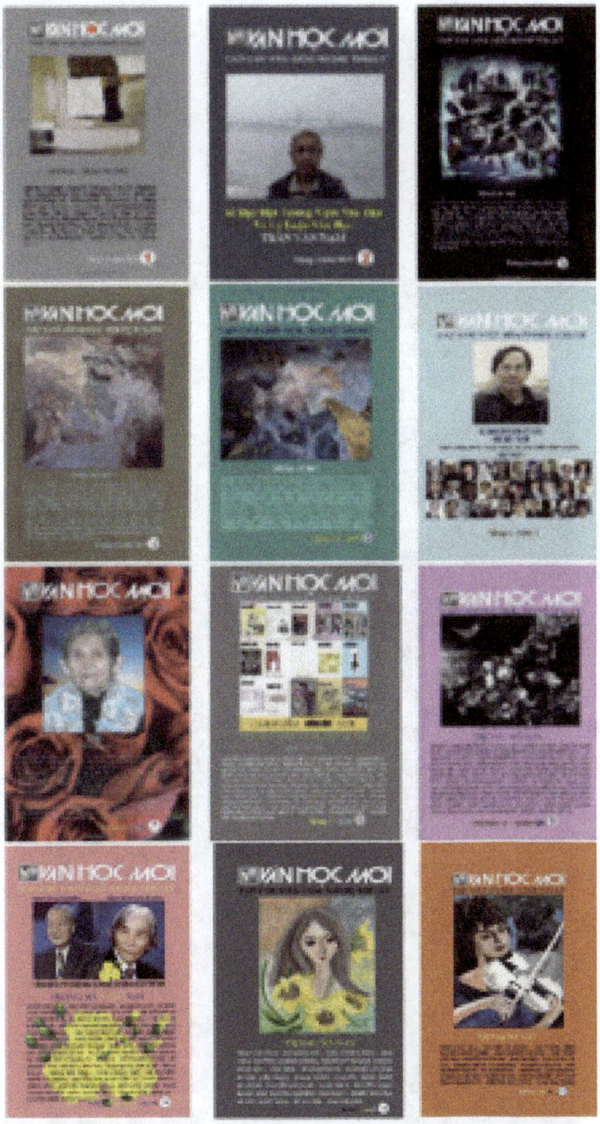

OSHO
BÓNG TRE
NGUYỄN VY KHANH
SỐNG VÀ VIẾT
Ở NGOÀI NƯỚC
TUYỂN TẬP THƠ
ĐỨC PHỔ

DOCTOR OFFICE
KELVIN MAI
INTERNAL
MEDICINE
(714) 332-1069
Uy tín - Tận tâm
An Khang Thịnh Vượng

Với những người xa chướng thi ca, thì thơ Tân Hình Thức, hầu như ai cũng biết, cũng nghe qua, đọc qua. Nhưng "nhạc Tân Hình Thức" thì đây là lần đầu tiên tôi mới được Nhà thơ Hà Nguyên Du cho nghe.

Hà Nguyên Du là một trong những người tham gia sớm và cùng đẩy mạnh phong trào thơ Tân Hình Thức, sau khi Nhà thơ Khế Iêm là người khởi xướng. Nhưng phổ nhạc từ thể thơ này thì được biết, hẳn anh là người tiên phong. Thơ Tân Hình Thức vốn không dễ làm, nên nhạc Tân Hình Thức cũng không dễ phổ thành ca khúc.

Vì thơ Tân Hình Thức như là một loại văn xuôi được cấu trúc dưới hình thức vắt dòng, phá cách, không vần điệu, theo ngữ nghĩa, thất ngôn hay lục bát... mà thành. Cho nên khởi xướng thành nhạc từ thể loại này rất dễ bị ảnh hưởng vào cung cách của văn xuôi.

Tuy nhiên, thơ Tân Hình Thức cũng có nhạc tính nên khi phổ nhạc Hà Nguyên Du đã cố gắng thoát ra khuôn sáo trường qui mà tạo được một hình thức tương đối mới lạ trong âm nhạc và lời ca. Đặc biệt, khi phổ nhạc, Hà Nguyên Du chấp nhận để ý nguyên gốc, đã không sửa đổi hay thêm thắt chữ nào, ý nào từ bài thơ của các nhà thơ Tân Hình Thức.

Âm nhạc khơi lên từ thơ hình thức, ngôn ngữ và hình ảnh nghệ như của văn xuôi, nên lời ca được Hà Nguyên Du khéo léo thắp cánh nâng lên, bay bổng bằng nhạc thuật, dù giản dị nhưng đi thẳng vào tâm tưởng người nghe... **Nhạc sĩ Phan Ni Tấn**

Hà Nguyên Du là một trong những người làm thơ nổi tiếng ngay từ trước 1975 và khi ra hải ngoại, với nhiều thi tập đã được xuất bản và được giới yêu thơ dành cho nhiều hảo cảm đặc biệt...

Thi sĩ còn ở trong cương vị của một người làm thơ Tân Hình Thức, với cung cách tích cực đẩy mạnh phong trào, ngay từ khởi đầu tham gia.

Thơ THT vốn là một thể loại thơ mới lạ, khó đọc, khó làm vì phá khổ phá luật, vì thế không phải ai cũng có thể sáng tạo được một bài thơ – giống như một ma thuật huyền hoặc những hương hình trong ngôn ngữ – nếu người làm thơ không phải là người có kỹ năng sáng tạo cao độ cả về thi ngôn lẫn bề dày kinh nghiệm sống sâu sắc trong cuộc đời.

Hà Nguyên Du, gần như là người viết nhạc duy nhất đã thổi hồn nhạc thêu dệt nên những bài thơ nhạc qua thể loại Tân Hình Thức, mà không cần sửa chữa hay thêm bớt một chữ. Đó là một tài ngoại hạng mà không phải ai cũng có thể làm nổi được.

Để chứng minh điều nói này, tôi nghĩ, những người yêu thơ, nhất là đối với thể loại thơ Tân Hình Thức do Hà Nguyên Du phổ nhạc, rất nên tìm nghe CD Nhạc Thơ Tân Hình Thức do ông mới vừa thực hiện xong hơn 3 năm qua với nhiều thử thách cả về vật chất, kỹ thuật, lẫn tinh thần.

Nguyễn Hà- Nhạc sĩ / Ký giả /TB Sống & Saigon Mới Magazine.

Viết về CD "Nhạc Thơ Tân Hình Thức" của **Hà Nguyên Du**

Như một dấu tôi đã viết như sau về tập thơ anh sắp xuất bản. Xin trích:

Và cứ như thế, tôi lại kinh ngạc, khi khám phá ra thêm một phương diện nào khác về Hà Nguyên Du. Thí dụ, khi biết rằng anh sáng tác nhạc, và các ca khúc lại rất mực xuất sắc... Và, xin trích:

Có một điều tôi biết chắc rằng, đối với Hà Nguyên Du, thơ là cơm hàng ngày để ăn, là nước hàng buổi để uống, và là khí trời trong từng khoảng khắc anh hít thở.

Thì nay, việc sáng tác nhạc của anh hòa nhập vào đời thơ làm thăng hoa cuộc sống khôn khéo. Đây cũng là "khí trời trong từng khoảng khắc anh hít thở".

Tôi chỉ là người nghe nhạc lâu năm, nên thẩm âm trở thành thói quen... Vì thế tôi dễ nhận ra hay dở của một ca khúc...

Về thơ Tân Hình Thức là loại thơ không vần điệu, với ngôn ngữ đời thường. Dù chỉ dễ đọc, nhưng Hà Nguyên Du khám phá ra tính nhạc của nó không kém, so với thơ truyền thống. Từ đó, cách đây 3 năm cho tới nay, anh vẫn là người đầu tiên phóng mình với nốt nhạc để hoàn thành sứ mệnh "phổ nhạc thơ Tân Hình Thức". Với tâm nhiệm bền khi đã được sự ủng hộ nhiệt liệt chưa từng có, của quí anh em là những Nhà thơ trẻ ở hải ngoại cũng như trong nước... Thì dù khó khăn nào, anh cũng đã điền hoàn thành tốt đẹp, như hôm nay tôi có trong tay và đã nghe đi nghe lại nhiều lần. Tôi không ngại để nói lời khen như trích dẫn ở trên là "các ca khúc rất mực xuất sắc". Tôi nghĩ, khi quí vị nghe thì sẽ cùng đồng nhận định như tôi.

Bởi, thơ THT là loại thơ khó làm khó đọc mà phổ nhạc lại càng khó hơn gấp bội.

Tuy nhiên, Hà Nguyên Du vẫn không ngại, mà vẫn nỗ lực như ngay từ đầu cùng mục đích với người khởi xướng phong trào là Nhà thơ Khế Iêm. Quyết cùng nhau đẩy mạnh cuộc cách tân lịch sử, thật mới mẻ, chưa từng có của thơ Việt là thơ Tân Hình Thức.

Và kỳ diệu thay, anh đã thành công, nổi bật nhất là anh "không sửa một chữ nào". Anh vẫn giữ nguyên bản gốc của các Nhà thơ, mà nhạc anh phổ, khi nghe qua vẫn hay như những ca khúc hiện hành... **Nguyễn Giác Phan Tấn Hải**

LÊ NGUYÊN **273** tâm huế - tình huế trong thơ Hồ Đắc Thiếu AnhGIỚI

NXB VĂN HỌC MỚI
TRÂN TRỌNG
GIỚI THIỆU SÁCH ĐÃ ẤN HÀNH VÀ
GIÁ SÁCH BÁN TRÊN CỬA HÀNG AMAZON

oOo

1. Lối Khác - Thơ Hà Nguyên Du
Giá $ 18.00
2. Anh Biết Em Yêu Dấu - Thơ Hà guyên Du
Giá $ 20.00
3. Gene Đại Dương - Thơ Hà Nguyên Du
Giá $12.00
4. Vầng Thơ Trên Đóa Quỳ Vàng - Thơ Hà Nguyên Du
Giá $20.00
5.,Văn Học Mới số 1
Giá $ 15.00
6. Văn Học Mới số 2
Giá $ 18.00
7. Văn Học Mới số 3
Bìa mềm giá $ 18.00 - Bìa cứng giá $ 35.00
8. Văn Học Mới số 4
Giá $ 18.00
9. Văn Học Mới số
Giá $ 20.00
10. Văn Học Mới số 6
Giá $ 20.00
11. Văn Học Mới số 7
Giá $ 20.00
12. Văn Học Mới số 8
Giá $ 20.00
13. Truyện thơ Thạch Sanh Lý Thông
- Nguyễn Văn Sâm
Giá $ 15.00
14. Thơ Quỳnh- Hoàng Xuân Sơn
Giá $ 18.00
15. Văn Chương Nobel - Scott Nguyen
Giá $ 18.00

16. Con Đường Tâm Linh - Tập 1
Dịch giả Nguyễn Trung Giang
Giá $ 23.00
17. Con Đường Tâm Linh - Tập 2
Dịch giả Nguyễn Trung Giang
Giá $ 23.00
18. Bóng Tre
Dịch giả Nguyễn Trung Giang
Giá $ 23.00
19. Chính Thân Này Là Phật
Dịch giả Nguyễn Trung Giang
Giá $ 17.00
20. Linh Hồn Cho Vũ Điệu
Dịch giả Nguyễn Trung Giang
Giá $ 28.00
21. Nhịp Đập Trong Nhau -Thơ Phan Hạ Du
Bìa mềm giá $ 12.00_Bìa cứng $20. 32
22. Thổn Thức Nhau Từ Ấy -Thơ Phan Hạ Du
Bìa mềm giá $ 12.00_Bìa cứng $22.00
23. Thương Nhớ Người Dưng-Thơ Phan Hạ Du
Giá $ 12.00
24. Dấu Mốc - Nguyễn Lương Ba
Bìa mềm giá $ 12. 00- Bìa cứng $ 25.00

25. Có Một Thời Ở Quê Hương Tôi - Phan Ni Tấn
Giá $ 18.00
26. Ngòi Viết Lang Thang- Phan Ni Tấn
Giá $ 30.00
27. Người Tôi Yêu- Phan Ni Tấn
Giá $ 20.00
28. Tuyển Tập Thơ Đức Phổ
Bìa mềm giá $ 20.00 - bìa cứng $ 40.00

29 . CD Nhạc Thơ Tân Hình Thức Giá $10.00
30. KInh Hoa Vàng tập 2 - bìa mềm - giá $ 23.00
31. Khóc Với Mùa Thu - thơ toàn tập - bìa mềm giá $25.00
32. Thơ Toàn Tập 1 Hà Nguyên Du - bìa mềm $ 40.00 - cứng $65.00

TRẢ LỜI THƯ TÍN

1/ Tòa soạn Văn Học Mới, xin chân thành cảm ơn quí thân hữu là Nhà thơ, Nhà văn, Nhà Phê Bình, Biên khảo đã hết lòng ủng hộ..

Rất cảm ơn quí vị đã vì yêu mến VHNT nên không chút lo ngại khi nhiệt tình mua báo dài hạn.

Một niềm hạnh phúc nồng nàn đầy chất khích lệ là gia hạn sự ủng hộ cũng như tiếp tục đóng góp bài vở thường xuyên ... của quí tác giả, quí mạnh thường quân...

Tòa soạn VHM cũng không quên cảm ơn quí vị mua tạp chí của chúng tôi trên Amazon, kể cả mua trong những nhà sách ...

1/Con đường "Lập Đức" của tạp chí VHM vẫn luôn là việc ưu tiên hàng đầu. Vì thế "tiếng thơm đồn xa". Vẫn có lai rai thành viên mới cộng tác, cũng do từ anh em thành viên cũ có quá trình "làm ăn khấm khá với VHM nên giới thiệu cho bạn bè của họ!! Từ đó trong VHM số 20 kỳ này nhận được hai tác giả mới ... Ở Mỹ thì có nhà thơ / nhà văn Tuệ Trung Lê Trọng Dũng. Ở Việt Nam thí có nhà thơ Nguyễn Nguyên Phượng (trước đây cũng có cộng tác).

2/ VHM một mực thể hiện tình yêu thương quí trọng đến những tác giả đã một đời sống chết với Văn Học Việt Nam, đã để lại nhiều tác phẩm đóng góp.!! (Không phải riêng vì đã cộng tác với VHM mà chúng tôi mới làm số đặc biệt tưởng niệm ...) Mà là thể hiện sống theo đạo lý của dân tộc Việt mình là "Ăn trái nhớ kẻ trồng cây hay uống nước nhớ nguồn..

Có thể kể từ khi VHM ra đời, đã làm số đặc biệt tưởng niếm đến: (Số 2) tưởng niệm nhà thơ/ nhà biên khảo văn học Trần văn Nam. (Số 6) tri ân nhà thơ/nhà văn/nhạc sĩ Nguyễn Đình Toàn. (Số 8) là số đặcbiệt coi như vinh danh Giai Phẩm Chủ Đề do nhà văn Nguyễn Trung Hối điều hành. (Số 10) tưởng niệm hai nhạc sĩ Nguyễn Hiền và Trầm Tử Thiêng. (Số 13) tưởng niệm Thi sĩ Giáo sư Trần Hồng Châu.

Số 16) tưởng niệm nhà thơ Kim Tuấn... Và đến số 20, tưởng niệm nhà thơ/nhà văn Hoài Ziang Duy, một tác giả cộng tác đắc lực với tạp chí Văn Học Mới...Đến số 21 là số không chủ đề gì ...

3/ Trong trang Trả Lời Thư Tín kỳ này, bổn báo xin giữ nguyền 2 phần trả lời 1& 2. Mục đích để có sự liên tục khi nói đến gồm có bao nhiêu số mà VHM đặc biệt tưởng niệm đến những VNS mà chúng tôi đã làm trong mấy năm qua. Chúng tôi sẽ thông báo trước ít nhất 2,3 số. Về dự trù cho những số tiếp theo sẽ là số tưởng niệm và bài viết chuyên đề về Ký giả / Nhà văn /Thi sĩ Hoài Trinh (trong thời kháng chiến chống Pháp, có in trong cuốn "Thi Nhân Việt Nam Hiện Đại Quyển 1 - Do Phạm Thanh biên soạn - NXB Sống Mới 1959). *Nhưng sau khi thảo luận với các nhà biên khảo thì bị trở ngại, bởi 1 lý do thiết yếu và duy nhất là Thi sĩ Hoài Trinh, dù nổi tiếng trong những thập niên trước của thời ông sinh hoạt, nhưng chí có nhiều bản thảo về truyền và thơ mà chưa bung ra đời bằng sách xuất bản.* Từ đó kêu gọi người viết thì thiếu hẳn tài liệu. Chính vì thế chúng tôi sẽ tiếp tục tưởng niệm hay vinh danh những tên tuổi dưới đây:

- Vinh danh Nhà Văn Nguyễn Văn Sâm - đang thực hiện trong số 28 (đã xong)

Số 31 kỳ tới sẽ là số:

- Tưởng niệm Nhà văn Nguyễn Xuân Hoàng

4/ VHM số 24 tưởng niệm Nhà văn Nguyễn Trung Hối xong

5/ Trong 2 tháng vừa qua, VHM làm hai số dồn một, tức là số "22 &23" thuộc số tháng 2 năm 2023 Xuân Quí Mão. Chính bổn báo cũng không ngờ rằng với chỉ mục đích là "Kỷ Niệm 5 Năm Phát Hành Văn Học Mới" thôi!! (Theo dự trù là nhắm giới thiệu sự nghiệp sáng tác của mỗi tác giả) nên dành nhiều trang để họ có dịp tỏ bày... Ngờ đâu rằng "phóng lao thì phóng theo lao" ... Số trang tăng vọt lên chưa từng có trong lịch sử của mọi thời, mọi tờ báo Văn Học. (tăng gần 8 trăm trang). Khiên tờ báo nặng ký như cuốn tự điển.... Phát hành xong, mỗi tác giả đều có trong tay, hẳn nhiên sự trố mắt nhìn và tóm tắt khen ngợi không tiếc lời!!

6/ Trong Văn Học Mối số 22 & 23 Xuân Quí Mão vừa qua, có số lượng tác giả gia hạn mua báo dài hạn cũng tăng đều đặn.... Bổn báo chân thành cảm ơn quí tác giả tích cực cộng tác với VHM và nhiệt tình ủng hộ báo dài hạn. Một hành động nhân quả tốt đẹp là một niềm khích lệ vô cùng lớn lao cho tờ báo thêm mạnh bước chân cứng đá mềm!!

7/ VHM số 27 & 28 đã công bố trước ngày bắt đầu của "Giải Thơ Văn Học Mới 2024" . Thật sự ngày tháng bắt đâu nhận bài là giữa tháng hai và kết thúc đến giữa tháng 5 > Tháng 6 mới công bố kết quả giải, nhưng từ khi bắt đầu công bố sớm trên VHM số 27, đã có hàng loạt người ở khắp nơi đã gửi bài dự thi trước rồi, Đó là một biểu hiện tích cực đầy lạc quan cho *Giải Thơ mang tính đột phá và thăng hoa cho "dòng chảy VHNT" ở Hải Ngoại của chúng ta.... Mãi cho đến VHM số 29 Xuân Giáp Thìn cận kề đến, số lượng người tham dự càng tiếp tục gia tăng hơn. Chúng tôi đang chuẩn bị đánh "số mật mã cho mỗi tác giả" để giữ công bằng và gửi đến mỗi giám khảo trong hội đồng chấm giải...*

8/ Thông báo về Giải Thơ VHM: Như đã trình bày trên là bà con đã gửi bài tham dự trước cả tháng nay rồi ... Xin quý vị tiếp tục hăng hái như hiện nay. Cần chú ý là Giải Thơ không giới hạn thể loại hay để tài gì mà có số đông quan ngại cứ hỏi han. Nhất là quý vị cần chú ý theo qui định được đăng trên FB hay trong số 29 Xuân này... Chúng tôi xin cảm phiền về giới hạn trả lời cá nhân cho từng người .VHM cảm ơn sự tích cực tham dự giải thơ/ Trân trọng

Thể lệ gởi bài về

VĂN HỌC MỚI

Gởi sáng tác, xin kèm theo địa chỉ, tên thật (có thể), số phone và email. Gởi đến Văn Học Mới, xin vui lòng đừng gởi báo khác. Nếu tác phẩm đã từng đăng hay phổ biến dưới dạng thức nào, quí vị nên cho bổn báo hay biết. Nhất là **không nhận đăng bài đã đăng trên Facebook hay bất cứ đâu và không nhận bài vở viết tay...**

Xin lưu ý: Tạp chí Văn Học Mới : "không có qui định trả tiền nhuận bút cho bất cứ tác giả nào cộng tác", vì không phải là báo kinh doanh. Vì vậy, những tác giả trong nước khi gởi bài cho VHM, xin nhớ để "không cần nhuận bút ...

Bài vở, đánh máy một mặt giấy. Xin dùng Microsoft Word với công cụ Uni Code hay Unikey là tốt nhất. Cần theo font chữ Arial hay Time New Roman. Bài không đăng không trả lại. Thời gian không đăng khoảng 2 số liên tiếp, quí vị có quyền gởi báo khác..

TẠP CHÍ VĂN HỌC MỚI:

PHÁT HÀNH 6 SỐ / NĂM

(Tức 2 tháng ra 1 số)

Chấm dứt không nhận bài vào ngày 30 của tháng thứ nhất

Gửi bài vở cho Văn Học Mới theo 3 hộp Emal:

hanguyendu@gmail.com
vanhocmoi68@gmail.com
ntlthu1016@gmail.com
Ngân phiếu / chi phiếu xin để:

HA NGUYEN
10291 Arundel Ave

Westminster, CA 92683 - 5821- USA

GIÁ BIỂU BÁO DÀI HẠN 6 SỐ / NĂM

HOA KỲ / MỘT NĂM / $ 120.00 . HAI NĂM $ 220.00

MUA______/ NĂM

CANADA / AUSTRALIA / PHÁP / ĐỨC
MỘT NĂM $ 140.00 . HAI NĂM / $260.00

MUA______/ NĂM

GIÁ BÁN TẠI CÁC NHÀ SÁCH US $20.00

GIÁ BIỂU BÁO DÀI HẠN 6 SỐ / NĂM

HOA KỲ / MỘT NĂM / $ 120.00 . HAI NĂM $ 220.00

MUA______/ NĂM

CANADA / AUSTRALIA / PHÁP / ĐỨC
MỘT NĂM $ 140.00 . HAI NĂM / $260.00

MUA______/ NĂM

GIÁ BÁN TẠI CÁC NHÀ SÁCH US $20.00

GIÁ BIỂU BÁO DÀI HẠN 6 SỐ / NĂM

HOA KỲ / MỘT NĂM / $ 120.00 . HAI NĂM $ 220.00

MUA______/ NĂM

CANADA / AUSTRALIA / PHÁP / ĐỨC
MỘT NĂM $ 140.00 . HAI NĂM / $260.00

MUA______/ NĂM

GIÁ BÁN TẠI CÁC NHÀ SÁCH US $20.00

VĂN HỌC MỚI
TẠP CHÍ

Chúng tôi NHẬN in ấn tác phẩm thuộc VHNT

NHÀ XUẤT BẢN VĂN HỌC MỚI

Phát hành toàn cầu qua hệ thống Amazon.
Sẽ giao đến tận nhà quí vị. Trên
tinh thần ủng hộ quí Văn Nghệ Sĩ
và thân hữu trong giới sáng tác
Liên lạc Hà Nguyên Du

vanhocmoi68@gmail.com
hanguyendu@gmail.com

VĂN HỌC MỚI
tạp chí

Tranh bìa : BẾN ĐỢI

HỌA SĨ LƯƠNG TRƯỜNG THỌ

Trình bày bìa và dàn trang: HÀ NGUYÊN DU

www.ingramcontent.com/pod-product-compliance
Lightning Source LLC
LaVergne TN
LVHW050629051026
849532LV00002B/320
* 9 7 9 8 8 6 9 2 3 6 6 4 7 *